AF742221

வானதி

வானதி என்ற புனைபெயரில் எழுதும் முத்து பிரகாஷ் மென்பொருள் நிறுவனம் ஒன்றில் துணைத் தலைவராக இருக்கிறார். முதுநிலைப் பொறியியல் பட்டதாரி. மதுரையைச் சேர்ந்தவர். தமிழ் மற்றும் ஆங்கில இலக்கியத்தின்மீது மிகுந்த ஈடுபாடும் ஆழ்ந்த வாசிப்பும் கொண்டவர். இதுவரை பல்வேறு நாட்டு இலக்கியப் படைப்புகளைத் தமிழில் மொழிபெயர்த்துத் தந்திருக்கிறார். ஆங்கிலேய காலத்தின் அரிதான புத்தகங்களையும் இதுவரை எழுதப்படாத சரித்திரங்களையும் தமிழில் மொழிபெயர்த்துப் பலருக்கும் கொண்டு சேர்ப்பதைத் தன்னுடைய எழுத்தின் நோக்கமாகக் கொண்டிருக்கிறார்.

இவரது பிற நூல்கள்

- அமெரிக்க உள்நாட்டுப் போர்
- கறுப்பு அமெரிக்கா

இவரது பிற மொழிபெயர்ப்பு நூல்கள்

- *1877:* தாதுவருடப் பஞ்சம் - வில்லியம் டிக்பி
- தென்னிந்தியத் திருமணச் சடங்குகள் - எட்கர் தர்ஸ்டன்
- செவ்விந்தியர்களின் தொன்மக் கதைகள் - டிரிஸ்ட்ரம் பி.காஃபின்
- கொடைக்கானல் *1845—1945* - சார்லட் சாண்ட்லர் வைக்காஃப்
- டிகான்கா கிராமப் பண்ணையில் கழித்த மாலைப்பொழுதுகள் - நிகோலாய் கோகல்
- தென்னிந்திய கிராம தெய்வங்கள் - ஹென்றி வைஹெட்
- செகாவ் கதைகள்
- குடுமி பற்றிய சிந்தனைகள் - ராபர்ட் கால்டுவெல்
- ஏவாளின் நாட்குறிப்பு - மார்க் ட்வைன்
- ஒரிய மொழிச் சிறுகதைகள்

இன்னும் பல...

மின்னஞ்சல் - rmuthuprakash@gmail.com

ஆபத்தான விளையாட்டு

உலகத் துப்பறியும் கதைகள்

தமிழில்: வானதி

ஆபத்தான விளையாட்டு - உலகத் துப்பறியும் கதைகள்
- தமிழில்: வானதி ©

சுவாசம் பதிப்பகம்

Aabaththaana Vilaiyaattu – Ulaga Thuppariyum Kathaigal
Translated by: Vanathy ©

ISBN: 978-81-19550-95-1
Title Number: Swasam 197

First edition: Dec 2024

Published by:
Swasam Pathippagam,
An imprint of Swasam Publications Private Limited,
52/2, Near B.S Mahal,
Ponmar,
Chennai, Tamil Nadu – 600127
Email: swasam.publications@gmail.com

Printed by: Adyar Students Xerox, Chennai – 600 002

To buy the book: Swasam Bookart - +91-8148066645
Website: https://www.swasambookart.com/

உள்ளே...

மொழிபெயர்ப்பாளர் உரை

இந்தப் புத்தகம் வேடிக்கையாக ஆரம்பித்தது. கனலியின் 'திகில் — குற்றம் — துப்பறிதல்' சிறப்பிதழுக்காக ஒரு கதையை மொழிபெயர்த்ததில் விழுந்தது இந்தப் புத்தகத்திற்கான வித்து. அப்போது வேறு இரண்டு புத்தகங்களில் வேலை செய்து வந்தேன். அதற்கிடையே எந்தக் கதையை மொழிபெயர்ப்பது என்று தேட ஆரம்பித்தபோது, தமிழில் இன்னமும் பெரும்பாலான இந்தக் கதைகள் மொழிபெயர்க்கப்படவே இல்லை என்று தெரிய வந்தது. எனவே அவற்றைக் குறித்து வைத்துக்கொள்ள ஆரம்பித்தேன். ஐந்து கதைகள் என்று ஆரம்பித்து, பத்தில் முடிந்தது. ஆனால் இதில் இருக்கும் ஒவ்வொரு கதையும் மிகவும் ரசித்து மொழிபெயர்த்தவை. சில ஆச்சரியத்தையும், சில மர்மத்தையும் சேர்த்தே கொடுத்தன.

இதில் இருக்கும் கதைகள் பத்தொன்பதாம் நூற்றாண்டின் இறுதி — இருபதாம் நூற்றாண்டின் ஆரம்பத்தில் பதிப்பிக்கப்பட்ட கதைகள். அதே காலத்தில்தான் அமெரிக்காவில் எட்கர் ஆலென் போ மற்றும் இங்கிலாந்தில் ஆர்தர் கானன் டாயில் தங்களது கதைகளைப் பதிப்பித்துக் கொண்டிருந்தனர். துப்பறியும், மர்ம கதை இலக்கியத்தின் பிதாமகர்கள் என்று அறியப்படும் இவர்களின் கதைகள் தமிழில் நிறையவே கிடைக்கின்றன. எனவே அவர்களின் கதைகளை இந்தத் தொகுப்பில் தவிர்த்திருக்கிறேன்.

இதில் இருக்கும் கதைகள் எனக்கு மிகவும் விருப்பமானவை என்று சொல்லலாம். அவற்றில் சில

நான் முன்பே படித்த கதைகள். சிலவற்றின் ஆசிரியர்கள் எனக்குப் பிடிக்கும் என்பதால், அவர்களின் கதைகளைத் தேடி எடுத்தேன். எனவே இதில் இருக்கும் சிறுகதைகள் அனைத்தும் உலகின் சிறந்த கதைகள் என்றோ அல்லது அந்த ஆசிரியரின் சிறந்த கதை என்றோ சொல்ல முடியாதவை. ஆனால் ஒவ்வொன்றும் ஒவ்வொரு விதத்தில் சிறந்த மர்ம, துப்பறியும் கதை என்று வேண்டுமானால் சொல்லலாம்.

இந்தத் தொகுப்பில் சில ஆச்சரியமான எழுத்தாளர்களைச் சந்திக்கப் போகிறோம். அந்தோன் செகாவ் எழுதிய துப்பறியும் கதை ஒன்று இருக்கிறது. செகாவ் துப்பறியும் கதை எழுதினார் என்பதே ஆச்சரியமாக இருந்தது. அதுவும் மிகவும் வேடிக்கையான துப்பறியும் கதை. அது போலவே, நதானியேல் ஹாவ்தோர்னின் கதையும். ஹாவ்தோர்ன் சில தீவிரமான கதைகளை எழுதியிருக்கிறார். இதிலும் இருக்கும் அவரது கதை மிகவும் ஆழமான, சிந்தனையைத் தூண்டும் மர்மக்கதை.

ஆங்கில இலக்கியத்தில் துப்பறியும், மர்ம எழுத்து என்பது பல வருடங்களாக, பல விதங்களில் எழுதப்பட்டுக் கொண்டே இருக்கிறது. அத்தகைய வகைமைகளை அடையாளப்படுத்துவது மட்டுமே கடந்த இரண்டு நூற்றாண்டுகளில் நடந்திருக்கிறது எனலாம். ஒரு விதத்தில் மாக்பெத்தும் திகில் கதைதான். ஷேஸ்பியரும்கூட திகில் கதை எழுத்தாளர்தான். இதன் தொடர்ச்சியை நாம் பார்த்துக் கொண்டே இருக்கிறோம். அமெரிக்க இலக்கியம் வளர ஆரம்பித்தவுடன், அங்கும் நாம் இந்த வகைமையைப் பார்க்கிறோம். அங்கு பெரிதாக இருந்த அரசியல் எழுத்துகளுக்கு இடையே இத்தகைய எழுத்துகளும் தோன்றின. பத்தொன்பதாம் நூற்றாண்டின் ஆரம்பத்திலிருந்து பல எழுத்தாளர்களும் இதில் பரிசோதனை செய்து கொண்டே இருக்கிறார்கள். எட்கர் போவின் எழுத்துகள் அவற்றின் உச்சம் எனலாம். ஆனால் மார்க் ட்வைன், சார்லஸ் டிக்கென்ஸ் போன்ற புகழ் பெற்ற எழுத்தாளர்களும் திகில் கதைகளை எழுதியிருக்கிறார்கள்.

பத்தொன்பதாம் நூற்றாண்டின் இறுதியில் தோன்றிய ஷெர்லாக் ஹோம்ஸ், துப்பறியும் நூல்களின் உச்சத்தைத் தொடுகிறார். இன்றும் உலகின் புகழ்பெற்ற துப்பறிவாளராக அவரே இருக்கிறார். அதே போன்ற எழுத்துகள் இன்னமும் அதிகமாக எழுதப்படுகிறது. அமெரிக்கக் கண்டத்தைத்

துப்பறிவாளர்கள் அடையும்போது, அந்த நாட்டின் தனித்துவமான சில குணங்களைப்பெற்று விடுகின்றனர்.

Crime Fiction என்பது இருபதாம் நூற்றாண்டின் ஆரம்பத்தில் அமெரிக்காவில் உச்சத்தில் இருந்தது. அங்கு பரவலாக இருந்த வன்முறை, 1920களின் மதுவிலக்குக் கொள்கை கொடுத்த வாய்ப்புகளால் பெரிதாக விரிவடைந்த குற்றச்செயல்கள், அல் கபோன், நெல்சன் போன்ற குற்றவாளிகளின் பிம்பங்கள் என்று குற்றக்கதைகளின் மீது அமெரிக்கர்களின் ஆர்வம் அதிகரிக்கப் பல காரணங்கள் தோன்றின. அதன் காரணமாகத் தோன்றிய நாயகர்கள், சட்டம், நீதி போன்றவற்றில் நம்பிக்கை இல்லாதவர்களாக, தனி மனிதர்களாக, தத்துவம் பேசுபவர்களாக இருக்கிறார்கள். இவர்களில் ஒருவரையும் இங்கே காணப் போகிறோம்.

இந்தத் தொகுப்பு தமிழ் மொழிபெயர்ப்பில் இருப்பதாக நான் கருதும் ஒரு வெற்றிடத்தைச் சிறிது நிரப்பும் என்று நினைக்கிறேன்.

எனக்குத் துணையாக நிற்கும் என் மனைவி ஜெயஸ்ரீக்கும், எனக்குப் பிள்ளைகள் சிபி, வானதிக்கும் என்னுடைய அன்பைத் தெரிவித்துக் கொள்கிறேன்.

நன்றியுடன்,
முத்துபிரகாஷ். இர.
(வானதி)

ராபர்ட் பார் (Robert Barr) (1849 - 1912)

ஃபிரெஞ்சு சிறுகதை எழுத்தாளர். ஸ்காட்லாந்தைச் சேர்ந்த இவர், ஒரு பத்திரிகை ஆசிரியராகவும் இருந்தார். சிறுவயதிலேயே தன்னுடைய பெற்றோருடன் கனடாவிற்குச் சென்றுவிட்டார். இவரது ஆரம்பக்காலக் கதைகள் கனடாவில் எழுதப்பட்டவை ஆகும். லண்டனிற்குத் திரும்பிய பின்னரே, இவர் மர்மக் கதைகளை எழுத ஆரம்பித்தார். ஷெர்லாக் ஹோம்ஸ் கதைகளைப் பகடிசெய்து இவர் எழுதிய கதைகள் மிகவும் புகழ்பெற்றன. நகைச்சுவையுணர்வுடன் கூடிய எதிர்பாராத திருப்பங்கள் கொண்ட சுவாரசியமான கதைகள் இவருடையவை.

ஆல்ப்ஸ் மலை விவாகரத்து (1893)

ராபர்ட் பார்

சிலரது இயல்பில் மிதத்தன்மை என்பதே இருக்காது; கலப்படமில்லாத அடிப்படை வண்ணங்கள் மட்டுமே அவர்கள் இயல்பின் வண்ணங்களாக இருக்கும். ஜான் பாட்மான் அது போன்ற ஒரு மனிதர். அவர் எப்போதும் தீவிரத்தின் இரு துருவங்களில் இருந்தார். ஒருவேளை அவர் தன்னைப் போலவே குணம்கொண்ட ஒரு பெண்ணை மனைவியாக்கிக் கொள்ளாமல் இருந்திருந்தால் அவரது இயல்பின் தீவிரத்தை யாரும் பெரிதாகப் பொருட்படுத்தியிருக்க மாட்டார்கள்.

உலகில் ஒவ்வொரு ஆணும் தனக்கு ஏற்ற பெண்ணைத்தான் திருமணம் செய்துகொள்கிறான் என்பதில் எந்தச் சந்தேகமுமில்லை. (அது போலவே ஒவ்வொரு பெண்ணும்.) ஆனால் சற்று யோசித்துப் பார்த்தால், ஒரு மனிதனுக்குத் தன் வாழ்நாளில் சில நூறு பேருடன் மட்டுமே பழகும் வாய்ப்பு கிடைக்கிறது. அந்த சில நூறு பேரில் பத்துப் பன்னிரண்டுபேர் அவனுக்கு நெருக்கமானவர்களாக இருக்கக்கூடும். அவர்களிலும் ஓரிருவர் மட்டுமே அவனுடைய நண்பர்களாகக்கூடும். இதையெல்லாம் வைத்துப் பார்க்கும்போது உலகம் தோன்றியதிலிருந்து இன்று எந்த ஓர் ஆணோ பெண்ணோ தனக்கான சரியான இணையைக் கண்டடைவதில்லை என்பதே உண்மை. அதற்கான சாத்தியக்கூறுகள் இல்லையென்றே கூறவேண்டும். விவாகரத்து நீதிமன்றங்கள் உருவாகவும் அதுவே காரணம். வெற்றிகரமான திருமணம்

என்பது எண்ணற்ற சமரசங்களால் ஆனது. சமரசத்திற்கு உடன்படாத இருவர் திருமணத்தில் இணையும்போது, அங்கே பிரச்சினைகள் உருவாகின்றன.

அந்த இளம் தம்பதிகளின் திருமணத்தில் மிதமான நிலை என்பது எப்போதுமே இருந்ததில்லை. ஒன்று அன்பு அல்லது வெறுப்பு என்ற இரண்டு துருவங்கள் மட்டுமே இருந்தன. நமது திரு பாட்மான் மற்றும் திருமதி பாட்மான் தம்பதிகளின் வாழ்வில் இருந்ததெல்லாம் வீம்பும், கசப்பும் நிறைந்த கலப்படமில்லாத வெறுப்பு மட்டுமே.

உலகின் மற்ற பகுதிகளில், பொருந்தா மனங்கள் இருப்பதே விவாகரத்திற்குப்போதுமான காரணமாக இருக்கிறது. ஆனால் இங்கிலாந்தில் அப்படி இல்லை. கணவன் மனைவி இருவரில் ஒருவர் குற்றவாளியாகவோ அல்லது கொடூரமானவராகவோ மாறினால் ஒழிய, மரணம் வந்து பிரிக்கும்வரை என்று அந்தப் பந்தத்தில் தொடர்ந்தாக வேண்டும். அப்படிப்பட்ட வாழ்வைப்போல மோசமானது எதுவும் இல்லை. திருமதி பாட்மான் குறைகளில்லாத வாழ்வை வாழ்ந்து வந்தாள். திரு பாட்மானும் மற்ற ஆண்களைப் போலல்லாமல், சொல்லப்போனால் அவர்களில் பெரும்பாலானவர்களைவிட நல்லவராகவே இருந்தார். ஆனால் ஓரளவிற்குத்தான் அந்தக் கருத்தை இப்போது ஏற்க முடியும். ஏனென்றால் எப்பாடு பட்டாவது தன் மனைவியை ஒழித்துக்கட்டிவிட வேண்டுமென்று அவர் முடிவு செய்துவிட்டார். ஒருவேளை அவர் ஏழையாக இருந்திருந்தால் அவளை எளிதில் கைகழுவியிருக்க முடியும். ஆனால் அவர் பெரும்பணக்காரர். அதுமட்டுமல்லாமல் குடும்ப வாழ்க்கை சந்தோஷமாக இல்லையென்பதற்காக நன்றாக ஓடும் தொழிலை ஒருவன் அப்படியே கைவிட முடியாது.

ஒரு மனிதன் எதைப்பற்றித் தொடர்ந்து சிந்தித்துக் கொண்டிருக்கிறானோ அந்த இலக்கை அடைவதற்காக அவன் எவ்வளவு தூரம் வேண்டுமானாலும் செல்வான். மனம் என்பது மிகவும் மென்மையான கருவி என்பதையும் அது தன் நிலையிலிருந்து பிறழக்கூடும் என்பதையும் சட்டம் ஏற்கிறது. பாட்மானின் மனம் சமநிலையில் இல்லை என்று அவருடைய நண்பர்கள் ஆணித்தரமாகக் கூறினாலும் அவர்களோ அல்லது பாட்மானின் எதிரிகள்கூட நடந்த சம்பவத்தை நம்ப மறுத்தார்கள். அவருடைய வாழ்வின்

திருப்புமுனையாகவும் மிகவும் அச்சமூட்டும் சம்பவமாகவும் அது அமைந்துவிட்டது.

தன் மனைவியைக் கொலை செய்வது என்று ஜான் பாட்மான் முடிவெடுத்தபோது, அவர் சரியான மனநிலையில் இருந்தாரா இல்லையா என்பது யாருக்கும் தெரியவில்லை என்றாலும் ஆனால் அந்தக் கொலை ஒரு விபத்தைப்போல் வெளியுலகிற்குத் தெரிய வேண்டும் என்று அவர் திட்டமிட்டதில் ஒரு நிபுணத்துவம் இருக்கவே செய்தது. ஆயினும் தந்திரமாக யோசிப்பதென்பது தவறான பாதையில் செல்லும் மனத்தின் குணமாகும்.

தன்னுடைய இருப்பு தன் கணவனுக்குத் தொந்தரவாக இருப்பதை திருமதி பாட்மான் அறிந்திருந்தாலும் அவளும் அவரைப்போல் பிடிவாத குணம் கொண்டவளாக இருந்தாள். மேலும் அவர் அவள் மேல் கொண்டிருந்த வெறுப்பைக்காட்டிலும் அவள் அவர்மீது அதிக வெறுப்பு கொண்டிருந்தாள். அவர் செல்லுமிடங்களுக்கெல்லாம் அவருடன் அவள் தவறாமல் சென்றாள். ஒருவேளை அவள் அவர்மேல் தன் இருப்பை வற்புறுத்தித் திணிக்காமல் இருந்திருந்தால் அவளைக் கொலை செய்யும் என்ற எண்ணம் அவருக்குத் தோன்றாமல்கூட இருந்திருக்கலாம். அதன்படி, ஜூலை மாதம் தான் சுவிட்சர்லாந்து செல்லவிருப்பதாக அவர் கூறியபோது அவளும் அமைதியாகப் பிரயாணத்திற்குத் தயாரானாள். வழக்கம்போல் இல்லாமல் இந்த முறை அவள் வருகைக்கு அவர் ஆட்சேபம் ஏதும் தெரிவிக்கவில்லை. அந்த அமைதியான தம்பதி சுவிட்சர்லாந்து சென்றது.

அங்கிருந்த மலைச்சிகரங்களின் அருகே இருந்த அந்த ஹோட்டல் ஒரு பனிப்பாறையின்மீது கட்டப்பட்டிருந்தது. கடல் மட்டத்தில் இருந்து ஒன்றரை மைல் உயரத்தில் அந்த ஹோட்டல் தனியாக நின்றிருந்தது. அந்த ஹோட்டலை அடைய சுமார் ஆறு மைல் தூரம் வளைவு நெளிவான கடினமான பாதையில் பயணிக்க வேண்டும். அந்த ஹோட்டலின் வராண்டாவிலிருந்து ஆல்ப்ஸ் மலையின் பல்வேறு பனிபடர்ந்த சிகரங்களும், பனிப்பாறைகளும் தெரியும். ஹோட்டலுக்கு அருகில் நடந்து செல்லும் தூரத்தில் பல அழகான அதே நேரத்தில் ஆபத்தான இடங்கள் இருந்தன.

ஜான் பாட்மானிற்கு அந்த ஹோட்டல் மிகவும் பழக்கமானதுதான். வாழ்வின் சந்தோஷமான நாள்களை

அவர் அவ்விடத்தின் அருகாமையில்தான் கழித்தார். ஆனால் கொலை செய்யும் எண்ணம் அவர் மனத்தில் தோன்றியதிலிருந்து அங்கிருந்து இரண்டு மைல் தொலைவில் இருந்த அந்த ஒரே இடம்தான் அவர் மனத்தை மீண்டும் மீண்டும் ஆக்கிரமித்தது. அவ்விடத்தின் முகடு, சுற்றியுள்ள சிகரங்களைவிட உயரமாக இருந்தது. அதன் விளிம்பில் ஒரு சிறிய, உடைந்த சுவர் மட்டுமே இருந்தது. ஒருநாள் அதிகாலை நான்கு மணிக்கே எழுந்து, யாருக்கும் தெரியாமல் ஹோட்டலைவிட்டு வெளியேறி, 'தொங்கும் பார்வை' என்று பெயரிடப்பட்ட அந்த இடத்திற்குச் சென்றார். அவருடைய நினைவாற்றல் அவருக்கு உதவியது. சரியான இடத்திற்கு வந்திருப்பதாக அவர் தனக்குத்தானே சொல்லிக் கொண்டார். அந்த இடத்திற்குப் பின்னால் செங்குத்தாக நின்றிருந்த மலை பார்ப்பதற்குப் பயங்கரமாக இருந்தது. அந்த இடம் மற்றவர்கள் பார்வையிலிருந்து விலகியிருந்தது. தூரத்தில் இருந்த ஹோட்டலும் ஒரு பாறைக்குப் பின்னால் இருந்ததால் அங்கிருந்தும் யாராலும் பார்க்க முடியாது. பள்ளத்தாக்கின் மறுபுறம் இருந்த ஹோட்டல்களும் தூரமாக இருந்ததால், அங்கிருந்து யாரும் நடந்து வரவோ அல்லது மறுபுறத்திலிருந்து பார்க்கவோ முடியாது. தொலைவிலிருந்த பள்ளத்தாக்கில் தெரிந்த ஊரில் இருந்த வீடுகள் எல்லாம் பார்ப்பதற்குப் பொம்மைகளைப்போல் இருந்தன.

"இதுதான் சரியான இடம்" என்று தனக்குள் சொல்லிக்கொண்டார். "நாளை காலைதான் சரியான நேரம்."

பங்குச்சந்தையில் பங்குகள் வாங்கத் திட்டமிடுவதைப்போல ஜான் பாட்மான் தான் செய்யப்போகும் குற்றத்தை உணர்ச்சிவசப்படாமல் நிதானமாகத் தடுமாற்றமில்லாமல் திட்டமிட்டார். எதுவும் தெரியாத பலியாள்மீது அவருக்குச் சிறிதளவுகூட இரக்கம் பிறக்கவில்லை. அந்த அளவிற்கு அவர் மனத்தில் வெறுப்பு ஆழமாக இருந்தது.

மறுநாள், காலை உணவிற்குப் பிறகு அவர் தன் மனைவியிடம் "நான் மலைகளில் சற்று நடந்து வரலாமென்றிருக்கிறேன். நீ என்னுடன் வருகிறாயா?" என்று கேட்டார்.

"சரி" என்று அவள் சுருக்கமாகப் பதிலளித்தாள்.

"அப்படியென்றால் சரி" என்றவர் "நான் ஒன்பது மணிக்குத் தயாராக இருப்பேன்" என்றார்.

“நான் ஒன்பது மணிக்குத் தயாராக இருப்பேன்” என்று அவர் கூறியதையே அவளும் கூறினாள்.

அவர் மட்டும் தனியாகத் திரும்பப்போகும் அந்த ஹோட்டலில் இருந்து அவர்களிருவரும் குறித்த நேரத்தில் கிளம்பினார்கள். ‘தொங்கும் பார்வை’ என்ற இடத்தை அடையும்வரை அவர்கள் இருவரும் ஒரு வார்த்தைகூட பேசவில்லை. அந்தப் பாதை, மேடு பள்ளமும் இல்லாமல் மலையைச் சுற்றி சமதளத்தில் இருந்தது. ஏனென்றால் அவர்கள் தங்கியிருந்த ஹோட்டலும் தொங்கும் பார்வை இடமும் கடல் மட்டத்திலிருந்து ஒரே உயரத்தில்தான் இருந்தன.

அந்த இடத்தைச் சென்றடைந்தவுடன் என்ன செய்வது என்று ஜான் பாட்மான் பெரிதாக யோசித்திருக்கவில்லை. சூழலைப் பொறுத்துத் தீர்மானித்துக் கொள்ளலாம் என்றிருந்தார். அவளைத் தள்ளிவிடும்போது, தன்னையும் சேர்த்து பள்ளத்திற்குள் இழுக்க அவள் முயலலாம் என்ற பயம் அவர் மனத்தில் அவ்வப்போது தோன்றி மறைந்தது. ஒருவேளை தன் விதிப்படி அவளுக்கு நடக்கப்போவதுபற்றி அவளுக்குத் தெரிந்திருக்குமோ என்ற சந்தேகமும் அவருக்கு இருந்தது. தன்னுடைய குரலில் நடுக்கம் தெரிந்துவிட்டால் அது அவள் மனத்தில் சந்தேகத்தை எழுப்பக்கூடும் என்ற காரணத்தாலேயே அவர் பேசாமலிருந்தார். தன் திட்டத்தை ஒரே மூச்சில் நிறைவேற்றிவிட வேண்டுமென்று அவர் முடிவு செய்தார். தன்னைக் காப்பாற்றிக் கொள்ளவோ அல்லது அவரை தன்னுடன் இழுக்கவோ எந்த வாய்ப்பும் அவளுக்குக் கொடுத்துவிடக்கூடாது என்பதில் அவர் தெளிவாக இருந்தார். அந்த அத்துவானப் பகுதியில் அவள் எவ்வளவு கத்தினாலும் யாருக்குத் தெரியப்போவதில்லை என்பது அவருக்கு நன்றாகவே தெரிந்திருந்தது. அவர்கள் தங்கியிருந்த ஹோட்டலிலிருந்து மட்டுமே அந்த இடத்திற்கு வழி இருந்தது. பனிப்பாறைக்குச் செல்வதற்கான மலையேற்றத்திற்குக்கூட அன்று காலை யாரும் வந்திருக்கவில்லை. சொல்லப்போனால் அந்த இடத்திலிருந்து புறப்படுவது சுலபமான வழியாக இருந்தது.

சற்றே துணுக்குறும் விதமாக, அவர்கள் ‘தொங்கும் பார்வை’ என்ற அந்த இடத்தின் அருகே வந்ததும் திருமதி பாட்மான் நின்றாள். அவளது உடலில் வித்தியாசமான நடுக்கம் காணப்பட்டது. அவளுக்குச் சந்தேகம் ஏதும் வந்திருக்குமோ என்று தனது குறுகிய கண்களினூடே திரு பாட்மான்

அவளைப் பார்த்தார். அமைதியாக இருவர் நடந்து கொண்டிருக்கும்போது, இருவருடைய மனங்களுக்கிடையே நடக்கும் உளப்பூர்வமான உரையாடலில் ஒரு மனம் மற்றொரு மனத்திடம் என்ன பேசியதென்று யாராலும் கூற முடியாது.

“என்ன விஷயம்? என்ன ஆயிற்று உனக்கு? என்று அடிக்குரலில் உறுமினார். “களைப்பாக இருக்கிறதா?” என்றார்.

“ஜான்” என்று திணறியபடி அழைத்தாள். பல வருடங்களில் முதல்முறையாக அவரது முதல் பெயரைக்கொண்டு அவரை அவள் அழைத்தாள். அவளது குரலில் ஒரு திகைப்புடன் “நம் உறவின் தொடக்கத்தில் நீங்கள் என்னிடம் பரிவோடு நடந்துகொண்டிருந்தால் எல்லாமே வேறு மாதிரி இருந்திருக்கும் என்பதை நீங்கள் ஒப்புக்கொள்கிறீர்களா?”

“என்னைப் பொறுத்தவரை” என்று அவளைப் பார்க்காமலேயே கூறியவர், “அதைப் பற்றிப் பேசுவதற்கான நேரம் இதுவல்ல என்று நினைக்கிறேன்” என்றார்.

“நான் நினைத்து வருந்தும்படியான விஷயங்கள் நிறைய இருக்கின்றன” என்று குரலில் நடுக்கத்துடன் கூறியவள், “உங்களுக்கு அப்படி எதுவும் இல்லையா?” என்றாள்.

“இல்லை” என்றார் அவர்.

“சரி” என்றவளது குரலில் வழக்கமான கடுமை திரும்பியது. “உங்களுக்குக் கடைசியாக ஒரு வாய்ப்பு கொடுத்தேன். வேறொன்றுமில்லை.”

அவர் அவளைச் சந்தேகமாகப் பார்த்தார்.

“என்ன சொல்கிறாய்?” என்றவர் “எனக்கு வாய்ப்பு கொடுக்கிறாயா?” உன்னுடைய வாய்ப்போ அல்லது வேறு எதுவுமோ எனக்குத் தேவையில்லை. தான் வெறுக்கும் ஒருவரிடமிருந்து ஒரு மனிதன் எதையும் எதிர்பார்க்க மாட்டான். உன்னைப்பற்றி நான் கொண்டிருக்கும் எண்ணங்கள் உனக்குத் தெரியாத ரகசியமொன்றுமல்ல. நாம் இணைந்திருக்கும் இந்தத் திருமணப் பந்தத்தை எவ்வளவு சகிக்கவியலாததாக்க முடியுமோ அவ்வளவு மோசமாக நீ ஆக்கிவிட்டாய்.”

“ஆம்” என்றாள் தலையைக் குனிந்தபடி “நான் ஒன்றாகக் கட்டப்பட்டிருக்கிறோம் – கட்டப்பட்டிருக்கிறோம்!”

அவள் அந்தச் சொற்களைத் தொடர்ந்து முணுமுணுத்தபடி அந்தச் சுவரை அடைய மிச்சமிருந்த அடிகளைக் கடந்தாள். பாட்மான் அந்தச் சிதிலமடைந்த சுவரில் அமர்ந்தார். தன் கைத்தடியைக் கீழே வைத்துவிட்டு, கைகளைப் பிசைந்துகொண்டு அங்குமிங்கும் அவள் நடந்தாள். திட்டமிட்டபடி அந்தப் பயங்கரமான தருணம் நெருங்கியதும் ஜான் பாட்மான் மூச்சை இழுத்துப் பிடித்துக்கொண்டார்.

“ஏன் இப்படி மிருகம் போல நடக்கிறாய்?” என்றவர், “இங்கே வந்து என்னருகில் அமைதியாக உட்கார்” என்றார்.

முன்னெப்போதும் கண்டிராத ஓர் ஒளி நிரம்பிய பார்வையுடன் அவள் அவரைப் பார்த்தாள். அது வெறுப்பின் ஒளி, பித்துநிலையின் ஒளி.

“ஆமாம் நான் மிருகம்போல் நடக்கிறேன் ஏனென்றால் நான் ஒரு மிருகம்தான். என்னை வெறுப்பதாகச் சற்றுமுன் கூறினீர்கள். ஆனால் நீங்கள் ஓர் ஆண், என் வெறுப்பின் முன்னால் உங்கள் வெறுப்பு ஒரு பொருட்டே அல்ல.

நீங்கள் எவ்வளவுதான் மோசமானவராக இருந்தாலும் நமது இந்தப் பந்தத்தை உடைப்பதில் உறுதியாக இருந்தாலும் நீங்கள் சில காரியங்களைச் செய்யுமளவிற்கு கீழிருங்க மாட்டீர்கள் என்று எனக்குத் தெரியும். உங்கள் மனதில் என்னைக் கொல்லும் எண்ணம் இல்லை என்று எனக்குத் தெரியும். ஆனால் என் மனதில் இருக்கிறது. உங்களை நான் எவ்வளவு வெறுக்கிறேன் என்று உங்களுக்குக் காட்டுகிறேன் ஜான் பாட்மான்.”

பதற்றத்தில் அருகிலிருந்த கல்லைப்பிடித்துக் கொண்டவரின் உடல் அவள் கொலை என்று குறிப்பிட்டதால் உண்டான குற்றவுணர்வினால் நடுக்கம் கொண்டது.

“ஆம்” என்று அவள் தொடர்ந்தாள். “நீங்கள் என்னை சுவிட்சர்லாந்து அழைத்து வந்து கொலை செய்யத் திட்டம் தீட்டியிருப்பதாக இங்கிலாந்தில் உள்ள என் நண்பர்கள் அனைவரிடமும் கூறியிருக்கிறேன்.”

“அடக்கடவுளே!” அவர் அலறினார். “உன்னால் எப்படி அவ்வாறு சொல்ல முடிந்தது?”

“உங்களை நான் எவ்வளவு வெறுக்கிறேன் என்று உங்களுக்குத் தெரிய வேண்டாமா? பழி வாங்குவதற்காக நான் எந்த எல்லை வரைக்கும் செல்வேன் என்று உங்களுக்குத்

தெரிய வேண்டாமா? ஹோட்டலிலும் நான் சொல்லி வைத்திருக்கிறேன். நாம் அங்கிருந்து கிளம்பியதிலிருந்து நம்மை இருவர் தொடர்ந்து வருகிறார்கள். ஹோட்டல் மானேஜர் என்னை உங்களுடன் செல்ல வேண்டாம் என்று எவ்வளவோ தடுத்துப் பார்த்தார். இன்னும் சில நொடிகளில் அவர்கள் இருவரும் இங்கே வந்துவிடுவார்கள். அவர்களிடம் இது ஒரு விபத்து என்று சொல்லிப் பாருங்கள். நம்புகிறார்களா என்று பார்க்கலாம்."

அந்தப் பித்துப்பிடித்த பெண் தன் ஆடையின் முன்பகுதியிலிருந்து ஜரிகை இழைகளைப் பிய்த்து தரையில் ஆங்காங்கே வீசினாள். பாட்மான் எழுந்து "நீ என்ன செய்கிறாய்" என்று அலறினார். ஆனால் அவர் அவளை நெருங்குமுன் அவள் சுவரின் மீதேறி அந்தப் பயங்கரமான பள்ளத்தாக்கை நோக்கி அலறிக்கொண்டே குதித்தாள்.

சில நொடிகளில் இரண்டு ஆள்கள் அந்தப் பாறை விளிம்பை நோக்கி வேகமாக வந்தார்கள். அங்கு அந்த மனிதர் தனியாக இருப்பதைக் கண்டனர். ஒன்றும் புரியாமல் திகைத்துப் போயிருந்த அந்த நேரத்திலும் அவர் கூறும் உண்மையை யாரும் நம்பப்போவதில்லை என்பது அவருக்குப் புரிந்திருந்தது.

நதானியேல் ஹாவ்தோர்ன் (Nathaniel Hawthorne)
(1804 - 1864)

அமெரிக்காவின் புகழ்பெற்ற எழுத்தாளர்களில் ஒருவர். 'தி ஸ்கார்லெட் லெட்டர்' (The Scarlet Letter) இவர் எழுதிய மிகவும் முக்கியமான நாவல். பாவம், புண்ணியம், குற்றவுணர்வு போன்ற கோட்பாடுகளைக் கருவாகக் கொண்டு சிந்தனையைத் தூண்டும் பல நாவல்களையும் சிறுகதைகளையும் எழுதியவர். பெண்களை இவர் சித்தரித்த விதத்தில் பெண்ணியக் கருத்துக்களை முதலில் எழுதியவர் என்று அவரது சமகால எழுத்தாளர்களால் பாராட்டப்பட்டார். இவரது கதைகளின் நீதி செயற்கையாக இருப்பதாக விமர்சிக்கப்பட்டன. இருப்பினும், அமெரிக்காவின் மாபெரும் நாவலாசிரியர்களான ஹென்றி ஜேம்ஸ் மற்றும் வில்லியம் ஃபால்க்னர் ஆகியோரின் வரிசையில் இவரும் இடம்பெற்றுள்ளார்.

தீர்க்கதரிசன ஓவியங்கள் (1837)

நதானியேல் ஹாவ்தோர்ன்

“என்னவொரு அற்புதமான ஓவியன்!” என்று வால்டர் லுட்லோ உணர்ச்சிவசப்பட்டுக் கத்தினார். “தன்னுடைய தனித்தன்மை வாய்ந்த கலையில் மட்டுமல்லாது அறிவியல் மற்றும் பிற துறைகளிலும் பரந்த ஞானம் கொண்டுள்ளார். டாக்டர் மாதெரிடம் ஹீப்ருவில் பேசுகிறார். டாக்டர் பாய்ல்ஸ்டனிடம் உடற்கூறாய்வு பற்றிப் பேசுகிறார். ஒரு வார்த்தையில் சொல்ல வேண்டும் என்றால், நமக்கிடையே இருக்கும் கற்றறிந்தவர்களில் அவர்தான் சிறந்தவர். மேலும் அவர் சிறந்த கனவான். உலகின் குடிமகன் என்றே கூற வேண்டும். உலகின் அனைத்து மொழிகளிலும் பேசக்கூடியவர். நமது காடுகள் மட்டுமே இதுவரை அவர் அறியாத இடமாக இருந்தது. அங்குதான் இப்போது செல்கிறார். ஆனால் அவரை நான் புகழ்வதற்கு இவை மட்டும்போதுமான காரணங்கள் இல்லை.”

“நிச்சயமாக” என்றாள் எலீனா. ஓர் ஆணைப் பற்றிய புகழுரையைப் பெண்ணுக்கே உரிய பரவசத்தோடு கேட்டவள், “இவையே போதும் அவர் மேல் அபிமானம் கொள்ள” என்றாள்.

“உண்மைதான்” என்று கூறிய அவளது காதலன் “ஆனால் வெவ்வேறு கதாபாத்திரங்களை, அதாவது ஆண் பெண் என்ற வேறுபாடு இல்லாமல் அவர்களுடைய குணாதிசயங்களைக் கண்ணாடிபோல் பிரதிபலிக்கும் அவருடைய குணத்தைக்காட்டிலும்

மேலே சொன்னவை சிறப்பானவை அல்ல. ஆனால் எலினோர் அவரது தலைசிறந்த திறமையைப் பற்றி நான் உன்னிடம் இன்னும் சொல்லவேயில்லை.”

“இல்லை, இதைவிட அற்புதமான திறமைகள் அவரிடம் இருந்தால், பாஸ்டன் அவருக்கு ஒரு மோசமான இடமாக இருக்குமே. நீங்கள் என்ன ஓவியரைப் பற்றிச் சொல்கிறீர்களா அல்லது ஏதேனும் மந்திரவாதியைப் பற்றிச் சொல்கிறீர்களா?” என்று சிரித்துக் கொண்டே எலினோர் கேட்டாள்.

“உண்மையில், நீ நினைப்பதைவிட இந்தக் கேள்வி முக்கியத்துவம் வாய்ந்தது. அவர் ஒரு மனிதனின் வெளித்தோற்றத்தை மட்டுமல்ல, அவனது மனத்தையும் உணர்வுகளையும்கூட ஓவியமாகத் தீட்டிவிடுவதாகச் சொல்கிறார்கள். மனித மனத்தின் அந்தரங்கமான உணர்வுகளையும் வேட்கையையும் துல்லியமாக சூரியனின் ஒளிக்கீற்றைப்போல் கான்வாஸில் பிரதிபலித்துவிடுவாராம். ஒருவேளை இருண்ட ஆன்மாக்களைக்கொண்ட மனிதர்களின் ஓவியமென்றால் அது நரகத்தின் தீப்பிழம்புபோல் இருக்குமாம். என்னவொரு பயங்கரமான திறமை” என்று தன் குரலிலிருந்த உற்சாகத்தைக் குறைத்து, “அவர் என்னை ஓவியமாகத் தீட்ட நானுமேகூட ஒத்துக்கொள்ள மாட்டேன்.”

“உண்மையாகவா, வால்டர்?” என்று ஆச்சரியமாகக் கேட்டாள் எலினோர்.

“ஆனால் எனதருமை எலினோர், தயவுசெய்து உன் முகத்தில் இப்போது தெரியும் உணர்வுகளை அவரை ஓவியமாக வரையச் சொல்லிவிடாதே” என்று சிரித்த அவளது காதலன் கொஞ்சம் குழம்பித்தான் போயிருந்தார். “இதோ! இப்போது அந்த உணர்வுகள் மறைந்துவிட்டன. ஆனால் நீ பேசியபோது, உன் முகம் மரண பீதி கொண்டிருந்தது. அதுமட்டுமல்லாமல், நீ மிகவும் சோகமாக இருந்தாய். என்ன நினைத்துக் கொண்டிருந்தாய் எலினோர்?”

“இல்லை...ஒன்றுமில்லை!” என்ற அவசரமாகப் பதிலளித்த எலினோர், “உங்களது கற்பனைகளை நீங்கள் என் முகத்தில் வரையப் பார்க்கிறீர்கள். நாளை என்னைச் சந்திக்க வாருங்கள். நாம் இருவரும் அந்த அற்புதமான ஓவியரைக் காணச் செல்வோம்!”

அவர் விடைபெற்றதும் அழகான யுவதியான அவருடைய காதலியின் முகத்தில் ஓர் அசாதாரணமான உணர்வு வெளிப்பட்டது. தன் திருமணத்தின் முந்தைய மாலை வேளையில், ஒரு பெண்ணின் முகத்தில் இருக்கக்கூடாத வருத்தம் தோய்ந்த பதற்றமான உணர்வு அது. ஆனால் வால்டர் லுட்லோவை அவள் மனதார விரும்பினாள்.

'ஒரு பார்வை!' தன் மனத்தோடு கூறினாள் எலினோர். 'நான் நினைப்பதை அது பிரதிபலிக்குமானால் அவர் திகைப்படைந்ததில் ஆச்சரியம் இல்லை. ஒரு பார்வை எவ்வளவு அச்சமூட்டும் என்பதை என் அனுபவங்களின் மூலமாக நான் அறிந்திருக்கிறேன். ஆனால் அதெல்லாம் கற்பனை. நான் அதைப்பற்றி நினைப்பதில்லை. நான் அதைப் பார்க்கவுமில்லை. ஆனால் கனவு கண்டிருக்கிறேன்' என்று நினைத்தவள் ஓவியம் தீட்டப்படும்போது தான் அணியவிருக்கும் ஆடையின் கழுத்துப் பட்டையைத் தைப்பதில் மும்முரமானாள்.

அவர்கள் யாரைப்பற்றிப் பேசிக்கொண்டிருந்தார்களோ அந்த ஓவியர், மிருகங்களின் ரோமங்களில் இருந்து பென்சில்களும், செவ்விந்தியர்கள் பயன்படுத்திய வண்ணங்களையும் பெற்று ஓவியம் தீட்டிய பூர்வக்குடி ஓவியர்களில் ஒருவர் அல்ல. ஒருவேளை அவரது வாழ்வை அவரால் மீண்டும் வாழ முடிந்து, அவரது எதிர்காலத்தைத் தீர்மானிக்க முடிந்திருந்தால் அவர் அந்த ஓவியர்களைப்போல் எந்தக் குறிப்பிட்ட பாணியையும் பின்பற்றாமல், விதிகளையும் வழிமுறைகளையும் பின்பற்றாத தனித்துவமான படைப்பாளியாக இருந்திருப்பார். ஆனால் அவர் ஐரோப்பாவில் பிறந்திருந்தார். அங்கிருந்த தேவாலயச் சுவர்களிலும் அருங்காட்சியகங்களிலும் வீடுகளிலும் வைக்கப்பட்டிருந்த புகழ் பெற்றிருந்த பல ஓவியங்களின் அழகையும், பிரமாண்டத்தையும் அதைத் தீட்டிய ஒவ்வொரு ஓவியரின் தனித்தன்மையையும் அவர் கற்றுத் தேர்ந்து, அவற்றில் கற்றுக் கொள்ள எதுவும் இல்லை என்பதுவரை அவருடைய சக்திவாய்ந்த மனத்திற்குத் தெரிந்திருந்தது. கலை அவருக்குக் கற்றுத்தர எதுவும் இல்லையென்றாலும் இயற்கையிடம் இருந்தது. எனவே அவர், அவருக்கு முன்னோடிகளான பெரும் ஓவியர்கள் எவரும் சென்று பார்த்திராத, ஓவியங்களாகத் தீட்டப்படாத பல இடங்களுக்குச் சென்று, அங்கிருந்த அழகான காட்சிகளைப் பார்த்தார். அப்படிப்பட்ட ஓவிய

கலைஞரை வைத்துப் பராமரிக்கும் அளவிற்கு அமெரிக்கா பணக்கார நாடாக இருக்கவில்லை. இருந்தாலும் அவர் அங்கே வந்து சேர்ந்தவுடன், அங்கிருந்த காலனித்துவச் செல்வந்தர்கள் அவரது திறமையை உபயோகித்து தங்களது உருவங்களை வருங்காலச் சின்னங்களாக மாற்றுவதில் முனைப்பாக இருந்தார்கள். அப்படி வேண்டுகோள்கள் வரும்போதெல்லாம், அப்படிக் கேட்பவர்களைத் தன்னுடைய கூர்மையான விழிகளால் அவர்களது ஆன்மாவை உற்றுப் பார்ப்பார். அங்கே ஒரு வசதியான தோற்றத்தை மட்டும் கண்டால், அவரிடம் ஓவியத்திற்குத் தங்க சரிகையும், தங்க நாணயங்களும் இருந்தாலும், நாசூக்காக ஓவியம் வரைவதை மறுத்து விடுவார். ஆனால் அந்த முகத்தில் அசாதாரணமான சிந்தனையையோ அல்லது தெருவில் வெள்ளை தாடியும் ஆழமான புருவமும் கொண்ட பிச்சைக்காரனோ அல்லது ஒரு குழந்தை மேல்நோக்கிச் சிரித்தாலோ, அவர் பணக்காரர்களுக்கு மறுத்த தன்னுடைய கலையை அங்கே முழுவதுமாகப் பயன்படுத்துவார்.

ஓவியக்கலை என்பது அரிதாக இருந்த பிரித்தானிய காலனிகளில் ஓர் ஓவியர் என்பவர் அனைவரின் கவனத்தையும் கவர்பவராகவே இருந்தார். அவர்களால் ஓவியங்களின் நுணுக்கமான கலையைப் புரிந்து கொண்டு பாராட்ட முடியவில்லை என்றாலும், அவருடைய ஓவியங்களைப் பார்த்த சாமானியர்களின் கருத்துகளையும் ஓவியங்கள் அவர்களின் மீது ஏற்படுத்திய தாக்கத்தையும் குறித்த அவர்களது விமர்சனங்கள் ஓவியக்கலை பயின்றவருடைய கருத்துக்குச் சற்றும் குறைந்ததல்ல என்பதை அந்த ஓவியர் உணர்ந்திருந்தார். எத்தகைய பயிற்சியுமில்லாத அந்தப் பார்வையாளர்களின் கருத்தில், இயற்கைக்கே சவால் விடும் வகையில் இருந்த ஓவியங்கள் மட்டுமின்றி அவற்றை வரைந்த ஓவியனும் ஓர் ஆச்சரியமாகவே தெரிந்தான். அவர்களது கருத்துகள் அந்தக் காலகட்டத்தின் பொதுவான நம்பிக்கைகளை ஒத்தே இருந்தன. அவர் வரைந்த ஓவியங்கள் மோசேவின் சட்டத்திற்குப் புறம்பானவையாக இருப்பதாகச் சிலர் கருதினர். கடவுளின் படைப்புகளைத் தத்ரூபமாக வரைவதென்பது படைத்தவனைக் கேலி செய்யும் செயல் என்றும் சிலர் கருதினார்கள். அவரது ஓவியங்களைப் பார்த்துப் பயந்துபோன சிலர், ஆன்மாக்களை அவற்றின் பிம்பங்களுக்குள் வரவழைக்கும் உத்தியென்றும் அதைச் செய்யும் அந்த ஓவியரை மந்திரவாதி என்றும் மந்திர

தந்திரங்கள் செய்யும் சூனியக்காரிகளின் உலகிலிருந்து வந்த சூனியக்காரன் என்றும் பழித்தனர். இதுபோன்ற முட்டாள்தனமான கற்பனைகளைக் கூட்டத்தில் பாதிக்கும் மேற்பட்டோர் உண்மையென்றுதான் நம்பினார்கள். ஓவியக்கலையில் ரசனை இருந்தவர்கள்கூட ஒருவிதமான அசௌகரியமான பிரமிப்புடன் அவரைப் பார்த்தனர். மந்திர தந்திரச் செயல்களில் எழும் புகைமூட்டம்போல் அவரது திறமை பார்க்கப்பட்டாலும் அவருடைய பல்துறை அறிவும் அதன் பயனாக விளைந்த அவரது தொழில் நிபுணத்துவமுமே பிரமிப்பிற்கான முக்கிய காரணங்களாக இருந்தன.

திருமணம் நெருங்கிவிட்ட நிலையில், வால்டர் லுட்லோவும் எலினோரும் தங்களுடைய குடும்பசித்தரங்களில் முதலாவதாக இடம்பெறப் போகும் ஓவியத்தை அந்த ஓவியரிடமிருந்து பெறுவதென்று முடிவு செய்திருந்தார்கள். முந்தைய நாள் உரையாடலில் பேசிக்கொண்டபடி மறுநாளே ஓவியரைச் சந்திக்கச் சென்றார்கள். அவர்களை ஒரு வேலையாள் அந்த அறையினுள் அழைத்துச் சென்றான். அங்கே ஓவியர் இல்லை என்றாலும், பல பெரிய மனிதர்களின் ஓவியங்கள் உயிர் பெற்று வந்ததுபோல அவர்களை வரவேற்றன. அவை ஓவியங்கள்தான் என்று தெரிந்திருந்தாலும், அவற்றின் உயிரோட்டத்தைத் தம் அறிவுகொண்டு அவர்களால் பிரித்துப் பார்க்க முடியவில்லை. அதில் இருந்த பலரும் அவர்கள் காலத்தின் சிறந்த மனிதர்கள் அல்லது அவர்களுக்குத் தனிப்பட்ட முறையில் தெரிந்தவர்களாகவே இருந்தனர். அரசாங்கத்தின் பிரதிநிதிகள் சபையிலிருந்து ஒரு மோசமான கடிதம் வந்திருப்பதைப்போலவும் அதற்குத் தக்க முறையில் பதிலடி கொடுக்கும் வகையில் ஒரு கடிதம் எழுத வேண்டும் என்பதைப் போன்ற தோரணையில் கவர்னர் பர்னட் இருந்தார். திருவாளர் குக் மற்றும் எதிரி நாட்டு அரசரும் அருகருகே ஓவியங்களாகத் தொங்கிக்கொண்டிருந்தனர். இறுக்கமான, ஒழுக்கவாதியின் தோரணையோடு இருந்தது திரு குக் இருந்தார். சர் வில்லியம் பிப்சின் மனைவியும் அங்கே அழகான வெள்ளைநிற கவுனில் அவர்களைப் பார்த்துக் கொண்டிருந்தாள். அவளை சூனியக்காரி என்று சொல்லுபவர்களும் உண்டு. வாழ்நாளின் இறுதியில் பெரிய ஜெனரலான ஜான் வின்ஸ்லோ, இங்கே இளைஞராகப் போருக்குச் செல்வது போல இருந்தார். அவர்களது

நண்பர்கள் சிலரையும் அங்கே காண முடிந்தது. ஒவ்வொரு ஓவியத்திலும் அவர்களின் பாவனையும் எண்ணங்களும் குணங்களும் ஒற்றைப் பார்வையில் வெளிகொண்டு வரப்பட்டிருந்தது. ஒருவேளை அந்த ஓவியங்களுக்குரிய நிஜ மனிதர்களைவிட ஓவியங்களே அவர்களின் உணர்வுகளை உண்மையாகப் பிரதிபலித்தனவோ என்ற முரண்பாடான எண்ணம் பார்ப்பவர்களுக்குத் தோன்றியது.

அந்த நவீனத்துவ ஓவியங்களில், இருள் போர்த்திய கான்வாசுக்குள் மறைவதுபோல் இரண்டு தாடி வைத்த துறவிகளின் ஓவியமும் இருந்தது. களங்கமில்லாத வெளிறிய தோற்றத்துடன் இருந்த மடோனாவின் (கன்னிமேரி) ஓவியமும் அங்கு இருந்தது. ரோம் நகரத்துத் தேவாலயங்களில் வழிபாடு செய்யப்பட்ட அந்த கன்னி மரியாள் இப்போது அங்கு நின்றிருந்த காதலர்களைக் கருணையுடனும் தெய்விகம் நிரம்பிய பார்வையுடனும் பார்த்துக்கொண்டிருந்தாள். அந்தப் பார்வை அவர்களையும் அவள்முன் மண்டியட வைத்தது.

“எப்படிப்பட்ட தனித்துவமான சிந்தனை!” என்ற வால்டர் லுட்லோ “இந்த அழகான முகம் இருநூறு வருடங்களாகியும் அழகாகவே இருக்கிறது! எல்லா அழகும் இது போல அமரத்துவம் பெற்றுவிட்டால் எப்படி இருக்கும்! உனக்கு அவளைப் பார்த்து பொறாமையாக இல்லையா, எலினோர்” என்றார்.

“ஒருவேளை இந்த பூமி சொர்க்கமாக இருந்திருந்தால் எனக்குப் பொறாமையாக இருந்திருக்கும்” என்றவள் “ஆனால் எல்லாமே ஒருநாள் அழிந்துவிடும் என்றிருக்கும் இடத்தில் ஒரு விஷயம் அழிவில்லாமல் இருப்பதென்பது எவ்வளவு கொடுமையானது!”

“இந்த ஓவியத்தைப் பார்! துறவியாக இருந்தாலும் புனித பேதுருவின் முகத்தில் ஒருவிதக் கொடூரமும், கடுமையுமான சீற்றமும் தெரிவதைப் பார்! பார்க்கவே சங்கடமாக இருக்கிறது. ஆனால் கன்னிமேரி அப்படியல்ல, அவள் நம்மைக் கருணையுடன் பார்க்கிறாள்!” என்றார் வால்டர்.

“ஆனால் எனக்கென்னவோ அந்தப் பார்வை துயரம் போர்த்தியிருப்பதுபோல் தெரிகிறது” என்றாள் எலினோர்.

அந்த மூன்று பழைய ஓவியங்களுக்குக் கீழே இருந்த பலகையில் அண்மையில் தொடங்கப்பட்ட ஓர் ஓவியம்

இருந்தது. சற்று கூர்ந்து பார்த்தபோது அது அவர்களது தேவாலயத்தின் ரெவெரெண்ட் டாக்டர் கோல்மனுடையது என்று தெரிந்தது. மூடிய மேகத்திலிருந்து வெளிப்படுவது அவரது உருவம் மெதுவாக வெளிப்பட்டுக்கொண்டிருந்தது.

“கனிவான முதியவர்!” என்றாள் எலினோர். “ஒரு தந்தையின் பரிவோடு எனக்கு அறிவுரை சொல்ல அவர் முயல்வதுபோல் இருக்கிறது” என்றாள்.

“ஆனால் என்னைப் பார்த்து” என்ற வால்டர் தொடர்ந்தார். “நான் செய்த தவற்றைக் கண்டுபிடித்து கேலியாகச் சிரிப்பதுபோல் இருக்கிறது. நிஜத்திலும் அவர் அப்படித்தான். திருமணக் கோலத்தில் அவர்முன் நிற்கும்வரை அவர்மீது இருக்கும் இந்த அசௌகரியமான உணர்வு எனக்குப் போகாது.”

நிலத்தில் காலடி சத்தம் கேட்டுத் திரும்பியவர்களைப் பார்த்துக்கொண்டே ஓவியர் வந்தார். அந்தச் சூழலைக் கவனித்தபடி அவர்கள் பேசியதையும் கேட்டார். அவர் வரைந்த ஒரு நடுத்தர வயது ஆணின் ஓவியம் போலவே அவருடைய தோற்றமும் இருந்தது. ஓவிய பாணியில் இருந்தாலும் ஒழுங்கில்லாமல் இருந்த அவரது உடையலங்காரமும், ஓவிய வடிவங்களுக்குள் தொலைந்துபோயிருந்த அவரது ஆன்மாவும் அவரை ஒரு கச்சிதமான ஓவியம் போலவே காட்டின. அவருக்கும் அவருடைய ஓவியங்களுக்குமிடையே இருந்த பந்தத்தைப் புரிந்துகொண்ட அந்தப் பார்வையாளர்களுக்கு கான்வாசிலிருந்து ஓர் ஓவியம் உயிர்பெற்று வந்து அவர்களை வரவேற்பதுபோலவே இருந்தது.

ஓவியருடன் ஏற்கெனவே கொஞ்சம் அறிமுகம் இருந்த வால்டர் லுட்லோ, தங்கள் வருகையின் நோக்கத்தை அவரிடம் கூறினார். அப்போது அவன்மீதும் எலினோர்மீதும் சூரியனின் ஒளிக்கதிர் கீற்றாக விழுந்து அவர்களை இளமையும், அழகும் கொண்ட வாழும் ஓவியங்களாகக் காட்டியது. அதை ஓவியரும் கவனித்தார்.

“என்னுடைய ஓவியப் பலகைகளுக்கு ஏற்கெனவே நிறைய வேலைகள் வந்துவிட்டன. நானும் பாஸ்டனில் சில நாள்களுக்குத்தான் இருப்பேன்” என்று யோசனையில் ஆழ்ந்த ஓவியர் சொன்னார். அவர்கள் இருவரையும் கூர்ந்து பார்த்துவிட்டு “உங்களது விருப்பத்தை நிறைவேற்ற எண்ணம் கொண்டிருக்கிறேன். அதற்காக நான் தலைமை

நீதிபதி மற்றும் மேடம் ஆலிவ் ஆகியோரின் விருப்பங்களை மறுத்தாக வேண்டும். ஆனால் சில அங்குலபட்டுத்துணியை அலங்கரிப்பதற்காக இந்த வாய்ப்பை நான் தவறவிட விரும்பவில்லை” என்றார்.

இருவரின் ஓவியத்தையும் ஒன்றாக வரைவதாக ஓவியர் முதலில் கூறினார். அவர்கள் இருவரும் இயல்பாக ஏதோ செய்வதுபோல் அந்த ஓவியம் இருக்க வேண்டும் என்று அவர் விருப்பம் தெரிவித்தார். காதலர்களுக்கு அந்த யோசனை பிடித்திருந்தாலும், அவர்களது அறையில் வைப்பதற்கு அத்தகைய ஓவியம் மிகவும் பெரியதாக இருக்கும் என்று நினைத்தார்கள். எனவே, இரண்டு பாதி அளவு ஓவியங்களை வரைவது என்று முடிவு செய்யப்பட்டது. அவர்கள் அங்கிருந்து கிளம்பிய பிறகு, தங்கள் விதியின்மீது அந்த ஓவியரின் தாக்கம் எப்படி இருக்குமோ என்று அவள் யோசித்துப்பார்த்தாளா என்று சிரித்துக்கொண்டே எலினோரிடம் கேட்டார் வால்டர்.

“பாஸ்டன் நகரத்து மூதாட்டிகளின் கூற்றுப்படி, ஒருவரது முகத்தையும் தோற்றத்தையும் அவர் முழுமையாகத் தன் கட்டுப்பாட்டில் கொணர்ந்த பிறகு அவர் எப்படி வரைந்தாலும் அந்த ஓவியங்கள் தீர்க்கதரிசனங்களாக மாறிவிடுமாம்” என்றார்.

“அப்படி இருக்க முடியாது” என்றாள் எலினோர் சிரித்துக் கொண்டே. “ஆனால் ஒருவேளை அம்மாதிரியான மந்திர சக்தி அவரிடமிருந்தாலும், அவரிடம் இருக்கும் ஒருவித மென்மையான குணம் அவர் நல்லவிதமாகவே அந்தச் சக்தியைப் பயன்படுத்துவார் என்றே கூறுகிறது” என்றாள்.

இரண்டு ஓவியங்களையும் ஒரே நேரத்தில் தீட்டுவதாக ஓவியர் முடிவெடுத்தார். அவருக்குப் புலப்பட்ட மர்மங்களின் மொழியானது அவ்விருவரின் தோற்றங்களும் ஒன்றன்மீது மற்றொன்று தாக்கம் கொண்டு ஒருவித வெளிச்சம் பாய்ச்சுவதுபோல் இருப்பதாக உணர்த்திற்று என்றும் அவர் காரணம் கூறினார். வால்டரின் ஓவியத்தில் ஒரு தொடுதல், எலினோரின் ஓவியத்தில் ஒன்று, இங்கே ஒரு வண்ணம், அங்கே ஒரு வண்ணம் என்று இருவரையும் அடுத்தடுத்து அவர் வரைந்த அவருடைய கலை நேர்த்தி, கான்வாசிலிருந்து அவர்களை உயிருடன் எழுப்புவது போலிருந்தது. அவர்களது பிம்பங்களில் வெளிப்பட்ட மகத்துவமான ஒளியும் ஆழமும் அவர்களுடைய முகங்களில் வெளிப்பட்ட

உணர்வுகளில் இல்லை. ஓவியரின் மற்ற ஓவியங்களைவிட வெறுமையாக அந்த இரு ஓவியங்களும் புதிர்த்தனமையுடன் இருந்தன. ஆனால் ஓவியர் தன்னுடைய வெற்றியின் மீது மிகுந்த நம்பிக்கையுடன் இருந்தார். இடையிடையே அவர்களுடன் பேசியவர், அவர்களுக்குத் தெரியாமல் இன்னுமொரு ஓவியத்தை கிரேயான்களைக்கொண்டு தீட்டினார். அவர்களிடம் உரையாடிக்கொண்டே அவர்கள் முகத்தில் மாறி மாறித்தெரியும் உணர்வுகளைக் கவனித்துக் கொண்டிருந்தார். அவற்றைக் கலவையாக அவர்களின் ஓவியத்தில் கொண்டு வருவதே அவரது நோக்கம். அவர்கள் அடுத்த முறை வரும்போது ஓவியம் தயாராக இருக்கும் என்று தெரிவித்தார்.

“என்னுடைய உள்ளுணர்விற்கு என்னுடைய தூரிகை நேர்மையாக நடந்துகொண்டால் ஓவியம் முடிவடையும் கடைசி தருணத்தில் வெளிப்படும் என் எண்ணங்களை அது அப்படியே பிரதிபலித்துவிட்டால், நான் படைத்த ஓவியங்களில் இவையே மிகச் சிறந்த ஓவியங்களாக இருக்கும். ஓர் ஓவியனுக்கு இப்படிப்பட்ட கருப்பொருள்கள் எளிதில் கிடைத்துவிடுவதில்லை.” பேசும்போதே தனது ஊடுருவும் பார்வையை அவர்கள்மீது செலுத்தினார். அவர்கள்படியிறங்கி செல்லும்வரை அவர் அவர்களைப் பார்ப்பதை நிறுத்தவில்லை.

மனிதர்களுக்கு இருக்கும் வீணான உளக்கிளர்ச்சிகளில், தங்கள் உருவங்களை ஓவியங்களாகத் தீட்டிக்கொள்வதுதான் ஆகப்பெரிய செருக்காக இருக்கிறது. அது ஏன் அப்படி? முகம் பார்க்கும் கண்ணாடி, தண்ணீர், பளபளக்கும் வெள்ளி கோளங்கள் என எல்லாமே நமது முகத்தைப் பிரதிபலிக்கின்றனவே? ஆனால் அவற்றை — அந்த நொடி நேரப் பிம்பங்களை நாம் உடனே மறந்துவிடுவோம். அவை உடனடியாக மறைந்துவிடுவதாலேயே நாமும் அவற்றை மறந்துவிடுகிறோம். ஆனால் ஓவியங்கள் நிலையானவை. அமரத்துவம் பெற்ற அவற்றின் தன்மையை நமது ஓவியங்களும் பெற்று விடுவதாலேயே அவற்றின் மீது ஒரு மர்மமான ஆர்வம் நமக்கு வந்துவிடுகிறது.

வால்டருக்கும் எலினோருக்கும் அது நன்றாக புரிந்திருந்ததாலோ என்னவோ அவர்கள் ஓவியர் குறித்திருந்த நேரத்தில் அவருடைய இல்லத்திற்கு விரைந்தனர். காலத்தைக்கடந்து நிற்கப்போகும் தங்களின்

ஓவிய உருவங்களைக்காண அவர்கள் மனங்கள் விரும்பின. அவர்களைத் தொடர்ந்து வந்த சூரிய வெளிச்சம் அறையின் கதவு திறந்ததும் உள்ளே நுழைந்தது. கதவடைக்கப்பட்டதும் அது மறைந்து ஒருவித இருள் அவ்வறையைச் சூழ்ந்தது. அறையின் ஒரு மூலையில் வைக்கப்பட்டிருந்த அவர்களது ஓவியம் அவர்களை உடனே ஈர்த்தது. மங்கிய வெளிச்சத்தினூடே சற்று தூரத்திலிருந்த அவர்களுடைய ஓவியங்கள் இயற்கையான முகபாவங்களுடன் உணர்வுப்பூர்வமாக இருந்ததாக அவர்களுக்குத் தோன்றியது. இருவர் முகங்களும் மகிழ்ச்சியில் பொலிவுற்றன.

"அதோ நாம் நிற்கிறோம்!" என்று உற்சாகமாகக் கூறிய வால்டர் "வெளிச்சத்தின் பிடியில் உறுதியாக நிற்கிறோம். இனி ஒருபோதும் துயரத்தின் நிழல் நம்மீது விழாது" என்றார்.

"இல்லை" என்று எலினோர் அமைதியாகச் சொன்னாள். "எத்தகைய கொடுமையான மாற்றமும் நம்மைத் துயருறச் செய்யாது."

தங்கள் ஓவியங்களை நோக்கி நடந்துகொண்டே அவர்கள் பேசினார்கள். ஓவியங்களை அவர்கள் இன்னும் சரியாகப் பார்க்கவில்லை. அவர்களை வரவேற்ற ஓவியர் அங்கே மேசையில் அமர்ந்து ஓர் ஓவியத்திற்கு வண்ணம் தீட்டிக் கொண்டிருந்தார். அவர்களைப் பார்த்து தலையசைத்துவிட்டு தன்னுடைய வேலையில் மூழ்கினார். அவ்வப்போது அவர்கள் பக்கமாக ஓரக்கண்ணால் பார்த்துக் கொண்டு, அவர்கள் என்ன செய்கிறார்கள் என்று கவனித்துக் கொண்டே வண்ணம் தீட்டிக் கொண்டிருந்தார். அவர்கள் இருவரும், மற்றவரின் ஓவியத்தின் முன்னே நின்று கொண்டு, ஒரு வார்த்தையும் பேசாமல் யோசித்துக் கொண்டிருந்தார்கள். சிறிது நேரத்திற்குப்பின், எலினோரின் ஓவியத்திற்குமுன் நின்று கொண்டிருந்த வால்டர் முன்னும் பின்னுமாக நகர்ந்து, பல்வேறு கோணங்களில் ஓவியத்தைப் பார்த்தவர்,

"ஏதோ மாற்றம் தெரிகிறதல்லவா" என்று வால்டர் யோசனையுடன், சந்தேகமாகக் கேட்டான். "ஆமாம், நான் பார்க்க பார்க்க மாற்றமும் அதிகமாகிறது. நான் நேற்று பார்த்த அதே ஓவியம்தான்; அதே உடை, அதை வண்ணங்கள், எல்லாம் அதேதான். ஆனாலும் என்னவோ மாறியிருக்கிறது."

“நேற்றிருந்ததைவிட ஓவியம் இப்போது மாறிவிட்டதா?” என்று ஆர்வத்துடன் கேட்டுக்கொண்டே ஓவியர் அவரை நெருங்கி வந்தார்.

“எல்லா விஷயங்களும் எலினோரை அப்படியே பிரதிபலிக்கின்றன” என்ற வால்டர் “முதலில் பார்த்தபொழுது இருந்த எலினோரின் முக உணர்வுகள் நான் பார்க்க பார்க்க மாறிக்கொண்டே இருப்பது போல தெரிகிறது. அவள் பார்வை என்மீது ஒருவிதமான கவலையோடும், படபடப்போடும் குவிகிறது. இல்லை, பயத்தோடும், பயங்கரத்தோடும். இது எலினோர்தானா?”

“ஓவியத்தையும் அதன் அருகில் உயிரோடு நிற்பவரையும் ஒப்பிட்டுப் பார்க்கலாமே?” என்றார் ஓவியர்.

வால்டர் தன் காதலியைப் பக்கவாட்டில் பார்த்தபடியே திரும்பினார். அசைவுகளில்லாமல், ஆழமான பார்வையோடு வால்டரின் ஓவியத்தைப் பார்த்து வியந்துகொண்டிருந்த அந்த முகத்தில் வால்டர் கூறிய அதே உணர்வுகள் குடிகொண்டிருந்தன. கண்ணாடிமுன் நின்று மணிக்கணக்கில் பயிற்சி எடுத்திருந்தால் மட்டுமே அந்த உணர்வுகளை அவ்வளவு துல்லியமாக வெளிப்படுத்த முடியும். ஒருவேளை அந்த ஓவியமே கண்ணாடியாக இருந்தால் மட்டுமே அந்தத் தருணத்தில் அவள் முகம் வெளிப்படுத்திய உணர்வுகளை அவ்வளவு அழுத்தமாகச் சோகம் ததும்பும் அந்த உண்மையைப் பிரதிபலிக்க முடியும். ஓவியரும், தன்னுடைய காதலரும் பேசிக் கொண்டிருந்ததை எலினோர் கவனிக்கவே இல்லை.

“எலினோர்” என்று ஆச்சரியத்துடன் கத்தினார் வால்டர், “என்ன ஆயிற்று உனக்கு?” என்றார்.

அவன் அழைத்தது அவளுக்குக் கேட்காததுபோல அவள் அந்த ஓவியத்தையே பார்த்துக்கொண்டிருந்தாள். அவள் கைகளைப் பிடித்து அவர் இழுத்த பிறகே அவளுடைய கவனம் அந்த ஓவியத்திலிருந்து நிஜத்தின்பால் திரும்பியது.

“உங்கள் ஓவியத்தில் எந்த மாற்றமும் உங்களுக்குத் தெரியவில்லையா?” என்றாள் அவள்.

“என்னுடையதிலா? இல்லையே” என்று பதில் கூறிய வால்டர் “இருந்தாலும் பார்க்கிறேன். ஆமாம், சில மாற்றங்கள் தெரிகின்றன. நேற்றைவிட உயிரோட்டமாக இருக்கிறது. கண்களில் இருக்கும் யோசனை உதடுகளில்

வார்த்தைகளாக வெளிவரத் துடிப்பதுபோல் தெரிகிறது. இப்போது அந்தப் பார்வை புரிந்துவிட்டதால், அது ஒருவித முடிவை நோக்கிய பார்வையாகத் தெரிகிறது."

அவர் தன் ஓவியத்தைத் தீர்க்கமாகப் பார்த்துக்கொண்டிருக்கையில் எலினோர் ஓவியரை நோக்கித் திரும்பினாள். அவரை கவலையுடனும், பிரமிப்புடனும் பார்த்தாள். அவளுடைய பார்வைக்கு அனுதாபத்தையும், பரிவுணர்வையும் அவர் பதில் பார்வையாகத் தந்தார். ஆனால் அது ஏன் என்றுதான் அவளுக்குப் புரியவில்லை.

"அந்தப் பார்வை!" என்று நடுக்கத்துடன் கேட்ட எலினோர், "அது எப்படி அங்கு வந்தது" என்றாள்.

"மேடம்" என்று அவளது கைகளைப்பற்றிய ஓவியர் "இரண்டு ஓவியங்களிலும் நான் எதைப் பார்த்தேனோ அதையே வரைந்தேன். ஒரு கலைஞன் – ஓர் உண்மையான கலைஞன் – வெளித்தோற்றத்தையும் தாண்டிப் பார்க்க வேண்டும். ஆன்மாவின் அந்தரங்கத்தைப் புரிந்துகொண்டு அதன் உணர்வுகளையும் நம்பிக்கைகளையும் பல ஆண்டுகள் நிலைத்திருக்கும் வண்ணம் அதனை அதன் வெளிச்சத்தோடும் இருளோடும் கான்வாசில் தீட்டுவதுதான் அவனுடைய சிறந்த மற்றும் துயர் நிறைந்த பெருமையுமாகும். ஆனால் அது நிகழ்காலத்தில் தவறாகத்தான் பார்க்கப்படுமென்பதை நான் ஏற்றுக்கொள்ளத்தான் வேண்டும்.

அவர்கள் ஓவியர் அமர்ந்திருந்த மேசையை நெருங்கியிருந்தார்கள். அங்கே சாக்பீஸால் வரையப்பட்ட முகங்கள் இருந்தன. நிஜமான கைகளைப்போலவே தோற்றம் கொண்ட கைகள், தேவாலயக் கோபுரங்கள், கூரை வீடுகள், இடிவிழுந்த மரங்கள் மேற்கத்திய, கிழக்கத்திய உடைகள் மற்றும் ஓவியர்களின் ஓய்வு நேரங்களில் கிறுக்கும் பலவும் மேசையில் இருந்தன. அவற்றைக் கவனமில்லாமல் திருப்பியபோது அவற்றின் கீழே அவர்கள் இருவரின் கிரேயான் ஓவியம் வெளிப்பட்டது.

"ஒருவேளை நான் ஏதேனும் தவறிழைத்திருந்தால்" என்றவர் தொடர்ந்து "உங்களது ஓவியத்தில் உங்கள் மனம் வெளிப்படவில்லை என்று நீங்கள் நினைத்தால், நான் வரைந்ததை நம்புவதற்கான ரகசியக் காரணங்கள் ஏதும் உங்களிடத்தில் இல்லையென்று நீங்கள் நினைத்தால் அந்த ஓவியங்களை மாற்றியமைப்பதில் எனக்கு ஆட்சேபணை இல்லை. அப்படிச் செய்வதால் அந்த நிகழ்வின் மீதான

அதன் தாக்கம் குறைந்துவிடுமா? என்று அவளுக்கு அந்த கிரேயான் ஓவியத்தைச் சுட்டிக்காட்டினார்.

எலினோரின் உடல் சிலிர்த்தது; பயத்தில் அலறத்துடித்த அவளது உதடுகளைச் சுயக்கட்டுப்பாட்டுடன் அவள் அடக்கினாள்; பயம் மற்றும் பதற்றத்தின் எண்ணங்களை மறைப்பவர்கள் செய்யும் வழக்கமான செயல்தான் அது. மேசையிலிருந்து விலகிச்சென்றவள் வால்டரும் அந்த ஓவியத்தின் அருகில் வந்துவிட்டதைப் பார்த்தாள். ஆனால் அவர் அந்த கிரேயான் ஓவியத்தைப் பார்த்தாரா என்று தெரியவில்லை.

"ஓவியங்களில் மாற்றங்கள் ஏதும் செய்ய வேண்டாம்" என்று அவசரமாகக் கூறிய அவள், "என்னுடைய ஓவியம் சோகமாக இருப்பதால் நான் நிஜத்தில் அதற்கு நேர்மாறாக எப்போதும் மகிழ்ச்சியாக இருப்பேன்."

"அப்படியே ஆகட்டும்" என்று அவள்முன் தலையைத் தாழ்த்தி ஆமோதித்த ஓவியர் "உங்களது ஓவியங்கள் மட்டுமே உங்களது துயரங்களுக்காக வருத்தப்படட்டும்! என்னுடைய கலையைப் பொய்யாக்கும் விதத்தில் உங்களது உண்மையான ஆழமான சந்தோஷம் இந்த அழகிய முகத்தின்மீது தம்மை வரைந்து கொள்ளட்டும்!"

வால்டருக்கும், எலினோருக்கும் திருமணம் நடந்தபின்னர், அவர்களது வீட்டின் அற்புதமான அணிகலன்களாக அந்த இரண்டு ஓவியங்களும் இருந்தன. அருகருகே தொங்க விடப்பட்டிருந்த அந்த ஓவியங்கள் ஒருவரை ஒருவர் பார்த்துக் கொள்வது போலவும் அதே நேரத்தில் பார்வையாளரைப் பார்ப்பது போலவும் இருந்தன. ஓவியக்கலையில் நிபுணத்துவம் பெற்றவர்கள் அந்த ஓவியங்களை நவீன ஓவியக்கலையின் உதாரணங்களாகச் சுட்டினார்கள். மற்றவர்கள் ஓவியங்களை அதிலிருந்த இருவரின் நிஜத் தோற்றத்தோடு ஒப்பிட்டுப்பார்த்துப் புளகாங்கிதம் அடைந்தனர். இவர்களைத்தவிர மூன்றாவது வகை மனிதர்கள் சிலர் இருந்தார்கள். கலைப்பயிற்சி பெற்றவர்கள் மற்றும் சாமானியர்கள் போல் அல்லாமல் இயற்கையாகவே உணர்வுகளைப் புரிந்துகொள்பவர்கள் மீதுதான் அந்த ஓவியங்கள் மிகுந்த தாக்கத்தை ஏற்படுத்தின. முதலில் அவர்கள் மேலோட்டமாகப் பார்ப்பது போல இருந்தாலும், அதன்பின்னர் அவர்கள் மர்ம நாவலின் பக்கங்களைத் திருப்புபவர்கள் போல

தினமும் வந்து ஓவியங்களைப் பார்க்க ஆரம்பித்தார்கள். வால்டர் லுட்லோவின் ஓவியமே அவர்களது கவனத்தை முதலில் ஈர்த்தது. லுட்லோவும் அவரது மனைவியும் இல்லாத நேரங்களில் ஓவியத்தில் ஓவியர் கொண்டுவர முயன்றிருக்கும் முக உணர்வுகளைப் பற்றி விவாதித்தார்கள். ஆனால் அந்த ஓவியத்தில் அவரது முகம் மிகவும் தீவிரமாக இருக்கிறது என்று அனைவரும் ஒப்புக்கொண்டாலும், அது என்ன விதமாக இருக்கிறது என்பதில் அவர்கள் ஒத்துப் போகவில்லை. ஆனால் எலினோரின் ஓவியத்தை பற்றிய கருத்துகளில் எந்த வேறுபாடுகளும் இல்லை. அவளது முகத்தின் துயரத்தின் தன்மை குறித்தும் அதன் தீவிரம் குறித்தும் மட்டுமே அவர்களிடையே வேறுபாடு இருந்தது என்றாலும், அவர்களது தோழியின் உண்மையான குணத்திற்கு மாறான துயரம் அவள் முகத்தில் இருக்கிறது என்பதில் மட்டும் அனைவரும் ஒத்துப்போனார்கள். கற்பனைவளமிக்க ஒருவர், அந்த இரண்டு ஓவியங்களும் ஒரே திட்டத்தின் விளைவு என்றும், எலினோரின் ஓவியத்தில் இருந்த துயரத்தின் அளவு வால்டரின் ஓவியத்தில் மிகவும் வெளிப்படையாக இருந்த உணர்வுகளின் வெளிப்பாடுதான் என்றும் கூறினார். ஓவியக்கலையைப் பற்றி எதுவும் தெரிந்திராதவராக இருந்தாலும், அவர்களின் உணர்வுகள் வெளிக்காட்டும் சம்பவம் என்னவாக இருக்கலாம் என்று ஓர் ஓவியத்தை வரையக்கூட அவர் ஆரம்பித்தார்.

எலினோரின் முகத்தில் தெரிந்த துயரின் நிழல் அதிகரித்துக்கொண்டே இருந்ததாக அவளது நண்பர்கள் பேசிக்கொண்டனர். ஓவியத்தில் இருந்த அவளது முகத்தின் தீவிரத்தை அவளுடைய நிஜத் தோற்றம் சீக்கிரமே எட்டிவிடும் போலிருந்தது. ஆனால் வால்டரின் முகத்தின் தோற்றம் ஓவியர் கொடுத்திருந்த தெளிவான தோற்றத்திற்கு நேரெதிராக இருந்தது. உண்மையில் வால்டர் எல்லோரிடமிருந்தும் விலகியும், எப்போதும் அமைதியாகவும் இருப்பவராக மாறிக்கொண்டிருந்தார். ஒருவேளை அவரது உள்ளத்திற்குள் எரிந்து கொண்டிருந்த உணர்வுகள் பற்றி அவர் வெளியே எதுவும் காட்டிக் கொள்ளாமல் இருந்திருக்கலாம். சில நாள்கள் கழித்து, எலினோர் அந்த ஓவியங்களின் மீது அழகிய வேலைப்பாடுகள் நிறைந்த ஊதா வண்ணத் திரைச்சீலை ஒன்றை மாட்டினாள். ஓவியங்களின் மீது தூசிபடிகிறது என்றும், வெளிச்சம் ஓவியத்தை மங்கச் செய்து விடும் என்று அவள் காரணம்

கூறினாள். அப்போதிருந்து அவர்களைக் காண வந்தவர்கள், அங்கு தொங்கிக் கொண்டிருந்த பெரியபட்டு சீலைகளைப் பற்றியோ அல்லது அவற்றுக்குப்பின்னே இருக்கும் ஓவியங்கள் பற்றியோ அவர்கள் முன்னே பேசுவதில்லை.

காலம் உருண்டோடியது. அந்த ஓவியர் மீண்டும் வந்தார். வடக்கே இருந்த குன்றுகளின் வெள்ளி நீர்வீழ்ச்சியையும், நியூ இங்கிலாந்து பிரதேசத்தின் உயரமான மலையின் காடுகளையும், அவற்றின் மீது மிதக்கும் மேகங்களையும் பார்த்துவிட்டு வந்தார். ஆனால் அவர் அந்த அழகின் முழுமையைத் தன்னுடைய கலையாக மாற்றும் வேடிக்கையைச் செய்யவில்லை. தன் ஆன்மாவைப் பிரதிபலிக்கும் கண்ணாடியைப் போலிருந்த ஜார்ஜ் ஏரியின் நடுவே ஒரு அவர் படகில் மிதந்தார். வாடிகனின் ஓவியங்கள்கூட அவரது நினைவுகள் அளவிற்கு அதன் பிரமாண்டத்தைத் துல்லியமாக வெளிப்படுத்தவில்லை. அமெரிக்க இந்தியர்களுடன் அவர் நயாகராவிற்கு சென்றார். அதன் அழகில் தன் திறமையின் மீது நம்பிக்கை இழந்து, தன்னுடைய ஓவியம் வரையும் பென்சிலை அங்கேயே தூக்கி எறிந்தார். உண்மையில் அவருக்கு இயற்கையை வரைவதை விட, மனித உருவத்தையும் அதன் முகத்தின் சிந்தனைகள், உணர்வுகள் மற்றும் துயரங்களை வரைவதையே வரைய விரும்பினார். பயணங்கள் அவரது அனுபவத்தை வளப்படுத்தியிருந்தன. அமெரிக்க இந்தியத் தலைவர்களின் கடுமையான முகங்கள், மாநிறமுள்ள அமெரிக்க இந்தியப் பெண்களின் அழகு, அவர்களது கூடாரத்தில் நிகழும் வாழ்வு, அவர்கள் அணிவகுத்துச் செல்வது, உயரமான பைன் மரங்களுக்குக் கீழே நிகழும் சண்டைகள், எல்லைப்புறக் கோட்டைகள் அவற்றில் இருக்கும் வீரர்கள் அரசவைகளில் பழகி பாலைவனங்களில் வளர்ந்த பிரெஞ்சு கிழவர்களின் காட்சிகளையும் முகங்களையுமே அவர் வரைந்து கொண்டிருந்தார். ஆபத்தான நேரங்களில் தோன்றும் வெளிச்சம், உணர்வுகளின் வெளிப்பாடு, காதல், வெறுப்பு, துயரம், வெறி எனப் பல்வேறு உணர்ச்சிகளின் போராட்டங்கள் என இந்தப் பழைய பூமியின் களைத்துப்போன மனம் புதிய வடிவங்களில் அவருக்குத் தெரிந்தது. அவரது ஓவியத்தொகுப்புளில் இத்தகைய எண்ணற்ற அனுபவங்களே அவரது மேதைமையால் கான்வாஸில் எக்காலத்திற்குமாக இடம்பெற்றன. அவர் அதுவரை தேடிக் கொண்டிருந்த கலையின் ஆழ்ந்த ஞானத்தைக் கண்டறிந்துவிட்டதாகவே அவர் நினைத்தார்.

இயற்கையின் தீவிரத்தன்மையின் நடுவிலும், காடுகளின் அபாயங்கள் மற்றும் பேரமைதியின் நடுவிலும் இரண்டு மாய உருவங்கள் அவரது வழித்துணையாக வந்து கொண்டிருந்தன. தன்னுடைய இலக்கை நன்றாக அறிந்த எவரையும் போல அவரும் மற்ற மனிதர்களின் துணையைத் தவிர்த்தார்

அவரது கலையைத் தவிர அவருக்கு வேறு எந்த நோக்கமோ, இன்பமோ, அனுதாபங்களோ இருக்கவில்லை. அவர் மென்மையான நடத்தையும், நல்ல நோக்கங்களையும் கொண்டிருந்தாலும், அவரிடம் அன்பான உணர்வுகள் இல்லை; அவரது இதயம் கல்லைப்போல் இறுகியிருந்தது. அவரால் எந்த மனிதரிடமும் அன்பாக நடந்து கொள்ள முடிவதில்லை. ஆனால் இந்த இருவரிடம் மட்டும், அவருக்கு இதற்குமுன் ஓவியத்திற்கு நின்ற எவரையும்விட மிகவும் தீவிரமான ஆர்வத்தைக் கொண்டிருந்தார். தன்னுடைய கூர்மையான பார்வையால் அவர்களது ஆன்மாக்களை ஊடுருவி அவற்றின் உள்ளே தான் கண்டவற்றைத் தன்னுடைய திறமையெல்லாம் கொண்டு ஓவியமாகத் தீட்டியிருந்தார். அவருடைய சிந்தனையின் மேதமையை எட்டியிருந்ததாக அவர் எண்ணியிருந்தார். அவர்களது எதிர்காலத்தின் மாலையை அல்லது அப்படியாக அவர் எண்ணியிருந்ததை, அந்தப் பயங்கரமான ரகசியத்தை அவர் தன்னுடைய ஓவியத்தில் உள்ளார்ந்து வெளிப்படுத்தியிருந்தார். ஆனாலும் அவர் வரைந்திருந்த ஆயிரக்கணக்கானவர்களில், வால்டர் மற்றும் எலினோரின் ஓவியங்களையே தன்னுடைய சொந்த ஓவியங்களாக எண்ணியிருந்தார். எனவே காடுகளின் மாலைகள், நீர்வீழ்ச்சியின் மீது இருக்கும் பனி, ஏரிகளின் கண்ணாடி போன்ற நீர், மதியச் சூரியன் என அனைத்தின் நடுவிலும் அவர்களே அவரது கற்பனையில் இருந்தார்கள். ஆனால் அவர்கள் வாழ்வின் கேலிச்சித்திரங்களாகவோ அல்லது பிசாசுகளாகவோ இல்லை. அந்த ஓவியங்களின் பின்னே, அவர்களது ஆன்மாவின் ஆழமான குகைகளின் உள்ளிருந்த மாற்றமுடியாத உணர்ச்சிகளும் இருந்தன. அந்த ஓவியங்களின் நிஜமான மனிதர்களைச் சந்தித்த பிறகே அவரால் அட்லாண்டிக்கை மீண்டுமொருமுறை கடக்க முடியும்.

“ஓ உன்னதமான கலையே!” என்று அசைபோட்டபடி அவர்கள் வசித்த தெருவில் நடந்தார் அந்த ஓவியர்.

"கலையே நீ கடவுளின் பிரதி. வெறுமையில் சுற்றித்திரியும் வடிவங்கள் எல்லாம் உன் அழைப்பிற்கு இசைந்து உயிர் பெற்றுவிடுகின்றன. மரணித்தவர்கள் உயிர் பெறுகிறார்கள். அவர்களின் பழைய வாழ்வை மீண்டும் நினைவுபடுத்தி, அவர்களை மரணமில்லாமல் இன்னமும் சிறந்த வாழ்வை நீ கொடுக்கிறாய். உன்னிடம் கடந்தகாலம் என்ற ஒன்று இல்லை ஏனென்றால் நீ தொடும் ஒவ்வொரு மகத்துவமான விஷயமும் என்றென்றைக்குமாக நிலைத்து விடுகிறது. வல்லமை மிகுந்த மனிதர்கள் எந்தச் செயல்களால் பெருமையடைந்தனரோ அந்தச் செயல்களைச் செய்தவாறே உன்னால் காலத்தைத்தாண்டி நின்றுவிடுகிறார்கள். கலையே! ஓரளவே தெரிந்த கடந்த காலத்தை எப்படி நிகழ்காலத்தின் ஒளிக்கீற்றில் நிற்க வைக்க முடிகிறதோ அதுபோலவே மறைந்திருக்கும் எதிர்காலத்தையும் உன்னால் காட்ட முடியும்தானே? அதைச் செய்த நான் உன்னுடைய இறைமையின் தீர்க்கதரிசி அல்லவா?"

அவருடைய பரவசத்தைப் பற்றியும் சிந்தனைகளைப் பற்றியும் எந்தப் புரிதலும் இல்லாத மக்கள் நிறைந்த தெருவில் அவர் தலைநிமிர்ந்து சற்றே வருத்தம் தோய்ந்த மனதுடன் சத்தமாகப் பேசியபடி நடந்தார். ஒரு குறிக்கோளை மட்டும் பிடித்துக்கொண்டு வாழ்வது மனிதர்களுக்கு எப்போதுமே நல்லதல்ல. தன்னுடைய ஆசைகள், சிந்தனைகள் மற்றும் நம்பிக்கைகளை மற்றவரின் உதாரணங்களைக்கொண்டு ஒருவனால் சீர்படுத்திக் கொள்ள முடியவில்லை என்றால் அவனது எண்ணங்களும் ஆசைகளும் நம்பிக்கைகளும் சீக்கிரமே அதீதமாகி அவனை ஒரு பைத்தியக்காரனாக்கிவிடும். மற்றவர்களின் மனங்களை ஒரு மந்திரவாதியைப்போலக் கணிக்க முடிந்த அவரால், தன்னுடைய மனத்தின் பிறழ்வு நிலையை உணரமுடியவில்லை.

"இந்த வீடாகத்தான் இருக்கும்!" என்று கூறியவர் கதவைத் தட்டுமுன் வீட்டை முன்பக்கத்தை மேலும் கீழுமாக ஒருமுறை பார்த்துக்கொண்டார். "கடவுளே என்னைக் காப்பாற்று! என்ன மாதிரியான ஓவியங்கள் அவை! அவை எப்போதும் என் மனத்தைவிட்டு மறையாது என்று மட்டும் தெரிகிறது. இந்த ஜன்னல்களுக்கும் கதவுகளுக்கும் பின்னால் அழகான ஃப்ரேம்களில், அழகாக வரையப்பட்டு, அதன் பல்வேறு வண்ணங்களோடு, அந்த உருவங்கள், அதன் முகங்கள் அவற்றின் செயல்பாடுகளோடு அந்த ஓவியங்கள் அப்படியே இருக்கக்கூடும்.

அவர் கதவைத் தட்டினார். “ஓவியங்கள் உள்ளே இருக்கின்றனவா?” என்று வேலைக்காரர்களைக் கேட்டவர் திடீரென்று ஏதோ நினைவிற்கு வந்தது போல “உங்கள் எஜமானரும் எஜமானியும் உள்ளே இருக்கிறார்களா” என்று கேட்டார்.

“இருக்கிறார்கள், சார்” என்ற வேலையாள், அந்த ஓவியங்களின் அழகியலை நினைவுகூர்ந்தபடி “ஓவியங்களும் இருக்கின்றன” என்றான்.

விருந்தினரான அவர் வரவேற்பறைக்கு அழைத்துச் செல்லப்பட்டார். அவ்வறையின் நடுக்கதவு வழியாக அதே போன்ற இன்னொரு சிறிய அறை இருந்தது. அந்த அறைக்குள் நுழைந்தவர் அங்கே யாருமில்லை என்று தெரிந்ததும் அங்கிருந்து அடுத்த அறைக்குள் நுழைந்தார். அங்கே அவரது கண்கள் அங்கு நின்றுகொண்டிருந்த அவர்கள் இருவரையும் பார்த்தன. அவர்களது ஓவியங்களும் அங்கேயே இருப்பதைப் பார்த்தார். அவர் அறையின் நுழைவாயிலிலேயே தயங்கி நின்றார்.

அவரது வருகையை அவர்கள் எதிர்பார்க்கவில்லை. வால்டரும் எலினோரும் அவர்களுடைய ஓவியங்களின் முன்பு நின்றிருந்தனர். ஓவியத்தின் மேலிருந்தபட்டுச் சீலையைப்பின்னே தள்ளிவிட்டு அதன் ஒரு முனையை அவர் கையில் பிடித்துக் கொண்டிருந்தார். மற்றொரு கையால் எலினோரை பிடித்துக் கொண்டிருந்தார். பல மாதங்களாக மறைக்கப்பட்டிருந்த ஓவியங்கள் எந்த மாற்றமும் இல்லாமல் அற்புதமாக இருந்தன. அறையின் வெளிச்சத்தைக் கடன் வாங்காமல் தானாகவே ஒரு மெல்லிய பிரகாசத்தோடு அந்த ஓவியங்கள் வெளிப்பட்டன. எலினோரின் ஓவியம் ஒரு தீர்க்கதரிசனம் போல் தெரிந்தது. மெலிதான துயரமும், மௌனமும் அவளது முகத்தில் தெரிந்தது. நேரம் செல்ல செல்ல அது ஆழமான வேதனையாக மாறியிருந்தது. இப்போது ஓவியத்தில் அச்சமும் வெளிப்பட்டது. வால்டரின் முகத்தில் எந்த உணர்வும் இல்லை. அந்த முகத்தில் அவ்வப்போது வெளிப்பட்ட கோபமான உணர்வுகள் அவர்களிடையே இருந்த சிறு வெளிச்சத்திலும் இருளை கவிழ்த்தியது. அவர் ஓவியத்தையும், எலினோரையும் மாறிமாறி பார்த்துக் கொண்டிருந்தார்.

விதி தன் பின்னாலிருந்து அதன் பலியாள்களைத் தேடி மெதுவாக நெருங்கி வருவதுபோல் ஓவியர் உணர்ந்தார்.

வினோதமான எண்ணம் ஒன்று அவர் மனத்தில் உதித்தது. ஒருவேளை அவரேதான் விதியின் உருவமாக இருக்கிறாரா? வரப்போகும் துயரத்தை எதிர்பார்த்ததன் மூலம் அவரே விதியாக இருக்கிறாரா?

இன்னமும் வால்டர் ஓவியத்தின்முன் அமைதியாக இருந்தார். தன்னுடைய இதயத்தின் வழியே அதனுடன் பேசிக் கொண்டிருந்தார். ஓவியர் அதில் தீட்டியிருந்த தீய உணர்வுகளைத் தனக்குள் கடத்திக் கொண்டிருந்தார். மெதுவாக அவரது விழிகள் அசைந்தன; எலினோர் அவரது முகத்தின் மாற்றங்களைப் பார்த்துக் கொண்டிருக்கும் போதே, அவளது முகம் பயங்கரத்தால் விகாரமாகிக் கொண்டிருந்தது. அவர் அவளை நோக்கித் திரும்பியதும், ஓவியத்திற்கும், அவளது முகத்திற்குமான வேறுபாடுகள் முற்றிலும் மறைந்துவிட்டன.

"விதி நம்மேல் விடிந்துவிட்டது!" என்ற வால்டர் "செத்துப் போ!" என்று கத்தினார்.

கத்தியை அவளது நெஞ்சை நோக்கிக் குறிவைத்தவர் கீழே விழுந்து கொண்டிருந்த அவளைத் தாங்கி பிடித்தார். அந்தச் செயலில், ஓவியர் அவர்களின் ஓவியத்தில் கொண்டு வந்திருந்த உணர்வுகளை அவர்கள் இருவரின் முகங்களும் பிரதிபலித்துக் கொண்டிருந்தன. அற்புதமான நிறக்கோர்வைகளோடு அந்த ஓவியம் முற்றுப் பெற்றுவிட்டது.

"பைத்தியக்காரா நிறுத்து!" என்று கடுமையான குரலில் ஓவியர் கத்தினார்.

கதவின் பின்னாலிருந்து வெளியே வந்தவர், தான் எழுப்பிய இரண்டு அமானுஷ்யங்களின் நடுவே ஒரு மந்திரவாதி நிற்பதுபோல் நின்றார். அவர் வரைந்த அவர்களுடைய விதியை அவரே இப்போது மாற்றிட எண்ணினார்.

"என்ன!" என்று கேட்ட வால்டரின் முகத்தில் மூர்க்க உணர்வு மறைந்து ஒருவித சோகம் குடிகொண்டது. "விதியே தன் செயலுக்குத் தடை விதிக்கிறதா?" என்றார்.

"அசட்டுப் பெண்ணே" என்ற ஓவியர் "நான் உன்னை எச்சரித்தேன், அல்லவா?" என்றார்.

"ஆமாம்" என்றாள் எலினோர், அவளது முகத்தில் இருந்த பயம் இப்போது அமைதியான துயரமாக மாறியிருந்தது. "ஆனால் நான் அவரை காதலித்தேன்."

இந்தக் கதையில் நமக்கெல்லாம் ஓர் ஆழமான நீதி இருக்கிறதல்லவா? நம்முடைய வினைகளின் பயன் நம்முன்னே வரும்போது சிலர் அதை விதி என்று சொல்லி நகர்ந்துவிடுவதுண்டு, சிலர் தங்களது உள்ளத்து வேட்கைகளுக்கு இசைந்து செயல்படுவர்; ஆனால் நிச்சயமாகத் தீர்க்கதரிசன ஓவியங்களால் யாரும் வழி மாறியிருக்க மாட்டார்கள்.

வில்லியம் ஃப்ரையர் ஹார்வே (William Fryer Harvey)
(1885 - 1837)

ஆங்கிலச் சிறுகதை எழுத்தாளர். பயங்கரமான, மர்ம கதைகளை எழுதியவர். ஆங்கிலத்தில் இவரளவிற்கு அருமையான பேய்க்கதைகளை எழுதியவர் வேறு எவரும் இல்லை என்றே கூறலாம். முதலாம் உலகப் போரில் வீரர்களைக் காப்பாற்றும் அவசர மருத்துவ உதவி வண்டிகளை இயக்கியதற்காக விருது பெற்றவர். குறைந்த அளவே எழுதியிருந்தாலும், இவரது சிறுகதைகளுக்காக இன்றும் நினைவுகூரப்படுகிறார். அவற்றில் சில திரைப்படங்களாகவும் வந்திருக்கின்றன.

ஆகஸ்ட் வெப்பம் (1910)

வில்லியம் ஃப்ரையர் ஹார்வே

பெனிஸ்டோன் ரோடு, கிளாப்ஹாம்,
ஆகஸ்ட் 20, 190——,

என்னுடைய வாழ்வின் மறக்கமுடியாத நாள் இதுவாகத்தான் இருக்கும் என்று நினைக்கிறேன். அதனால் என் நினைவில் எல்லாம் தெளிவாக இருக்கும் போதே, நான் நடந்தவற்றைத் தெளிவாக எழுதிவிட வேண்டும் என்று நினைக்கிறேன்.

முதலில் என்னை அறிமுகப்படுத்திக் கொள்கிறேன். என் பெயர் ஜேம்ஸ் கிளாரென்ஸ் விதென்கிராப்ட்.

எனக்கு நாற்பது வயதாகிறது. நல்ல உடல்நிலையோடு இருக்கிறேன். ஒருநாள்கூட நோய்வாய்ப்பட்டுப் படுத்ததில்லை.

நான் ஒரு கலைஞன். மிகவும் வெற்றிகரமான கலைஞன் இல்லை என்றாலும், என்னுடைய கருப்பு — வெள்ளை படங்களிருந்து கிடைக்கும் வருமானம் என்னுடைய தேவைகளுக்குப் போதுமானதாக இருக்கிறது.

என்னுடைய ஒரே உறவு, என் சகோதரி. ஐந்து வருடங்களுக்குமுன் இறந்துவிட்டாள். நான் இப்போது சுதந்திரப் பறவை.

இன்று காலை ஒன்பது மணிக்குக் காலை உணவை எடுத்துக் கொண்டேன். செய்தித்தாளைக் கொஞ்ச நேரம் புரட்டிவிட்டு எனது பைப்பைப் பற்றவைத்துப்

புகைபிடித்துக்கொண்டே என் தூரிகைக்கு ஏற்ற விஷயம் ஏதாவது கிடைக்குமா என்று சிந்தித்துக் கொண்டிருந்தேன்.

அறையின் சன்னல்களும் கதவுகளும் திறந்திருந்தாலும், இன்றைய தினம் மிகவும் வெப்பமாக இருந்தது. எங்கள் பகுதியின் காற்றோட்டமான குளுமையான இடமான பொது நீச்சல்குளத்திற்குச் செல்லலாம் என்று மனத்தைத் தயார் படுத்திய நேரத்தில்தான், எனக்கு அந்த யோசனை வந்தது.

நான் வரைய ஆரம்பித்தேன். வரையும் மும்முரத்தில் மதிய உணவைத் தொடக்கூட இல்லை. செயின்ட் ஜூட் தேவாலயத்தின் மணி நான்கு முறை அடித்தபோதுதான் வரைவதை நிறுத்த முடிந்தது.

வேகமாக வரைந்து முடித்த ஓவியமென்றாலும், அந்த ஓவியம் என்னுடைய ஓவியங்களிலேயே சிறந்தது என்றுதான் நினைத்தேன். நீதிபதி தீர்ப்பு வழங்கி முடித்ததும் கைதிக்கூண்டில் நின்றிருக்கும் ஒரு குற்றவாளியின் தோற்றத்தையும் உணர்வுகளையும் வெளிப்படுத்தும் ஓவியம் அது. அவன் பருமனாக இருந்தான் —மிகவும் பருமனாக. அவனது தாடையின் சதை அவனது கழுத்தை மறைத்துக் கொண்டிருந்தது. அவனது கன்னங்கள் நன்றாக மழிக்கப்பட்டிருந்தன. (ஒருவேளை சில நாள்களுக்குமுன்பு மழிக்கப்பட்டிருக்க வேண்டும்.) அவன் தலை வழுக்கையாக இருந்தது. கைதிக்கூண்டின் கைப்பிடிகளைத் தன்னுடைய குட்டையான, பருமனான விரல்களால் பிடித்துக் கொண்டு நேராகப் பார்த்துக்கொண்டிருந்தான். அவனுடைய முகத்தில் பயத்தைவிட அனைத்தும் சிதைந்து போய்விட்டதே என்ற தோல்வி உணர்வுதான் இருந்தது.

அவ்வளவு பெரிய சதைப்பிண்டத்தைத் தாங்குவதற்கான சக்தி ஏதும் அவனிடம் இருந்ததாகத் தோன்றவில்லை.

ஓவியத்தைச் சுருட்டி ஏன் எதற்கு என்று யோசிக்காமல் என் பாக்கெட்டில் வைத்துக்கொண்டேன். ஒரு வேலையை நன்றாகச் செய்து முடித்தவுடன் கிடைக்கும் அபூர்வமான மகிழ்ச்சியுடன் வீட்டைவிட்டு வெளியேறினேன்.

டிரெண்டனை பார்க்கப் போகும் நோக்கத்துடன் லிட்டன் தெருவின் வழியே சென்றேன் என்று நினைக்கிறேன். வலது பக்கமாக கில்கிறிஸ்ட் சாலையில் திரும்பி, அங்கே குன்றின் கீழே புதிய டிராம் பாதையைப் போட்டுக் கொண்டிருந்த மனிதர்களைப் பார்த்தேன்.

அங்கிருந்து நான் எங்கே சென்றேன் என்பது பற்றி எனக்குத் தெளிவான நினைவு இல்லை. எனக்கு நினைவில் இருப்பதெல்லாம் அன்றைய மோசமான வெப்பநிலைதான். அருகில் இருந்த தார்ச் சாலையில் அலை அலையாக வெப்பக்காற்று வீசிக் கொண்டிருந்தது. மேற்குத் திசை வானில் தொங்கிக்கொண்டிருந்த செம்பழுப்பு மேகங்களின் இடிச் சத்தத்தைக் கேட்க ஆவலாக இருந்தேன்.

ஐந்து, ஆறு மைல்கள் அப்படியே நடந்திருப்பேன். அப்போது ஒரு சிறுவன் என்னிடம் நேரம் என்னவென்று விசாரித்து ஏதோ மயக்கத்தில் இருந்த என்னை எழுப்பிவிட்டான்.

ஏழு மணியாக இருபது நிமிடங்கள் இருந்தன.

அவன் என்னைக் கடந்து சென்ற பிறகுதான் நான் எங்கே இருக்கிறேன் என்று சுற்றி பார்க்க ஆரம்பித்தேன். ஒரு பெரிய இரும்பு கேட்டின்முன்னே நான் நின்று கொண்டிருப்பதை உணர்ந்தேன். உள்ளே சென்ற குறுகலான மண் பாதையின் இருபுறமும் ஊதா, கருஞ்சிவப்பு ஜெரேனியம் பூக்கள் இருந்தன. வாசலில் இருந்த பலகையில் கீழ்க்கண்டவாறு எழுதியிருந்தது.

சி.எச்.எஸ். அட்கின்சன்,
நினைவுச்சின்னங்கள் செய்யும் கொத்தனார்,
பணியாளர் (இங்கிலீஷ் இட்டாலியன் மார்பில்ஸ்)

வீட்டின் முற்றத்திலிருந்து சீட்டி அடிக்கும் சத்தமும், சம்மட்டி அடிக்கும் சத்தமும், உலோகத்தால் கற்களை அடிக்கும் சத்தமும் கேட்டது.

ஏதோ ஓர் உள்ளுணர்வால் உந்தப்பட்டு நான் உள்ளே நுழைந்தேன்.

எனக்கு முதுகு காட்டி அமர்ந்திருந்த அவன், அழகான இழைகள் கொண்ட மார்பில் கல்லில் வேலை பார்த்துக்கொண்டிருந்தான். எனது காலடி சத்தத்தைக் கேட்டு அவன் திரும்பியதும் நான் அங்கேயே திகைத்து நின்றுவிட்டேன்.

நான் வரைந்த ஓவியத்தில் இருந்த மனிதன் அவன்தான்.

யானையைப் போன்ற பெருத்த உருவத்துடன், தலையிலிருந்து வழிந்து கொண்டிருந்த வியர்வையை ஒரு சிவப்பு நிறப்பட்டு கைக்குட்டையைக் கொண்டு துடைத்துக் கொண்டிருந்தான். அவனுடைய முகம் என் ஓவியத்தோடு

ஒத்துப்போனாலும் அவனது முகத்தின் உணர்வுகள் முற்றிலும் வேறாக இருந்தன.

ஏதோ பழைய நண்பனை வரவேற்பதுபோல் அவன் சிரித்துக்கொண்டே என்னை வரவேற்று, கைகுலுக்கினான்.

வேலை நேரத்தில் அவனைத் தொந்தரவு செய்ததற்காக அவனிடம் மன்னிப்பு கேட்டேன்.

“வெளியே வெயில் கண்ணைக் கூசுகிறது என்றேன். “ஆனால் இந்த இடம் ஒரு பாலைவனச் சோலையைப் போல இருக்கிறது.”

“இந்த இடம் பாலைவனச் சோலையா என்றெல்லாம் எனக்குத் தெரியாது!” என்றவன், “ஆனால் சுட்டெரிக்கும் நரகத்தைப் போல வெயில் கடுமையாக இருப்பது உண்மைதான். தயவுகூர்ந்து உட்காருங்கள் சார்!” என்றான்.

அவன் வேலை பார்த்துக்கொண்டிருந்த சலவைக் கல்லை நோக்கிக் கைகாட்டினான்.

“மிகவும் அழகான கல்லைத் தேர்ந்தெடுத்திருக்கிறீர்கள்!” என்றேன் நான்.

“அதுவும் ஒருவிதத்தில் சரிதான்!” என்றவன், “கல்லின் மேற்புறம் நீங்கள் சொல்வது போல நன்றாகத்தான் இருக்கிறது. ஆனால் அதன்பின்புறத்தில் பெரிய குறை இருக்கிறது. அது உங்களுக்குத் தெரியப்போவதில்லை. இதைப்போன்ற கல்லில் சிறப்பான வேலைப்பாட்டைக் கொண்டுவருவதென்பது இயலாத காரியம் என்றே தோன்றுகிறது. கோடையின் கடுமையான வெப்பம் கற்களை ஒன்றும் செய்யாது. ஆனால் குளிர்காலத்தில் உறைபனி விழ ஆரம்பித்த பிறகுதான் கல்லின் பலவீனம் ஒவ்வொன்றாக வெளிப்படும்.”

“அப்படியென்றால் இதை எதற்காக வைத்திருக்கிறீர்கள்?” என்றேன்.

அவன் சத்தமாகச் சிரித்தான். “இதை ஒரு கண்காட்சிக்காக வைத்திருக்கிறேன் என்று சொன்னால் நீங்கள் நம்ப மாட்டீர்கள். ஆனால் அதுதான் உண்மை. ஓவியர்களுக்குக் கண்காட்சி இருக்கிறது; மளிகைக்கடை வைத்திருப்பவர்களுக்கும், கசாப்புக் கடை வைத்திருப்பவர்களுக்கும்கூட கண்காட்சி இருக்கிறது. எங்களுக்கும் அதுபோலவே கண்காட்சி உண்டு. கல்லறை

சின்னங்களின் எல்லாவிதமான புதுமைகளும் இடம்பெறும் கண்காட்சி."

மார்பிள் கற்களைப்பற்றி அவன் தொடர்ந்து பேசினான். எந்தக் கற்கள் காற்றையும், மழையையும் நன்றாகத் தாங்கும், எதில் எளிதாக வேலை செய்யலாம் என்றெல்லாம் பேசினான். அதுமட்டுமல்லாது அவனது தோட்டத்தைப்பற்றி, அவன் வாங்கிய புதிய கார்னேஷன் பூச்செடியைப்பற்றியும் பேசினான். நிமிடத்திற்கு ஒருமுறை கையில் இருந்த கருவிகளைக் கீழே போட்டுவிட்டு தலையில் வியர்வையைத் துடைத்துக் கொண்டு, வெயிலைச் சபித்தான்.

நான் அதிகம் பேசவில்லை. எனக்கு ஏதோ சங்கடமாக இருந்தது. அந்த மனிதனுடனான சந்திப்பு மர்மமாகவும் அசௌகரியமாகவும் இருந்தது.

அவனை ஏற்கெனவே எங்கேயோ பார்த்திருப்பதாக என்னை நானே நம்ப வைக்க முயன்றேன். இப்போது நினைவில் இல்லாமல், என்னுடைய நினைவின் ஒரு மூலையில் அவனது முகம் மறைந்திருக்க வேண்டும் என்று நினைத்தேன். ஆனால் அவையெல்லாம் என்னை நானே ஏமாற்றிக்கொள்ளும் வேலையாகத் தெரிந்தது.

அட்கின்சன் வேலையை முடித்துவிட்டு, தரையில் எச்சிலைத் துப்பிவிட்டு, வேலையை முடித்துவிட்ட திருப்தியுடன் எழுந்தான். "பாருங்கள்! இதைப்பற்றி என்ன நினைக்கிறீர்கள்?" என்று பெருமிதத்துடன் கேட்டான்.

கல்லறை சின்னத்தில் செதுக்கப்பட்டிருந்த வார்த்தைகளை முதல் முறையாக நான் வாசித்தேன். அவை,

> *'ஜேம்ஸ் கிளாரென்ஸ் விதென்கிராப்ட்டின் புனித நினைவாக...*
> *பிறப்பு — ஜனவரி 18, 1860.*
> *எதிர்பாராத இறப்பு — ஆகஸ்ட் 20, 190——,*
> *"வாழ்வின் நடுவே நாம் பாவமெனும் மரணத்தில் இருக்கிறோம்.'*

சற்று நேரம் நாம் அமைதியாக இருந்தேன். என் முதுகுத்தண்டு சில்லிட்டு நடுங்கியது. அந்தப் பெயரை அவன் எங்கே பார்த்தான் என்று கேட்டேன்.

"ஓ, நான் அதை எங்கும் பார்க்கவில்லை" என்று பதில் சொன்ன அட்கின்சன் "எதாவது ஒரு பெயரைப் போடவேண்டும் என்று யோசித்தேன். முதலில் தோன்றிய

பெயரைப் போட்டுவிட்டேன். அதைப்பற்றி ஏன் கேட்கிறீர்கள்?"

"விசித்திரமாக இருக்கிறது. அது என்னுடைய பெயர்" என்றேன்.

அதைக் கேட்டதும் அவன் மெல்லிய ஒலியுடன் நீண்டதொரு சீட்டியடித்தான்.

"அந்தத் தேதிகள்?" என்றான்.

"அவற்றில் ஒன்று மட்டும் சரியாக இருக்கிறது" என்றேன் நான்.

"ஹா, என்ன விசித்திரம்!" என்றான்.

ஆனால் அவனுக்கு என்னைவிடக் குறைவாகவே தெரிந்திருந்தது. நான் காலையில் வரைந்த ஓவியத்தைப்பற்றி அவனிடம் கூறினேன். அதை என்னுடைய பையில் இருந்து எடுத்து காண்பித்தேன். அதைப் பார்த்தவுடன், அவனது முகம் கொஞ்சம் கொஞ்சமாக என்னுடைய ஓவியத்தில் இருந்த முகத்தைப்போன்ற தோற்றத்தை அடைந்தது.

"இரண்டு நாள்களுக்கு முன்புதான் நான் மரியாவிடம் பேய்கள் என்று எதுவும் இந்த உலகத்தில் கிடையாது என்று சொன்னேன்" என்றான்.

நாங்கள் இருவருமே பேய்களைப் பார்த்ததில்லை என்றாலும், அவன் என்ன சொல்ல வருகிறான் என்பது எனக்குப் புரிந்தது.

"என் பெயரை நீங்கள் எங்காவது கேள்விப்பட்டிருக்கலாம்" என்றேன்.

"நீங்களும் என்னை எங்காவது பார்த்திருக்கலாம். இப்போது அதை மறந்திருக்கலாம்! போன ஜூலை மாதம் கிலாக்டன் வந்திருந்தீர்களா" என்றான்.

நான் இதுவரை கிலாக்டன் சென்றதில்லை என்றேன். இருவரும் அமைதியாக இருந்தோம். நாங்கள் இருவரும் அந்தக் கல்லைப் பார்த்துக் கொண்டிருந்தோம். கல்லறை சின்னத்தில் பொறிக்கப்பட்டிருந்த இரண்டு தேதிகளில் அதில் ஒன்று சரியாக இருந்தது.

"உள்ளே வாருங்கள். இரவு உணவு அருந்தலாம்" என்றான் அட்கின்சன்

அவனது மனைவி உற்சாகமான பெண்ணாகத் தெரிந்தார். அவளுடைய கன்னத்தில் படர்ந்திருந்த சிவப்பு நிறம் அவளது நாட்டுப்புறத்தைச் சேர்ந்தவள் என்பதைப் பறைசாற்றியது. என்னைத் தன் நண்பன் என்று அறிமுகம் செய்தவன் நான் ஓர் ஓவியன் என்பதையும் கூறிவிட்டான். அது ஒருவிதத்தில் எனக்குத் துரதிர்ஷ்டமாகப் போய்விட்டது. மீன்கறியும் காய்கறிகளையும் உண்டு முடித்தபின்பு அவள் டோரின் ஓவியப்புத்தகத்தைக் கொண்டு வந்து நீட்டினாள். அதைப்பற்றி அரை மணி நேரத்திற்கும் மேல் நான் சிலாகித்துப் பேச வேண்டியிருந்தது.

நான் வெளியே வந்தபோது, அட்கின்சன் கல்லறை சின்னத்தில் அமர்ந்து புகைபிடித்துக் கொண்டிருந்தான்.

நாங்கள் விட்ட இடத்தில் இருந்து எங்கள் உரையாடலைத் தொடர்ந்தோம். “நான் கேட்பதைத் தவறாகப் புரிந்துகொள்ளவேண்டாம். நீதிமன்றக் காவலில் வைக்குமளவிற்கு நீங்கள் எதாவது குற்றம் செய்திருக்கிறீர்களா?” என்றேன்.

அவன் இல்லையென்பதுபோல் தலையசைத்தான்.

“என் தொழிலில் நஷ்டம் ஏதுமில்லை. தொழில் நன்றாகவே நடக்கிறது. மூன்று வருடங்களுக்கு முன்பு கிறிஸ்துமஸ் கொண்டாட்டங்களின்போது நான் மூன்று வான்கோழிகளை விற்றேன். அதுவும் சிறிய கோழிகள். அதைத் தவிர வேறேதும் நினைவில் இல்லை” என்றான்.

பின்பு எழுந்து, அங்கிருந்த வாளியை எடுத்தவன் பூச்செடிகளுக்கு நீர் பாய்ச்ச ஆரம்பித்தான். கோடை காலத்தில் தினமும் இரண்டு முறை நீர்விட வேண்டி இருக்கிறது. ஆனாலும் வெப்பம் தாங்காமல் சிலவற்றைப் பறிகொடுக்க வேண்டியிருக்கிறது. அதிலும் இந்த ஃபெர்ன்கள்...சொல்லவே வேண்டாம். ஆமாம்...நீங்கள் எங்கு வசிக்கிறீர்கள்” என்றான்.

நான் என் முகவரியைக் கூறினேன். இங்கிருந்து வேகமாக நடந்தால் ஒரு மணி நேரத்தில் வீடு திரும்பி விடலாம் என்றேன்.

“சரி நாம் விஷயத்திற்கு வருவோம். இன்றிரவு நீங்கள் வீட்டிற்குச் செல்லும் வழியில் ஏதாவது வண்டி மோதி விபத்து நேரிடக்கூடும். வாழைப்பழமோ அல்லது ஆரஞ்சு தோல்களிலோகூட நீங்கள் வழுக்கி விழலாம். தலைமேல்

ஏணி விழுவதையும் நீங்கள் கவனத்தில் கொள்ள வேண்டும்" என்றான்.

அவன் தீவிரமான சிந்தனையுடன் பேசினான். ஒருவேளை ஆறு மணி நேரத்திற்கு முன்பு அவன் இதைக் கூறியிருந்தால் நான் சிரித்திருப்பேன். ஆனால் இப்போது நான் சிரிக்கவில்லை.

"நாம் செய்யக் கூடியதெல்லாம், இன்றிரவு நீங்கள் இங்கேயே தங்குவதுதான். பன்னிரண்டு மணிவரை நாம் மாடியில் பேசிக் கொண்டும், புகைத்துக் கொண்டும் இருக்கலாம். உள்ளே இன்னமும் நன்றாக இருக்கும்" என்றான்.

நான் அதற்கு ஒப்புக்கொண்டேன் என்பது எனக்கே ஆச்சரியமாக இருந்தது.

●•●

இப்போது நாங்கள் ஒரு நீண்ட அறையில் ஒரு கூரையின் கீழே உட்கார்ந்திருக்கிறோம். அட்கின்சன் அவனது மனைவியைப் படுக்கைக்கு அனுப்பிவிட்டான். தன்னுடைய சிறிய சாணைக்கல்லில் சில கருவிகளை அவன் கூர்படுத்திக் கொண்டிருந்தான். நடுநடுவே என்னிடம் வாங்கிய சிகாரைப் புகைத்துக் கொண்டிருந்தான்.

வானில் இடி இடிக்கும் போலிருந்தது. திறந்த சன்னலின்முன் போடப்பட்டிருக்கும் கால்கள் ஆடும் ஒரு மேசையில் அமர்ந்து நான் இதை எழுதிக் கொண்டிருக்கிறேன். மேசையின் கால் ஒன்று உடைந்திருக்கிறது. கருவிகளைக் கூர்படுத்தி முடித்தவுடன் அட்கின்சன் இதைச் சரி செய்யப்போவதாக சொல்லி இருந்தார்.

இப்போது மணி பதினொன்றைத் தாண்டிவிட்டது. இன்னும் ஒரு மணி நேரத்தில் நான் இங்கிருந்து கிளம்பிவிடுவேன்.

ஆனால் காற்றின் வெப்பம் மூச்சுத்திணறச் செய்வதாக இருந்தது.

ஒரு மனிதனைப் பைத்தியமாக்கக் கூடிய வெப்பம் அது.

அம்புரோஸ் பியர்ஸ் (Ambrose Pierce) (1842 - 1917)

அமெரிக்கச் சிறுகதை ஆசிரியர், கவிஞர், பத்திரிகையாளர். அமெரிக்க உள்நாட்டுப்போரில் பங்கேற்றவர். அமெரிக்காவின் மிகவும் புகழ்பெற்ற எழுத்தாளரான இவர் யதார்த்த நடையில் கேலியும், கிண்டலுமாக எழுதுவதைத் தன்னுடைய பாணியாகக் கொண்டவர். போரைச்சுற்றி அவர் எழுதிய சிறுகதைகள் இன்றும் பரவலாக வாசிக்கப்படுகின்றன. அவரது கதைகளின் பாணி ஒரு தலைமுறை எழுத்தாளர்களை உருவாக்கியது என்றால் அது மிகையாகாது. இவரது கதைகள் அமெரிக்கப் பள்ளிகளில் பாடமாக வைக்கப்பட்டிருக்கின்றன. அவரது வேடிக்கையான பேச்சும் புத்திசாலித்தனமும் அவருக்கு அமெரிக்காவின் வோல்டைர் (Voltaire) என்ற பட்டப்பெயரை வாங்கித் தந்திருக்கின்றன.

ஒரு கோடை இரவு (1893)

அம்புரோஸ் பியர்ஸ்

ஹென்றி ஆர்ம்ஸ்டராங் புதைக்கப்பட்டுவிட்டார் என்பது மட்டுமே அவர் இறந்துவிட்டதை உறுதிப்படுத்திவிட முடியாது என்று அவருக்குத் தோன்றியது. அவர் எதையுமே எளிதில் நம்பிவிடுபவர் அல்ல. அவர் உண்மையிலேயே புதைக்கப்பட்டுவிட்டார் என்பதை நம்பும்படி அவரது உணர்வுகளும்கூட கூறின. அவர் படுத்திருந்த விதம் – தரையில் மல்லாக்கப் படுத்து எளிதாக அறுபடும் விதத்தில் வயிற்றின் குறுக்கே வைத்துக் கட்டப்பட்டிருந்த கைகளை எந்த மாற்றமும் செய்யாமல் அவரால் விடுவிக்க முடிந்தது. அவரது உடல் முழுமையும் கட்டுக்கோப்பாக, இருளடைந்து, அமைதியுடன் இருந்தது எந்தவித மறுப்போ சந்தேகத்திற்கோ இடமின்றிப் புதைக்கப்பட்டதற்கான ஆதாரமாக இருந்தது.

ஆனால் இறந்துவிட்டாரா? இல்லை; அவர் மிகவும் நோய்வாய்ப்பட்டிருந்தார். அதோடு சேர்ந்து, இயலாமையால் உண்டாகும் ஆர்வமின்மை, அவருக்கு நேர்ந்த அகால விதியைக்குறித்த எந்த அக்கறையும் இல்லாதவராக அவரை மாற்றியிருந்தது. அவர் தத்துவார்த்தமாக யோசிக்கக் கூடியவர் அல்ல. நோய்மையால் தற்காலிகமாக அனைத்திலும் ஆர்வமிழந்த ஒரு சாதாரண மனிதர் அவ்வளவுதான். பாதிப்படைந்திருக்கும் என்று அவர் நினைத்த உடலுறுப்பு செயலிழந்து போயிருந்தது. அதனால் தன்னுடைய வருங்காலத்தைப்பற்றிய எந்தப் பதற்றமும்

இல்லாமல் அவர் உறக்கத்தில் ஆழ்ந்தார். ஹென்றி ஆர்ம்ஸ்டராங்கைச் சுற்றி அமைதி நிலவியது.

ஆனால் வேறு ஏதோ ஒன்று நடந்திருக்கிறது. அது ஒரு இருட்டான கோடை இரவு. அவ்வப்போது வெட்டிய மின்னல்கள் மேற்கு வானில் தொங்கிய மேகத்தை எரிப்பது போலவும் ஒரு புயலுக்கான முன்னெச்சரிக்கை போலவும் இருந்தன. திணறித் திணறி வெட்டிய மின்னொளியில் கல்லறைத் தோட்டத்தில் இருந்த நினைவுச் சின்னங்களும், கல்லறை சின்னங்களும் அந்த நொடி நேர வெளிச்சத்தில் நடனமாடுவது போல தெரிந்தன. அம்மாதிரியான ஓர் இரவில் யாரும் தவறிக்கூட அந்தக் கல்லறைத் தோட்டத்திற்குள் நுழைய மாட்டார்கள். அந்த நம்பிக்கையிலேயே ஹென்றி ஆர்ம்ஸ்டராங்கின் கல்லறையைத் தோண்டிக் கொண்டிருந்த மூவரும் பாதுகாப்பாக உணர்ந்தார்கள்.

அவர்களில் இருவர் சில மைல் தொலைவில் இருந்த மருத்துவக் கல்லூரியைச் சேர்ந்த மாணவர்கள். மூன்றாமவன் ஜெஸ் என்ற பெயர் கொண்ட ஒரு பெருத்த கறுப்பினத்தவன். அந்த கல்லறைத் தோட்டத்தில் பல வருடங்களாக ஜெஸ் எல்லா வேலைகளையும் செய்பவனாக அங்கேயே வசித்து வந்தான். அங்கிருந்த ஒவ்வொரு ஆன்மாவையும் அவன் நன்றாக அறிந்திருந்ததாகக் கூறினான். அவன் அந்த வேளாஇயில் செய்து கொண்டிருந்த வேலையிலிருந்து, அந்தக் கல்லறைத்தோட்டம், ரெஜிஸ்டர் புத்தகத்தில் இருந்த பதிவுகள் அளவிற்குப் பரிச்சயமான இடம் என்று தோன்றவில்லை.

கல்லறைத்தோட்டச் சுவரின் வெளியே, சாலையிலிருந்து தொலைவில் ஒரு மோட்டார் காரும், குதிரையும் நின்று கொண்டிருந்தன.

நிலத்தைத் தோண்டும் வேலை கடினமாக இருக்கவில்லை. சில மணி நேரங்களுக்கு முன்பே தோண்டப்பட்டிருந்த பள்ளம் என்பதால் மண் எளிதாக வெளியே வந்து விழுந்தது. ஆனால் சவப்பெட்டியை வெளியே எடுப்பது அவ்வளவு எளிதாக இல்லை. ஆனாலும் ஜெஸ்ஸின் உதவியுடன் சவப்பெட்டி மெதுவாக வெளியே எடுக்கப்பட்டது. ஜெஸ் சவப்பெட்டியின் மூடியை மெதுவாக அகற்றி, கவனமாக அருகில் வைத்தான். மூடியை அகற்றியதும் கருப்பு கால்சட்டையும், வெள்ளைச் சட்டையும் அணிந்த உடல் வெளிப்பட்டது. அப்போது திடீரென்று காற்று

பலமாக வீசியது. பெரிதாக இடி ஒன்று இடித்து மின்னல் வெட்டியதும் ஹென்றி ஆர்ம்ஸ்டராங் அமைதியாக எழுந்து உட்கார்ந்தார். பயத்தில் அலறிய இரண்டு மாணவர்களும் ஆளுக்கொரு திசையில் தலை தெறிக்க ஓட ஆரம்பித்தார்கள். என்ன செய்தாலும் அவர்கள் திரும்பி வருவது சாத்தியமே இல்லை. ஆனால் ஜெஸ் முற்றிலும் வேறு மாதிரியானவன்.

மறுநாள் அதிகாலை, கல்லூரியில் சந்தித்துக்கொண்ட அந்த இரண்டு மாணவர்களின் முகங்களும் பயத்தில் வெளிறிப்போன தோற்றத்துடன் இருந்தன. முந்தைய இரவின் பயங்கரமான அனுபவத்தால் அவர்களுடைய ரத்தத்தில் நடுக்கம் குறைந்திருக்கவில்லை.

"நீ அதைப் பார்த்தாயா?" என்றான் ஒருவன்.

"கடவுளே! ஆமாம்! இப்போது என்ன செய்வது?"

கட்டடத்தின் பின்புறத்திற்குச் சென்றவர்கள் அங்கே குதிரை பூட்டிய வண்டி ஒன்று பிணவறையின் வாசலினருகே நின்று கொண்டிருந்ததைப் பார்த்தார்கள். அவர்கள் இயந்திரங்களைப் போல அந்த அறைக்குள் சென்றார்கள். இருள் சூழ்ந்த அவ்வறையில் இருந்த மேசை ஒன்றில் ஜெஸ் உட்கார்ந்திருந்தான். அவர்களைப் பார்த்ததும் கண்கள் விரிய பல்லிளித்துக்கொண்டே அவன் எழுந்தான்.

"என்னுடைய கூலிக்காகக் காத்திருக்கிறேன்" என்றான்.

மேடையின் மீது நிர்வாணமாக ஹென்றி ஆர்ம்ஸ்டராங்கின் உடல் கிடந்தது. அவரது தலையில் மண்வெட்டியால் அடித்ததால் வழிந்திருந்த ரத்தம் மற்றும் அதனுடன் களிமண்ணின் ஈரம் காயாமல் இருந்தது.

அந்தோன் செகாவ் (Anton Chekhov) (1860 - 1904)

ரஷ்யாவின் புகழ்பெற்ற சிறுகதை எழுத்தாளர். தமிழில் அதிகமாக மொழிபெயர்க்கப்பட்டிருக்கும் எழுத்தாளர்களில் முதன்மையானவர் இவர் என்றே சொல்லலாம். நவீனச் சிறுகதைகளின் தந்தை என்று போற்றப்படுகிறார். சிறுகதை எழுத்தில் பல புதிய உத்திகளைப் புகுத்தியவர். மனித ஆன்மாவை அதன் உண்மையுருவில் காட்டுபவர் என்று இவர் குறித்து எழுத்தாளர் ரேமண்ட் கார்வர் தெரிவிக்கிறார்.

தீக்குச்சி (1883)

அந்தோன் செகாவ்

அக்டோபர் 6, 1885ம் வருடம், ஓர் அதிகாலை வேளையில் ‘எஸ்’ மாவட்டத்தின் இரண்டாம் டிவிஷன் போலிஸ் இன்ஸ்பெக்டர் அலுவலகத்திற்குள் நன்றாக உடையணிந்திருந்த ஓர் இளைஞன் நுழைந்து தன்னை அறிமுகப்படுத்திக்கொண்டான். கோர்னெட் ஆஃப் த கார்ட்ஸ் என்ற சிறப்பு அந்தஸ்துடன் ஓய்வுபெற்ற தன்னுடைய உயரதிகாரியான மார்கஸ் இவானோவிட்ச் கிளாசோவ் கொலை செய்யப்பட்டுவிட்டார் என்று கூறினான். அதைக் கூறும்போது அவனது முகம் வெளிறியும், மிகவும் உணர்ச்சிவசப்பட்டும் இருந்தது. அவனது கைகள் நடுங்கின. கண்களில் பயத்தின் சாயல் அப்பியிருந்தது.

“நான் யாருடன் பேசிக்கொண்டிருக்கிறேன் என்று தெரிந்து கொள்ளலாமா” என்றார் சூப்பரின்டென்டன்ட்.

“சைக்கோவ், கிளாசோவின் உதவியாளர்; விவசாயம் மற்றும் பொறியியல் வல்லுநர்.”

சைக்கோவ் மற்றும் பிற சாட்சிகளை அழைத்துக்கொண்டு காவல்துறை அதிகாரியும் அவரது உதவியாளரும் சம்பவம் நடந்த இடத்தை சென்றடைந்தார்கள்.

கிளாசோவ் வாழ்ந்த லாட்ஜைச் சுற்றி பெரும் கூட்டம் கூடியிருந்தது. கொலை நடந்த செய்தி மின்னல் வேகத்தில் அந்தப் பகுதி முழுவதும் வேகமாக பரவியது. அன்று விடுமுறை தினம் என்பதால் அங்கும்

கொலை பற்றிய செய்தி பரவியதால் பக்கத்துக் கிராமத்து மக்களும் லாட்ஜின் அருகே வந்துவிட்டார்கள். அனைவரும் சத்தம்போட்டுப் பேசிக் கொண்டிருந்தார்கள். கண்ணீர் சிந்தும் சோகமான முகங்கள் ஆங்காங்கே தென்பட்டன. கிளாசோவின் படுக்கையறைக்குச் செல்லும் அறையின் கதவு உள்ளிருந்து பூட்டப்பட்டிருந்தது. அதன் சாவியும் அதிலேயே இருந்தது.

“அந்தக் குற்றவாளிகள் சன்னல் வழியாகத்தான் நுழைந்திருக்க வேண்டும்!” என்று அவர்கள் கதவைச் சோதித்துக் கொண்டிருந்தபோது சைக்கோவ் கூறினார்.

படுக்கையறை சன்னலிலிருந்து தெரிந்த தோட்டத்திற்கு அவர்கள் சென்றார்கள். துயரத்தை அறிவிக்கும் ஒருவிதச் சோகமான முகத்தை அந்த சன்னல் கொண்டிருந்தது. சாயம் போன பச்சை நிறத் திரைச்சீலை அதன்மீது தொங்கவிடப்பட்டிருந்தது. திரைச்சீலையின் ஒரு முனை லேசாக ஒதுங்கியிருந்தது. அதன் வழியாகப் படுக்கையறையைப் பார்க்க முடிந்தது.

“யாராவது உள்ளே எட்டிப் பார்த்தீர்களா?” என்று காவல் அதிகாரி கேட்டார்.

“இல்லவே இல்லை, எஜமான்!” என்றார் எபிரேம். அவர் அவ்வீட்டின் தோட்டக்காரர். வயதானவர். அவர் ஓய்வு பெற்ற ராணுவ பணியாளர் போல் தெரிந்தார். “எல்லோரும் பயத்தில் நடுங்கிக் கொண்டிருக்கும்போது, எப்படி எட்டிப் பார்ப்பது?”

“ஆ, மார்கஸ் இவானோவிட்ச்! மார்கஸ் இவானோவிட்ச்!” என்று பெருமூச்சுடன் சன்னலைப் பார்த்துக் கொண்டே இன்ஸ்பெக்டர் சொன்னார். “உங்களுக்கு இப்படி ஒரு முடிவு வரும் என்று நான் சொல்லத்தான் செய்தேன்! நீங்கள் கேட்கவில்லையே! புலனின்பங்களுக்கு அடிமையாவது நல்லதல்ல.”

“நாம் எபிரேம்க்குத்தான் நன்றி சொல்ல வேண்டும்” என்றான் சைக்கோவ். அவர் மட்டும் இல்லையென்றால் நம்மால் கண்டுபிடித்திருக்கவே முடியாது. இன்று காலை என்னிடம் வந்து “முதலாளி ஏன் இன்னமும் எழுந்திருக்கவில்லை? ஒரு வாரமாக அவர் படுக்கையறையைவிட்டு வெளியே வரவில்லை!” என்று அவர் சொன்னவுடன் நான் அதிர்ச்சியடைந்தேன். அந்த எண்ணம் அப்போதுதான் என்

மனத்தில் உதித்தது. போன சனிக்கிழமைக்குப் பிறகு அவரை நான் பார்க்கவில்லை. இன்று அடுத்த ஞாயிற்றுக்கிழமை! ஏழு நாள்கள் என்பது விளையாட்டல்ல!"

"பாவம்!" என்ற அதிகாரி "புத்திசாலி மனிதர்! நல்ல மனம் கொண்டவரும்கூட! நன்றாகப்படித்தவர்! அவரைபோல் ஒருவரைப் பார்க்க முடியாது என்று அவரது நண்பர்கள் கூறுவர். ஆனாலும் அவர் ஒழுக்கத்தில் தலைசிறந்தவராக இருக்கத் தவறிவிட்டார். அவர் ஆன்மா சொர்க்கத்தை அடையட்டும். அவரைப்பற்றி புதிதாகத் தெரிந்துகொள்ள ஏதுமில்லை ஸ்டேபன்" என்று கூறியவர் தன்னுடன் வந்திருந்தவர்களில் ஒருவரை அழைத்து "நீ என்னுடைய வீட்டிற்குச் சென்று ஆண்ட்ருஷ்காவை கேப்டனிடம் சென்று மார்கஸ் இவானோவிட்ச் கொலை செய்யப்பட்டுவிட்டார் என்ற தகவலைத் தெரிவிக்கச் சொல்லவும். அதற்குப் பிறகு இன்ஸ்பெக்டரிடம் செல்! அவர் மட்டும் எப்படி சும்மா இருக்கலாம்! அவரை இங்கே வரச்சொல். அப்படியே வேகமாகச் சென்று விசாரணை நீதிபதி நிக்கோலஸ் எர்மோயேவிட்ச்சிடம் சென்று அவரையும் விரைவாக வரச்சொல்! ஒரு நிமிடம் இரு! அவருக்கு ஒரு கடிதம் தருகிறேன்!"

வீட்டைச் சுற்றி காவலர்களை நிற்க வைத்துவிட்டு, வேலையாள்களுடன் தேநீர் அருந்தச் சென்றார். பத்து நிமிடங்கள் கழித்து, மேசையில் வைக்கப்பட்டிருந்த சர்க்கரை வில்லைகளை விரல்களால் கொந்தியபடியே முக்காலியில் அமர்ந்து கொண்டு ஆவி பறக்கும் தேநீரை அருந்தினார்.

இதுதான் நடக்கும்!... என்று சைக்கோப்பிடம் கூறியவர், ஒரு நல்ல ஆண்மகன், சமூகத்தில் நற்பெயர் சம்பாதித்த ஒருவர், புஷ்கினின் வார்த்தைகளில் சொல்வதென்றால், கடவுளின் செல்லப்பிள்ளை என்று அறியப்பட்டவர் கடைசியில் என்ன செய்திருக்கிறார் பாருங்கள்! குடிக்கு அடிமையாகி தனது வரம்பு மீறிய செயல்களால் இப்போது இங்கு கொலைசெய்யப்பட்டு கிடக்கிறார்!"

இரண்டு மணி நேரம் கழித்து விசாரணை நீதிபதி நிக்கோலேய் யெர்மோலேய்ட்ச் ட்ஷுபிக்கோவ் வந்து சேர்ந்தார். நல்ல உடல்வாகும் உயரமும் கொண்ட மனிதர். இருபத்து ஐந்து வருடங்களாகத் தன்னுடைய கடமைகளைச் செவ்வனே செய்து வந்தார். தனது நேர்மையான குணத்திற்கும் அறிவிற்கும் கடமை உணர்விற்கும் அவர்

பெயர் பெற்றிருந்தார். ஆறடி உயரம்கொண்ட டுகோவ்ஸ்கி என்ற இளைஞன் எப்போதும் அவருடன் துணையாக வந்தான். சம்பவம் நடந்த இடத்திற்கு அவன் நீதிபதியுடன் வந்திருந்தான்.

"இது சாத்தியமா? என்று கேட்டுகொண்டே சைக்கபின் அறைக்குள் நுழைந்த ட்ஷூபிக்கோவ் "உண்மையாகவா?" என்று கேட்டுக்கொண்டே அவசரமாக அனைவருடனும் கைக்குலுக்கினார். உண்மையாகவா? மார்கஸ் இவானோவிட்ச்? கொலை செய்யப்பட்டாரா? இல்லை! சாத்தியமேயில்லை...சாத்...தியமே...இல்லை!"

"அங்குதான் இருக்கிறது செல்லுங்கள்" என்றார் தலைமை அதிகாரி.

"கடவுளே! போன வாரம்தான் அவரை பாரபன்கோப் திருவிழாவில் பார்த்தேன். அவருடன் வோட்காகூட குடித்தேன்!"

"உள்ளே செல்லுங்கள்!" என்று மீண்டும் பெருமூச்சுடன் அதிகாரி சொன்னார்.

பயமும் கலக்கமும் கலந்து பெருமூச்சு விட்டார்கள். நம்பமுடியவில்லை என்று தங்களுக்குள் பேசிக்கொண்டார்கள். ஆளுக்கு ஒரு கோப்பை தேநீர் அருந்திவிட்டு வீட்டினுள் சென்றார்கள்.

"வழி விடுங்கள்" என்று கூடியிருந்தவர்களைப் பார்த்துக் கத்தினார் இன்ஸ்பெக்டர்.

அறைக்குள் நுழைந்த விசாரணை நீதிபதி தன் வேலையை முதலில் படுக்கையறைக்குள் செல்லும் கதவைச் சோதனை செய்ய ஆரம்பித்தார். பைன் மரத்தில் செய்யப்பட்டிருந்த அந்தக் கதவிற்கு மஞ்சள் வண்ணம் பூசப்பட்டிருந்தது. ஆதாரங்கள் என்று சொல்லும் வகையில் அதில் எந்த விதத் தடயமும் இருக்கவில்லை. கதவை உடைத்துக்கொண்டு அவர்கள் உள்ளே சென்றார்கள்.

"வழக்குடன் தொடர்பில்லாத யாரும் இங்கே இருக்க வேண்டாமென்று தயவு கூர்ந்து கேட்டுக்கொள்கிறேன்" என்று நீதிபதி கூறினார். நெடுநேரம் கோடரியால் அடித்தபின் கதவு உடைந்தது. "விசாரணை பாதிக்கப்படக் கூடாது என்கிற நல்லெண்ணத்தில் கூறுகிறேன், யாரையும் உள்ளே விடாதே" என்று இன்ஸ்பெக்டரிடம் கூறினார்.

நீதிபதி, அவரது உதவியாளர், இன்ஸ்பெக்டர் ஆகிய மூவரும் உடைந்த கதவின் வழியே தயங்கியபடியே ஒவ்வொருவராக நுழைந்தார்கள். அறையின் காட்சியை அவர்கள் பார்த்தார்கள். ஜன்னலுக்கு அருகில் பெரிய மரப்படுக்கையும், அதன் மீது இறகு மெத்தையும் இருந்தது. கசங்கியிருந்த அந்த மெத்தையின் மீது, மிகவும் கசங்கிய நிலையில் போர்வை ஒன்றும் இருந்தது. பருத்தியாலான தலையணை உறைக்குள் இருந்த தலையணை மிகவும் கசங்கிய நிலையில், தரையில் கிடந்தது. படுக்கைக்கு அருகில் இருந்த மேசையில் வெள்ளி கடிகாரம் ஒன்றும், வெள்ளி இருபது கோபெக் நாணயம் ஒன்றும் இருந்தன. அதற்கு அருகே சில சல்ஃபர் தீக்குச்சிகள் கிடந்தன. படுக்கை, மேசை, ஒரு சிறிய நாற்காலி தவிர வேறு சாமான்கள் அறையில் இல்லை. படுக்கைக்கு அடியில் குனிந்து பார்த்த இன்ஸ்பெக்டர், அங்கே இருபதுக்கும் மேற்பட்ட காலி பாட்டில்கள், பழைய தொப்பி, பாதி வோட்காவுடன் ஒரு பாட்டில் ஆகியவற்றைப் பார்த்தார். மேசைக்கு அடியில் ஒரு காலணி தூசிபடிந்து கிடந்தது. நெற்றியைச் சுருக்கிக்கொண்டு அறையைச் சுற்றிப் பார்த்த நீதிபதியின் முகம் சிவந்தது.

“கருப்புப் படைகள்” என்று கைகளைப் பிசைந்தார் நீதிபதி.

“மார்கஸ் இவானோவிட்ச் எங்கே?” என்று டுகோவ்ஸ்கி மெதுவாக கேட்டான்.

“தயவுசெய்து தலையிடாமல் வேலையைப் பார்!” என்று நீதிபதி கடுமையாக சொன்னார். “தரையை நன்றாகச் சோதித்துப் பார்க்கவும். என் அனுபவத்தில் இரண்டாவது முறை இப்படி நடக்கிறது யெவ்க்ராஃப் குஷ்மிட்ச்! என்று அதிகாரியைப் பார்த்து தாழ்ந்த குரலில் சொன்னார். “1870ல் இது போலவே ஒரு கொலை நடந்தது. ஆனால் அது உங்களுக்கு நினைவிருக்கிறதா என்று தெரியவில்லை — வியாபாரி போர்ட்ரெடோவின் கொலை. இதைப்போலவே அதுவும் இருந்தது. அவரையும் கருப்புப் படையைச் சேர்ந்தவர்கள் கொலை செய்து, சன்னல் வழியாக இழுத்து வெளியே போட்டனர்.”

ட்ஷஃபிக்கோவ் ஜன்னல் அருகே சென்று, திரைசீலையை ஒருபக்கமாக அகற்றி சன்னலைத் திறந்தார். சன்னல் திறந்தது.

“சன்னல் திறக்கிறது. அப்படியென்றால் அது தாழிடப்படவில்லை. ம்ம்..சன்னல் திண்டில் மனித

முழங்காலின் தடம் இருக்கிறது. யாரோ மண்டியிட்டு உள்ளே வந்திருக்கிறார்கள் அல்லது வெளியே சென்றிருக்கிறார்கள். இன்னும் கவனமாக நாம் சன்னலை ஆராய வேண்டும்.”

“தரையில் ஒன்றும் இல்லை” என்றான் டுகோவ்ஸ்கி. “எந்தக் கறையும் இல்லை. ஒரே ஒரு ஸ்வீடிஷ் தீக்குச்சிதான் கிடந்தது. எனக்குத் தெரிந்தவரை மார்கஸ் இவானோவிட்ச் புகைபிடிக்க மாட்டார். அவர் பொதுவாக சல்ஃபர் குச்சிகளைத்தான் பயன்படுத்துவார். தீக்குச்சிகளை அல்ல! இது நிச்சயமாக ஒரு தடயமாக இருக்கக்கூடும்!”

“ஓ...நீ கொஞ்சம் அளவாகப் பேச வேண்டும்” என்று தன் கைகளை வேகமாக அசைத்தார் ட்ஷுபிக்கோவ். எல்லாவற்றுக்கும் பைத்தியக்காரத்தனமாக எதிர்வினை ஆற்றுபவர்களைப் பார்த்தால் எரிச்சலாக வருகிறது. “ஏதோ தீக்குச்சிகளைப் பற்றிப் பிதற்றுவதை விட்டுவிட்டு படுக்கையில் ஏதேனும் தடயம் இருக்கிறதா என்று பார்.”

படுக்கையை நன்றாக ஆராய்ந்து பார்த்த டுகோவ்ஸ்கி இவ்வாறு கூறினான்.

“படுக்கையில் ரத்தக்கறையோ அல்லது வேறெந்த கறையும் இல்லை. எங்கும் கிழிந்திருக்கவும் இல்லை. ஆனால் தலையணையில் பற்களின் தடம் இருக்கிறது. போர்வையில் பியர் வாடையும், ஏதோ திரவத்தின் கறையும் இருக்கிறது. படுக்கை கசங்கியிருக்கும் விதத்தைப் பார்த்தால் இங்கு ஒரு போராட்டம் நடந்திருப்பது தெரிகிறது.”

“அங்கே போராட்டம் நடந்திருக்கிறதென்பது நீ சொல்லாமலே எனக்குத் தெரியும்! போராட்டத்தை பற்றி உன்னைப் பார்க்கச் சொல்லவில்லை. போராட்டத்திற்குப் பதிலாக...”

“இது ஒரு காலின் பூட்ஸ் இருக்கிறது. இன்னொன்றைக் காணவில்லை!”

“அதனால் என்ன?”

“அவர் பூட்ஸைக் கழட்டிக் கொண்டு இருக்கும்போது, அவரது கழுத்தை யாராவது நெரித்திருக்க வேண்டும். இரண்டாவது பூட்ஸ் அவரது காலிலேயே இருக்கக்கூடும்...”

“மீண்டும் ஆரம்பித்துவிட்டான்... அவரது கழுத்தை நெறித்தார்கள் என்று எதை வைத்துச் சொல்கிறாய்?”

“தலையணையில் பற்களின் தடம் இருக்கிறது. தலையணை மிகவும் கசங்கியிருக்கிறது. சுமார் ஆறடி தூரத்திற்குப் படுக்கையிலிருந்து தூக்கியெறியப்பட்டுக் கீழே கிடக்கிறது.”

“சரியான வாயாடியைப்போல் பேசிக்கொண்டே இருக்கிறான். உடனே தோட்டத்திற்கு வா. இங்கே பார்த்துக் கொண்டிருப்பதை விட, தோட்டத்தைப் பார்த்தாலாவது ஏதாவது பயன் கிடைக்கும். இதைச் செய்ய எனக்கு உன் உதவி தேவை இல்லைதான் என்றாலும்...”

தோட்டத்திற்குச் சென்றவுடன் அவர்கள் முதலில் புல்வெளியைப் பரிசோதிக்கத் தொடங்கினார்கள். ஜன்னலுக்குக் கீழிருந்த புற்கள் நசுங்கியிருந்தன. அதனருகே அருகே இருந்த பர்டாக் புதரை யாரோ மிதித்துச் சென்றதுபோல் இருந்தன. அதன்மீது சில உடைந்த கிளைகளையும், பருத்தி ஆடையின் இழைகளையும் டுகோவ்ஸ்கி கண்டுபிடித்து எடுத்தான். புதரின் நுனிக்கிளைகளில் நீல நிற நூலிழைகள் கிடைத்தன.

“அவர் கடைசியாக என்ன நிற ஆடை அணிந்திருந்தார்?” என்று டுகோவ்ஸ்கி, சைக்கப்பிடம் கேட்டான்.

“மஞ்சள், கான்வாஸில் செய்யப்பட்ட மஞ்சள் ஆடை.”

“அப்படியென்றால், வந்தவர்கள்தான் நீல நிறத்தில் ஆடை அணிந்திருக்க வேண்டும்.”

புதரிலிருந்து சில இலை தழைகள் கவனமாக உடைத்துச் சேகரிக்கப்பட்டன. அவற்றைக் காவலர்கள் கவனமாகத் தங்களிடம் வைத்துக்கொண்டனர். அப்போது காவல்துறை கேப்டன் சுவிஸ்டகோவ்ஸ்கியும், மருத்துவர் ட்யுடெவ்வும் அங்கு வந்து சேர்ந்தனர். அங்கிருந்தவர்களுக்கு வணக்கம் தெரிவித்துவிட்டு, கேப்டன் தனது கேள்விகளைக் கேட்க ஆரம்பித்தார். கூர்மையான நாசி, குழிவிழுந்த கண்கள் மற்றும் கூரான முகவாய் கொண்ட மருத்துவரோ ஒன்றும் பேசாமல் அமைதியாக நீண்ட பெருமூச்சு விட்டார்.

“செர்பியர்கள் மீண்டும் கொந்தளிக்கிறார்கள்! அவர்களுக்கு என்ன வேண்டும் என்று புரியவில்லை. ஓ...ஆஸ்திரியா... ஆஸ்திரியா...எல்லாம் உன் வேலைதானே.”

வெளியிலிருந்து சன்னலை ஆராய்ந்ததில் தடயங்கள் ஏதும் பெரிதாகக் கிடைக்கவில்லை. சன்னலுக்கு அருகில் இருந்த புதர்கள், புற்களில் சில தடயங்கள்

கிடைத்தன. உதாரணத்திற்கு அங்கிருந்த புல்லின் மீது நீளமான கோடுபோல் ஒரு கறை செல்வதை டுகோவ்ஸ்கி கண்டுபிடித்தான். அது தோட்டத்தின் மையப்பகுதிவரை சென்றது. அங்கிருந்த லிலக் பூச்செடி புதர் வரை அந்தக் கருஞ்சிவப்புக் கோடு நீண்டது. அதே புதரின் கீழே ஒரு பூட்ஸ் கிடந்தது. ஏற்கெனவே படுக்கையறையில் கிடந்த பூட்ஸின் ஜோடியாகத்தான் அது இருக்க வேண்டும்.

அதைப் பார்த்த டுகோவ்ஸ்கி "இங்கு நெடுநாளைய ரத்தக் கறை இருக்கிறது" என்றான்.

"ரத்தம்" என்ற வார்த்தையைக் கேட்டவுடன் மருத்துவர் மெதுவாக எழுந்து, அந்தக் கறையைப் பார்த்தார்.

"ஆமாம், ரத்தம்" என்றார்.

"ரத்தக் கறைபடிந்திருக்கிறதென்றால் அவர் கழுத்து நெறித்துக் கொல்லப்படவில்லை என்று தெரிகிறது" என்ற நீதிபதி டுகோவ்ஸ்கியை ஒருவித வெறுப்புணர்வுடன் பார்த்தார்.

"படுக்கையறையில் அவரது கழுத்தை நெறித்திருக்கலாம். அவர் தப்பித்து தோட்டத்திற்கு வந்தபின் அவரைக் கத்தியால் குத்தியிருக்கலாம். புதருக்குக் கீழே இருக்கும் கறையிலிருந்து அவர் வெகுநேரம் இங்கே கிடந்திருக்க வேண்டும் என்று தெரிகிறது. அவரைத் தோட்டத்தில் இருந்து எப்படி வெளியே எடுத்துச் செல்வது என்று அவர்கள் யோசித்திருக்க வேண்டும் அல்லது எதைக்கொண்டு அவரைத் தூக்கிச் செல்வது என்று யோசித்திருக்க வேண்டும்."

"அப்போது, அந்த பூட்ஸ்?"

"நான் முன்னமே சொன்னது போல, அவர் படுக்கையில் பூட்ஸைக் கழற்றிக் கொண்டிருக்கும்போது கொலை செய்யப்பட்டிருக்க வேண்டும் என்பதை உறுதி செய்கிறது. அங்கே ஒரு பூட்ஸை எடுத்துவிட்டார். மற்றொன்றைப் பாதி கழட்டிக் கொண்டிருந்திருக்க வேண்டும். அவரை இழுத்து கொண்டு சென்றபோது, மற்றொரு பூட்ஸ் கீழே விழுந்திருக்க வேண்டும்."

"என்ன ஓர் அற்புதமான கற்பனைத் திறன்!" என்று சிரித்தார் நீதிபதி. "இப்படித்தான் எல்லாவற்றையும் ஒரே மூச்சில் சொல்லி விடுவான். ஆனால் நீ ஊகித்துக்கொண்டே இருப்பதை எப்போது நிறுத்துவாய்? என்னுடன் வாதம்

செய்வதை நிறுத்திவிட்டு அந்தப் புற்களை எடுத்துக்கொண்டு பரிசோதனைக் கூடத்துக்குச் செல்."

சம்பவ இடத்தில் ஆய்வுகளை முடித்துக் கொண்டு, அந்த இடத்தின் திட்ட வரைபடத்தையும் வரைந்தபின்னர், அவர்கள் தங்கள் அறிக்கையை எழுத பணியாளர் அலுவலகத்திற்குச் சென்றார்கள். மதிய உணவு சாப்பிட்டுக்கொண்டே நடந்த சம்பவத்தைப்பற்றிப் பேசினார்கள்.

"கடிகாரம், பணம் என்று எதையும் தொடவில்லை" என்று உரையாடலைத் தொடங்கினார் நீதிபதி "எனவே, இரண்டும் இரண்டும் நான்கு என்பது போல இந்தக் கொலை பணத்திற்காகச் செய்யப்படவில்லை என்பது தெளிவாகத் தெரிகிறது."

"நன்குபடித்த ஒருவர்தான் இந்தக் கொலையைச் செய்திருக்க வேண்டும்!" என்றான் டுகோவ்ஸ்கி.

"எதை வைத்து அந்த முடிவிற்கு வந்தாய்?"

"இந்த தீக்குச்சிதான் ஆதாரம். ஏனென்றால் ஏழை கூலிக்காரர்கள் யாரும் அதைப் பயன்படுத்துவதில்லை. முதலாளிகள்தான் உபயோகிக்கிறார்கள். அதுவும் சிலர் மட்டுமே. மேலும் இந்தக் கொலையைச் செய்தது ஒரு கொலையாளி இல்லை. மூவர். இரண்டு பேர் பிடித்துக் கொள்ள, ஒருவன் கொலை செய்திருக்க வேண்டும். கிளாசோவ் மிகவும் பலசாலியான மனிதர் என்று அவர்களுக்குத் தெரிந்திருக்க வேண்டும்."

"தூங்கும்போது அந்தப் பலத்தை வைத்துக்கொண்டு அவர் என்ன செய்வார்?"

"அவர் பூட்ஸ்களை கழற்றும்போதுதான் கொலையாளிகள் வந்திருக்கிறார்கள். பூட்ஸ்களை கழற்றிக் கொண்டிருந்தார் என்றால் தூங்கவில்லை என்றுதானே அர்த்தம்."

"இட்டுக்கட்டிக் கதை சொல்வது எப்பவுமே நல்லதல்ல. பேசாமல் சாப்பிடு."

"எஜமானரே, என்னைக் கேட்டால்" என்று தேநீர் குடுவையை மேசையில் வைத்த எபிரேம் எனக்கென்னவோ இந்தக் கொடூரமான செயலை நிகோலாஷ்காதான் செய்திருக்க வேண்டும் என்று தோன்றுகிறது"

“சாத்தியம்தான்” என்றார் சைக்கப்.

“யார் இந்த நிகோலாஷ்கா?”

“முதலாளியின் வேலையாள், எஜமான்” என்றான் எபிரேம். “அவனல்லாமல் வேறு வேறு யாராக இருக்க முடியும்? அவன் ஒரு மூர்க்கன். குடிகாரன். அவனைப் போன்ற ஏமாற்றுக்காரனை கடவுள்கூட மன்னிக்க மாட்டார்! அவன்தான் எப்போதும் முதலாளிக்கு வோட்கா எடுத்து செல்வான்! அவருடைய படுக்கையைத் தயார் செய்வதும் அவன்தான். அவன் செய்யவில்லையென்றால் வேறு யாராக இருக்க முடியும்? அதுபோக, ஒருமுறை மதுவிடுதியில் அவன் முதலாளியைக் கொலை செய்யப்போவதாகச் சொல்லிக் கொண்டிருந்தான்! அவன் ஒரு போர்வீரனின் மனைவியை வைத்திருந்தான்! முதலாளிக்கும் அவளைப் பிடித்துப் போய்விட நிகோலாஷ்காவிற்கு கோபம் வந்தது. இப்போதுகூட அடுப்படியில் குடித்துவிட்டு உருண்டு கொண்டிருக்கிறான். முதலாளியை நினைத்து அழுவதாகப் பொய் சொல்லிக் கொண்டு இருக்கிறான்...”

“எல்லோருக்கும் அகுல்காவின்மீது கோபம் வருவதும் நியாயம்தான்” என்றார் சைக்கப். அவள் ஒரு சிப்பாயின் மனைவி, கூலித் தொழிலாளி ஆனாலும் முதலாளி அவளை ‘நாநா’ என்று அன்புடன் அழைத்தார். அவர் அவ்வாறு அழைப்பதற்கான ஏதோ ஒரு வசீகரம் அவளிடம் இருக்கவே செய்தது.

“நான் அவளைப் பார்த்திருக்கிறேன்” என்ற கூறிக்கொண்டே தன் சிவப்பு கைக்குட்டையால் மூக்கைத் துடைத்துக்கொண்டார்.

டுகோவ்ஸ்கியின் முகம் சிவந்து போனது. அவன் தன் பார்வையைத் தாழ்த்தினான். போலிஸ் அதிகாரி தேநீர் கோப்பையில் தாளம் தட்டினார். மற்றொரு அதிகாரி செருமிக்கொண்டே தன் கோப்புகளைப் பார்த்தார். அகுல்கா மற்றும் நாநா என்ற பெயர்களால் மருத்துவர் மட்டும் பாதிக்கப்படாமல் இருந்தார். நிகோலாஷ்காவை அழைத்து வருமாறு ட்ஷுபிக்கோவ் கூறினார். நிகோலாஷ்கா ஒரு மெலிந்த தோற்றம் கொண்ட இளைஞன். நீண்ட, குறும்புத்தனமான மூக்கும், குறுகிய மார்பும் கொண்டிருந்தான். அவன் தனது முதலாளியின் பழைய ஆடையை அணிந்திருந்தான். சைக்கப்பின் அறைக்குள் நுழைந்து நீதிபதியின்முன் குனிந்து வணங்கினான். அவனது

முகம் களைப்பாகவும் அழுது வடிந்தது போலவும் இருந்தது. அதிகமாகக் குடித்திருந்ததால், அவனால் நிற்கக்கூட முடியவில்லை.

"உன்னுடைய முதலாளி எங்கே?" என்றார் ட்ஷூபிக்கோவ்

"கொலை செய்யப்பட்டு விட்டார் ஐயா!"

அதைக் கூறும்போதே நிக்கோலாஷ்கா தேம்பி அழ ஆரம்பித்தான்.

"அவர் கொலை செய்யப்பட்டுவிட்டது எங்களுக்குத் தெரியும். ஆனால் அவர் எங்கே? அவரது உடல் எங்கே?"

"அவரது உடல் ஜன்னல் வழியே இழுத்து செல்லப்பட்டு தோட்டத்தில் புதைக்கப்பட்டுவிட்டதாகக் கூறுகிறார்கள்!"

"ஹூம்! அதற்குள் விசாரணையின் முடிவுகள் அடுப்படி வரை தெரிந்திருக்கிறது! இது மிகவும் தவறு. நல்ல மனிதனே! உன்னுடைய எஜமான் கொலை செய்யப்பட்ட இரவு நீ எங்கே இருந்தாய்? அதாவது சென்ற சனிக்கிழமை இரவு.

நிக்கோலாஷ்கா தலையை உயர்த்தி, கழுத்தை எக்கியவாறு யோசிக்க ஆரம்பித்தான்.

"எனக்குத் தெரியவில்லை, எஜமான்!" என்றவன் "நான் அன்றும் குடித்திருந்தேன். அதனால் எனக்கு நினைவில்லை."

"சாட்சி" என்று டுகோவ்ஸ்கி சிரித்துக் கொண்டே உள்ளங்கைகளைத் தேய்த்தபடி, "உன் எஜமானின் ஜன்னலின் கீழே ரத்தம் ஏன் இருக்கிறது?" என்றான்.

நிக்கோலாஷ்கா மீண்டும் தலையைத் தூக்கி யோசித்தான்.

"சீக்கிரமாக யோசித்துச் சொல்" என்றார் போலிஸ் கேப்டன்.

"சொல்கிறேன்! அந்த ரத்தம் ஒன்றுமில்லை, எஜமான்! நான் ஒரு கோழியின் கழுத்தை அறுத்துக் கொண்டிருந்தேன். எப்போதும் போலத்தான் அறுத்துக் கொண்டிருந்தேன். அப்போது கோழி என்னிடமிருந்து தப்பித்து ஓட ஆரம்பித்தது. அதில் இருந்துதான் ரத்தம் வந்தது."

எபிரேமும், நிக்கோலாஷ்கா தினமும் மாலையில் ஒரு கோழியைக் கொல்வது வழக்கம் எனவும், ஆனால் பாதியில் கோழி ஓடியதை கேள்விப்பட்டதில்லை என்றாலும் அதுவும் சாத்தியமே என்றும் சாட்சியம் அளித்தான்.

"மீண்டும் ஒரு சாட்சியம்!" என்ற டுகோவ்ஸ்கி, "முட்டாள்தனமான சாட்சியம்!" என்றான்.

“உனக்கு அகுல்காவுடன் தொடர்பிருந்ததா?”

“ஆம்! நான் பாவம் செய்தவன்.”

“அவளை உன்னிடம் இருந்து உன்னுடைய முதலாளி பறித்துக் கொண்டாரா?”

“இல்லை, இல்லை. அவரில்லை — இவர்தான், சைக்கப் தான், இவான் மிகைலோவிட்ச் சைக்கப்தான் அவளை என்னிடமிருந்து பறித்துக்கொண்டார். எஜமான் சைக்கப்பிடம் இருந்து அவளைப் பறித்துக் கொண்டார். அது அப்படித்தான் நடந்தது.”

சைக்கபின் முகத்தில் குழப்பம் படர்ந்தது. அவன் தன்னுடைய இடது கண்ணைத் தேய்த்துக்கொண்டே பார்த்தான். டுகோவ்ஸ்கி அவனை உற்றுப்பார்த்தான். அவனது குழப்பத்தைக் கவனித்தான். அப்போதுதான் அவனுடைய அடர்நீல கால்சட்டையைப் பார்த்துத் திடுக்கிட்டான். ஜன்னலுக்குக் கீழே புதரில் கிடைத்த நீல நிற நூல் அவன் ஞாபகத்திற்கு வந்தது. நீதிபதியும் சைக்கப்பைச் சந்தேகமாக பார்த்தார்.

“நீ போகலாம்!” என்று நிக்கோலாஷ்காவிடம் கூறிவிட்டு சைக்கப்பிடம் திரும்பி “திரு சைக்கப், உங்களிடம் ஒரு கேள்வி கேட்கலாம் என்று நினைக்கிறேன். சென்ற சனிக்கிழமை மாலை நீங்கள் எங்கே இருந்தீர்கள்?”

“அன்றிரவு பத்துமணிக்கு நான் மார்கஸ் இவானோவிட்சுடன் உணவருந்தினேன்.”

“அதற்குப் பின்னர்?”

“அதற்குப் பிறகு...அதற்குப் பிறகு — எனக்கு உண்மையில் நினைவில்லை” என்று தடுமாற்றத்துடன் கூறினான் சைக்கப். “உணவின்போது நிறையக் குடித்து விட்டேன். எனவே எங்கே, எப்போது தூங்கினேன் என்று நினைவில்லை. ஏன் எல்லோரும் நான்தான் கொலைகாரன் என்பது போல என்னைப் பார்க்கிறீர்கள்?”

“நீங்கள் எழுந்தபோது எங்கிருந்தீர்கள்?”

“வெள்ளைக்காரர்களின் அடுப்படியில், அடுப்பினருகே படுத்திருந்தேன்! அவர்கள் அனைவருக்கும் அது தெரியும். எப்படி நான் அங்கே சென்றேன் என்று எனக்குத் தெரியாது.”

“பதற்றப்படாதீர்கள். உங்களுக்கு அகுல்காவைத் தெரியுமா?”

“குறிப்பிட்டுச் சொல்லுமளவிற்குத் தெரியாது.”

“முதலில் உங்களைக் கைவிட்டு க்லேயுஸோவுடன் சென்றாளா”

“ஆமாம். எபிரேம். இன்னும் கொஞ்சம் காளான் எடுத்து வா! உங்களுக்குக் கொஞ்சம் தேநீர் வேண்டுமா யெவ்க்ராஃப் குஷ்மிட்ஷ்?”

ஐந்து நிமிடங்களுக்கு அங்குக் கனத்த மௌனம் ஒன்று நிலவியது. சைக்கப்பின் வெளிறிய முகத்தைக் கண்கொட்டாமல் பார்த்துக்கொண்டிருந்தான் டுகோவ்ஸ்கி. சைக்கபின் முகம் வெளிறிக்கொண்டிருந்தது. ட்ஷூபிக்கோவ் அந்த மௌனத்தைக் கலைத்தார்.

“பெரிய வீட்டிற்குப் போய் இறந்துபோன மார்கஸின் சகோதரி மரியா இவானோவினாவிடம் பேச வேண்டும். அவளிடமிருந்து ஏதாவது தகவல் கிடைக்கலாம்.”

நீதிபதியும் அவரது உதவியாளரும் மதிய உணவிற்கு சைக்கபிடம் நன்றி சொல்லிவிட்டு பெரிய வீட்டிற்குப் புறப்பட்டனர். அங்கே க்லேயுஸோவின் சகோதரியான நாற்பது வயது மதிக்கத்தக்க மரியா இவானோவ்னா தனது குல தெய்வங்களின் சிலைகள்முன் மண்டியிட்டு பிரார்த்தனை செய்து கொண்டிருந்தாள். கைகளில் கோப்புகளுடனும் புகைப்படங்களுடனும் சீருடை அணிந்த அதிகாரிகள் தன்னை நோக்கி வருவதைப் பார்த்ததும் அவள் முகம் வெளிறியது.

“உங்களுடைய பிரார்த்தனை நேரத்தில் தொந்தரவு செய்வதற்கு மன்னிக்கவும்” என்று ட்ஷூபிக்கோவ் உரையாடலை மென்மையாகத் தொடங்கினார். “உங்கள் சகோதரர் கொலை செய்யப்பட்ட செய்தி உங்களை எட்டியிருக்கும் என்று நம்புகிறேன். எல்லோரும் ஒருநாள் மரணத்தைச் சந்தித்துத்தான் ஆக வேண்டும். அது ஜார் அரசராக இருந்தாலும், குடியானவனாக இருந்தாலும் யாராலும் மரணத்தைத் தவிர்க்க முடியாது. இந்த வழக்கில் எங்களுக்கு உதவும் வகையில் உங்களுக்குத் தெரிந்த விஷயங்களை எங்களுடன் பகிர்ந்துகொள்ள முடியுமா?”

“என்னை எதுவும் கேட்காதீர்கள்!” என்ற மரியா இவானோவ்னாவின் முகம் இன்னமும் வெளிறியது. முகத்தை மூடிக்கொண்டு “என்னால் எதுவும் சொல்ல முடியாது! முடியாது! எனக்கு ஒன்றும் தெரியாது! நான்

என்ன செய்ய முடியும்? — இல்லை! இல்லை! என்னுடைய சகோதரனைப் பற்றி எதுவும் தெரியாது! அவனைப்பற்றிப் பேசுவதைவிட நான் இறப்பதையே விரும்புகிறேன்" என்று கத்திக்கொண்டே அறையைவிட்டு வெளியேறினாள் மரியா இவானோவ்னா.

"மோசக்காரி" என்றான் டுகோவ்ஸ்கி. "அவளுக்கு ஏதோ தெரிந்திருக்கிறது. அதை மறைக்கிறாள்! அவளது வேலைக்காரியின் பார்வையும் சரியாக இல்லை. பொறுங்கள் பேய்களே, ஆழத்தில் புதைந்திருக்கும் உண்மையை வெளியே கொண்டு வருகிறேன்."

நீதிபதியும், டுகோவ்ஸ்கியும் பிறை நிலவின் ஒளியில் காரில் வீட்டை நோக்கிச் சென்று கொண்டிருந்தார்கள். வண்டியில் உட்கார்ந்து கொண்டே, அன்றைய நிகழ்வுகளை நினைவுகூர்ந்தார்கள். இருவரும் மிகவும் களைத்துப்போயிருந்தார்கள். பயணத்தின்போது நீதிபதி எப்போதும் பேசுவதில்லை. அதனால் எப்போதும் பேசிக் கொண்டிருக்கும் டுகோவ்ஸ்கியும் அவருக்கு மதிப்பளித்து அமைதியாக இருந்தான். ஆனாலும் அவனால் வெகு நேரம் அமைதியாக இருக்க முடியவில்லை.

"நிக்கோலாஷ்காவிற்கு இந்த வேலையில் நிச்சயம் ஒரு கை இருக்க வேண்டும். இந்த விஷயம் குறித்து அவனுக்கு எதுவோ தெரிந்திருக்க வேண்டும். சந்தேகமே இல்லை! அவன் முகத்தைப் பார்த்தாலே தெரிகிறது! அவன் அளித்த சாட்சியமும் சரியாக இல்லை. ஆனால் அவன் மட்டும் இதை செய்து விடவில்லை. அவன் ஒரு முட்டாள் கைக்கூலி. ஒப்புக் கொள்கிறீர்களா? அந்த சைக்கப்பிற்கும் இதில் ஏதோ ஒரு பங்கு இருக்கிறது. அவனது அடர்நீலக் கால்சட்டை, குரலின் நடுக்கம், கொலைக்குப் பின்னர் அடுப்படியில் இருந்ததாகச் சொன்ன பொய், அப்புறம் அகுல்கா."

"எதையாவது பிதற்றாதே! நீ கூறுவதுபடி பார்த்தால் அகுல்காவைத் தெரிந்திருப்பவர்கள் எல்லாம் கொலைகாரர்கள் அல்லவா? இன்னமும் பால்குடி மறக்காத குழந்தை போலவே பேசுகிறாய். நீயும்கூடத்தான் அகுல்காவின் பின்னால் சுற்றிக் கொண்டிருந்தாய்! அப்படியென்றால், உனக்கும் இதில் பங்கிருக்கிறது என்று சந்தேகப்பட முடியுமா?" என்றார்.

அகுல்கா உன் வீட்டிலும் ஒரு மாதக் காலமாக சமையல் வேலை செய்தாள். அதை பற்றி நான் ஒன்றும்

சொல்லவில்லை! போன சனிக்கிழமை இரவு நான் உன்னுடன் சீட்டாடிக் கொண்டிருந்தேன். இல்லையென்றால் உன்னையும் நான் சந்தேகப்பட்டிருப்பேன்! அந்தப் பெண் இப்போது பிரச்சினை இல்லை நண்பரே. ஆனால் அவளால் மற்றவர்கள் மனங்களில் உண்டான பொறாமையான எண்ணங்கள்தான் பிரச்சினை. அகுல்காவை அவர் நாநா என்று அழைத்தார் என்று யாரோ கூறியதும் அவன் முகத்தில் எழுந்த வெறியைக் கவனித்தாயா? பழி வாங்கும் எண்ணம் அவன் மனத்தில் வெகுநாளாகவே இருந்திருக்க வேண்டும். வேட்கையும் பொறாமையும் போதாதா ஒருவரைப் பழி வாங்க வேண்டும் என்ற எண்ணம் தலை தூக்க? இப்போது இரண்டு பேர் கிடைத்துவிட்டார்கள். மூன்றாவது நபர் யார்? நிக்கோலாஷ்காவும் சைக்கப்பும் அவரை பிடித்துக் கொண்டார்களென்றால் அவர் முகத்தில் தலையணையை வைத்து அழுத்தியது யார்? சைக்கப் ஒரு கோழை. நிக்கோலாஷ்காவும் நேர்த்தியாகத் தலையணையை வைத்து அழுத்திக் கொல்லுமளவிற்குத் தெளிவான மூளையுடையவன் அல்ல. அவனுடைய ஆயுதம் கத்தியும், கோடரியும்தான். மூன்றாவது நபர்தான் முகத்தை அழுத்தியிருக்க வேண்டும். யார் அது?”

டுகோவ்ஸ்கி தொப்பியை முகத்தின் மீது இழுத்து விட்டுக்கொண்டு யோசித்தான். நீதிபதியின் வீட்டு வாசலை கார் சென்றடையும்வரை அவன் அமைதியாக இருந்தான்.

“யுரேகா!” என்று கத்திக்கொண்டே வீட்டிற்குள் நுழைந்தான். அந்த மூன்றாவது ஆள் யார் தெரியுமா நிக்கோலேய் யெர்மோலேய்ட்ச் அவர்களே? இது ஏன் எனக்கு முன்னமே தோன்றவில்லை? அது யார் தெரியுமா நீதிபதி அவர்களே?”

“சற்று நேரம் அதைப்பற்றிப் பேச வேண்டாம். இரவு உணவு தயாராகிவிட்டது என்று நினைக்கிறேன்.”

ட்ஷுபிக்கோவும், டுகோவ்ஸ்கியும் உணவருந்த அமர்ந்தார்கள். கோப்பை நிறைய வோட்காவை ஊற்றிக்கொண்டு எழுந்த டுகோவ்ஸ்கி கண்கள் விரிய பேசினான்.

“அப்படியென்றால் அந்த மோசக்காரன் சைகப்புடன் சேர்ந்து கொலை செய்த அந்த மூன்றாவது நபர் யார் தெரியுமா? அவள் ஒரு பெண்! ஆமாம்! கொலையுண்ட மார்கஸின் சகோதரி — மரியா இவனோவ்னா.”

நீதிபதிக்குப் புரையேறியது. அவர் டுகோவ்ஸ்கியை வைத்த கண் வாங்காமல் பார்த்தார்.

"உனக்கு ஒன்றும் ஆகிவிடவில்லையே? உன் தலைக்குள் எல்லாம் சரியாகத்தானே இருக்கிறது? தலை வலிக்கிறதா என்ன?"

"நான் நன்றாகத்தான் இருக்கிறேன்! சரி, எனக்கு மூளை சரியில்லை என்றே வைத்துக் கொள்ளலாம். ஆனால் நம்மை பார்த்தவுடன் அவள் முகத்தில் தெரிந்த குழப்பத்தைப்பற்றி என்ன நினைக்கிறீர்கள்? நம்மிடம் பேசாமல் இருந்ததற்கு என்ன விளக்கம் இருக்கிறது உங்களிடம்? சரி, அதையெல்லாம் விட்டுவிடலாம். அவளுக்கு அவளது சகோதரனைச் சுத்தமாகப் பிடிக்காது. அவள் ஆன்மிகவாதி. அவனோ கடவுள் நம்பிக்கை இல்லாதவன். அங்கிருந்துதான் அவளது வெறுப்பு ஆரம்பித்திருக்க வேண்டும். அவன் தன்னைச் சாத்தானின் தூதுவன் என்று அவளிடம் சொல்லி வந்ததோடு மட்டுமல்ல அந்த வழிபாடுகளையும் அவள் முன்னிலையில் செய்தான்."

"சரி...அதற்குப் பிறகு என்னவாயிற்று?"

"உங்களுக்குப் புரியவில்லையா? கடவுளை நம்பும் அவள் தன் மதவெறியால் அவனைக் கொன்றுவிட்டாள். ஆன்ட்டி கிரைஸ்ட் எனப்படும் அந்தச் சாத்தானின் தூதுவனை அவள் உலகத்திலிருந்து அழித்துவிட்டாள். இது போன்ற மதவெறி பிடித்த கிழவிகளைப் பற்றி உங்களுக்குத் தெரியாதா? நீங்கள் தஸ்தாயெவ்ஸ்கியைபடித்ததில்லையா? அதில் லைஸ்கப் மற்றும் பேச்சேர்ஸ்கியின் கூற்று நினைவிருக்கிறதா...? இதை அவள்தான் செய்திருக்க வேண்டும். அவள்தான் கொன்றிருக்க வேண்டும்! என்மீது சத்தியமாக அவள்தான் கொலைகாரி. அந்தச் சூனியக்காரப் பெண்! நாம் உள்ளே நுழையும்போது எதற்காக அவள் கடவுள்முன் மண்டியிட்டிருக்க வேண்டும்? 'நான் மண்டியிட்டு பிரார்த்தனை செய்து கொண்டிருந்தால், நான் அமைதியாக இருப்பதாக நினைத்துவிடுவார்கள்' என்று அவள் நினைத்திருக்கலாம். முதல்முறை குற்றம் செய்பவர்கள் எல்லாம் அப்படித்தான், நீதிபதி அவர்களே! இந்த வழக்கை என்னிடம் கொடுத்துவிடுங்கள்? நானே முடித்து வைக்கிறேன்! நண்பா, நிக்கோலேய் யெர்மோலேய்ட்ச், நானே ஆரம்பித்தேன்! நானே முடித்து வைக்கிறேன்!"

நீதிபதி தலைகுனிந்து யோசித்தார். "இந்த மாதிரி வழக்குகளை எப்படி வடிகட்டுவது என்று எனக்குத்

தெரியும்" என்றவர் "உனக்குத் தேவையில்லாத விஷயங்களில் மூக்கை நுழைக்காதே. சொல்வதை எழுதுவது மட்டும்தான் உன் வேலை. அதைச் செய்."

டுகோவ்ஸ்கி முகம் கோபத்தில் சிவந்தது. அவன் எழுந்து கதவை வேகமாக அடைத்துவிட்டுச் சென்றுவிட்டான்.

"புத்திசாலி என்றார் நீதிபதி. ராஸ்கல்...ரொம்பவே புத்திசாலி! ஆனால் மிகுந்த அவசரக்காரன். திருவிழாவில் நல்ல சுருட்டாக வாங்கி அவனுக்குப் பரிசளிக்க வேண்டும்."

மறுநாள் காலை ஓர் இளைஞன் க்லேயுசோவில் இருந்து வருவதாகக் கூறி தன்னை அறிமுகப்படுத்திக் கொண்டான். அவனுடைய தலை இயல்பைவிடப் பெரியதாகவும் உதடு மெலிந்தும் இருந்தது. தான் ஓர் ஆடு மேய்ப்பவன் என்றும் தன் பெயர் டேனியல் என்றும் சொன்னான். அவன் மிகவும் முக்கியமான விஷயம் ஒன்றைச் சொன்னான்.

"ஐயா, அன்று நான் கொஞ்சம் குடித்திருந்தேன்" என்றவன் "என் நண்பனுடன் நடு இரவு வரை இருந்துவிட்டு வழியில் குளித்துவிட்டு வீட்டிற்குச் செல்ல நினைத்தேன். நான் குளிக்கும்போது அங்கே அணையின் மேலே கறுப்பாக எதையோ தூக்கிக்கொண்டு, இரண்டு பேர் வருவதைப் பார்த்தேன். நான் 'சூ!' என்று அவர்களைப் பார்த்துக் கத்தினேன். அவர்கள் பயந்து போய் மக்ரேப்பின் முட்டைகோஸ் தோட்டத்தை நோக்கி ஓடிவிட்டார்கள். அவர்கள் முதலாளியைத்தான் தூக்கிச் சென்றார்கள் என்பதில் சந்தேகமே இல்லை."

அதே நாள் மாலை, சைக்கப்பும், நிக்கோலாஷ்காவும் கைது செய்யப்பட்டு, மாவட்ட தலைநகருக்குக் கொண்டு வரப்பட்டு சிறையில் அடைக்கப்பட்டார்கள்.

II

பன்னிரண்டு நாள்கள் கழிந்தன.

அன்று காலை. விசாரணை நீதிபதி தன்னுடைய பச்சை நிற மேஜையில் அமர்ந்து 'மார்கஸ் வழக்குச் சம்பந்தமான கோப்புகளைப் புரட்டிக் கொண்டிருந்தார். கூண்டில் அடைபட்ட ஓநாயைப் போல டுகோவ்ஸ்கி அங்குமிங்கும் நடந்து கொண்டிருந்தான்.

“சைக்கப்பும், நிக்கோலஷ்காவும் குற்றவாளிகள் என்று நம்பும் நீங்கள் மரியா இவானோவிற்கும் இதில் தொடர்பிருப்பதை மட்டும் ஏன் ஒப்புக்கொள்ள மறுக்கிறீர்கள்? அதற்குப்போதுமான ஆதாரங்கள் இல்லையென்பதாலா?”

“நான் நம்பவில்லை என்று கூற முடியாது. ஆனால் அதில் நிஜமான ஆதாரங்கள் இல்லை. எல்லாம் தத்துவார்த்தமான காரணங்களாகவே இருக்கின்றன. மதவெறி, இது, அது என்று...”

“உங்களைப்போன்ற வழக்கறிஞர்களுக்குக் கோடரியும், ரத்தக்கறைபடிந்த போர்வைகளும் இருந்தால் மட்டுமே அது கொலை அல்லவா? அதையும் நான் தருகிறேன். தத்துவார்த்தமான உளவியல் காரணங்களின் மீதான உங்களுடைய அசட்டையான அணுகுமுறையை நீங்கள் மாற்றிக்கொள்ள வேண்டும். மரியா இவானோவ்னா சைபீரியாவில் இருக்க வேண்டியவள். தத்துவார்த்தமான சாட்சியம் வேண்டாமென்றால் நான் உங்களுக்கு நிஜமான சாட்சியத்தைக் கொடுக்கவும் தயாராக இருக்கிறேன். என்னைக் கொஞ்சம் இயங்க விடுங்கள்.”

“என்ன சொல்கிறாய்?”

“ஸ்வீடிஷ் தீக்குச்சி! அதை மறந்து விட்டீர்களா? நான் மறக்கவில்லை! அந்த அறையில் யார் அதைக் கொளுத்தியது என்று கண்டுபிடிக்க போகிறேன். நிக்கோலாஷ்காவும் இல்லை, சைக்கபும் இல்லை. அவர்களைப் பரிசோதித்தபோது அவர்களிடம் தீக்குச்சி இல்லை. அது மரியா இவானோவ்னாதான். நான் நிரூபித்துக் காட்டுகிறேன். எனக்கு அனுமதி மட்டும் கொடுங்கள்.”

“போதும்! உட்கார். இப்போது விசாரணையை நடத்திவிடுவோம்.”

டுகோவ்ஸ்கி அருகில் இருந்த சிறிய மேசையில் உட்கார்ந்து, அதிலிருந்த தாள்களைப் பார்க்க ஆரம்பித்தான்.

“நிக்கோலாஷ்காவை அழைத்து வாருங்கள்!”

நிக்கோலாஷ்காவை அழைத்து வந்தார்கள். அவன் முகம் வெளிறிப்போய் அவன் மெலிந்த்ஹிருந்தான்.

“நிக்கோலாஷ்கா” என்ற நீதிபதி, “1879ல் நீ திருட்டுக் குற்றத்திற்காக நீதிமன்றத்தால் சிறைக்கு அனுப்பப்பட்டிருக்கிறாய். 1882ல் இன்னொரு முறை

திருட்டுக் குற்றத்திற்குத் தண்டனை அனுபவித்திருக்கிறாய். எல்லாம் எங்களுக்கு..."

நிக்கோலாஷ்காவின் முகத்தில் ஆச்சரியம் தெரிந்தது. விசாரணை நீதிபதிக்கு எல்லாம் தெரிந்திருப்பது அவனைத் திடுக்கிட வைத்தது. ஆனால் அந்த உணர்வு உடனே மறைந்துபோய் அவன் சோகத்தில் ஆழ்ந்தான். அவன் தேம்பி அழ ஆரம்பித்தான். முகம் கழுவிவிட்டு வருவதற்கு அவன் அனுமதி கேட்டான். அவன் வெளியே அழைத்துச் செல்லப்பட்டான்.

"சைக்கப்பை அழைத்து வாருங்கள்!" என்றார் நீதிபதி.

சைக்கப்பை உள்ளே அழைத்து வந்தார்கள். கடந்த பன்னிரண்டு நாள்களில் அவன் முகம் மிகவும் மாறிவிட்டிருந்தது. அவன் முகம் மெலிந்தும் வெளிறியும் இருந்தது. கண்களில் ஓர் ஆழ்ந்த வெறுமை படர்ந்திருந்தது.

"உட்காருங்கள், சைக்கப்!" என்ற நீதிபதி, "முந்தைய விசாரணையில் என்னிடம் பொய் சொன்னதுபோல் இந்த முறை சொல்ல மாட்டீர்கள் என்று நினைக்கிறேன். இன்றாவது நீங்கள் என்னுடன் ஒத்துழைக்க வேண்டும். உங்களுக்கு எதிராக வலுவான ஆதாரங்கள் இருந்தும், க்லேயுஸ்கோவின் கொலையில் உங்களுக்குச் சம்பந்தமில்லை என்று சொல்கிறீர்கள். குற்றத்தை ஒப்புக்கொண்டால் தண்டனை குறைய வாய்ப்பிருக்கிறது. இன்று நீங்கள் ஒத்துக்கொள்ளவில்லை என்றால் நாளை என்பதே கிடையாது என்பதை நினைவில் வைத்துக்கொண்டு பேசுங்கள்."

"எனக்கு ஒன்றும் தெரியாது. எனக்கு உங்கள் ஆதாரங்கள் எதுவும் தெரியாது" என்று சத்தமே இல்லாமல் கூறினான் சைக்கப்.

"பயனில்லாத பேச்சு... சரி என்ன நடந்தது என்று நான் சொல்கிறேன். சனிக்கிழமை மாலை நீங்களும் மார்கஸும் அவரது படுக்கையறையில் உட்கார்ந்து வோட்காவும் பியரும் குடித்துக் கொண்டிருந்தீர்கள்." (டுகோவ்ஸ்கி சைக்கப்பின் முகத்தை உற்றுப் பார்த்துக் கொண்டு இருந்தான். நீதிபதியின் உரை முடியும்வரை அப்படியே பார்த்துக் கொண்டிருந்தான்.) "நிக்கோலாஷ்கா உங்கள் இருவருக்காகக் காத்துக்கொண்டிருந்தான். பன்னிரண்டிலிருந்து ஒரு மணிக்குள் மார்கஸ் இவானோவிட்ச் தூங்கப் போவதாகத்

தெரிவித்தார். அவர் எப்போதும் அந்த நேரத்தில்தான் தூங்கச் செல்வார். அவர் எஸ்டேட்டைக் குறித்து உங்களிடம் பேசிக்கொண்டே தன்னுடைய பூட்ஸைக் கழற்றியபோது நீங்களும், நிக்கோலாஷ்காவும் முன்பே பேசி வைத்துக்கொண்டது போல, குடி போதையில் இருந்த உங்கள் முதலாளியைப் படுக்கையில் தள்ளினீர்கள். ஒருவர் அவர் காலுக்கருகிலும், இன்னொருவர் தலைமாட்டிலும் உட்கார்ந்து கொண்டீர்கள். அப்போதுதான் மூன்றாவதாக ஒருவர் உள்ளே நுழைந்தார். உனக்கு நன்றாகத் தெரிந்த பெண்ணொருத்தி கறுப்பு உடையில் உள்ளே வந்தாள். அவள் தலையணையை எடுத்து அவரது முகத்தை அமுக்கினாள். இந்தப் போராட்டம் நடக்கும்போதே மெழுகுவர்த்தி அணைந்து போனது. அந்தப் பெண் தீப்பெட்டி ஒன்றை எடுத்து தீக்குச்சிகளைக் கொளுத்தினாள். அப்படித்தானே? உன் முகத்தைப் பார்த்தாலே நான் சொல்வது உண்மை என்று தெரிகிறது. அவரது மூச்சு நின்றுவிட்டது என்று தெரிந்தவுடன் நீயும் நிக்கோலாஷ்காவும் ஜன்னல் வழியே அவர் உடலை வெளியே இழுத்து, புதருக்கு அடியில் கிடத்தினீர்கள். ஒருவேளை அவர் முழித்துவிட்டால் என்ன செய்வதென்ற சந்தேகத்தில், அவரது தலையில் கூர்மையான ஆயுதத்தால் அடித்தீர்கள். அந்த ரத்தக்கறைகூட புதருக்குக் கீழே இருக்கிறது. சிறிது நேரம் ஓய்வெடுத்துவிட்டு பின்பு அங்கிருந்து வேலியைத் தாண்டி, சாலையை அடைந்து, அணையின் மேலே அவர் உடலைத் தூக்கிச்சென்றீர்கள். அணையின் கீழே இருந்த ஆடு மேய்ப்பவனின் குரல் கேட்டுப் பயந்துவிட்டீர்கள்...சரிதானே? ஆமாம் உங்களுக்கு என்ன ஆயிற்று?"

சைக்கப் முகம் வெளிறிப்போய் நடுங்கிக்கொண்டே எழுந்து நின்றான்.

"எனக்கு மூச்சு முட்டுகிறது! நீங்கள் கூறுவதே சரி என்று இருக்கட்டும். அப்படியே வைத்துக் கொள்ளுங்கள். தயவுசெய்து என்னை வெளியே போக விடுங்கள்."

சைக்கபை வெளியே அழைத்துச் சென்றார்கள்.

"ஒருவழியாக ஒப்புக்கொண்டு விட்டான்!" என்று நீதிபதி சோம்பல் முறித்தார். "தன்னையறியாமல் சொல்லிவிட்டான்! எப்படிப் புத்திசாலித்தனமாக விஷயத்தை வெளியே கொண்டு வந்தேன் பார்த்தாயா?"

"கறுப்பு உடையில் ஒரு பெண் வந்ததையும் அவன் மறுக்கவில்லை!" என்று டுகோவ்ஸ்கி கூறினான். "எதுவாக

இருந்தாலும், அந்த தீக்குச்சி விஷயம் என் மண்டையில் ஓடிக்கொண்டே இருக்கிறது. இதற்குமேல் என்னால் பொறுக்க முடியாது. நான் போய் வருகிறேன்!”

தொப்பியை அணிந்து கொண்டு டுகோவ்ஸ்கி கிளம்பினான். நீதிபதி அகுல்காவிடம் விசாரணையைத் தொடங்கினார்.

தனக்கு எதுவும் தெரியாது என்று அகுல்கா முதலிலேயே சொல்லிவிட்டாள்.

“நான் உங்களுடன் மட்டும்தான் வாழ்கிறேன். வேறு யாருடனும் இல்லை” என்றாள்.

அன்று மாலை ஆறு மணியளவில் டுகோவ்ஸ்கி திரும்பினான். அவன் உணர்ச்சிவசப்பட்டுக் கத்திக்கொண்டே வந்தான். தனது மேல்சட்டையின் பொத்தான்களைக்கூடக் கழற்ற முடியாமல் அவன் கைகள் நடுங்கின. அவன் கன்னம் சிவந்திருந்தது. அவன் வெறுங்கையோடு வரவில்லை என்பது மட்டும் தெரிந்தது.

“வெனி வெடி விசி” (நான் வந்தேன், நான் கண்டேன், நான் கைப்பற்றினேன்) என்று நீதிபதியின் அறைக்குள் வேகமாக நுழைந்து, அங்கிருந்த நாற்காலியில் அமர்ந்து கொண்டே சொன்னான். “சத்தியமாக, நான் ஒரு மேதை என்று நானே நம்ப ஆரம்பித்துவிட்டேன்! கேளுங்கள், வேடிக்கையாக இருந்தாலும், கொஞ்சம் சோகமான விஷயம்தான். மூவரைப் பிடித்து விட்டோம் — இல்லையா? இப்போது நான்காவதாக ஒருவரைக் கண்டுபிடித்துவிட்டேன். அதுவும் ஒரு பெண். யாரென்று சொன்னால் நீங்கள் நம்பக்கூட மாட்டீர்கள்! நான் க்லாஸோவ் கிராமத்திற்குச் சென்றிருந்தேன். அங்கே சுற்றித் திரிந்தேன். அங்கிருந்த சிறிய கடைகள், பொது இடங்கள், பெட்டிக்கடைகள் என்று எல்லா இடங்களிலும் தீப்பெட்டிகளைப்பற்றிக் கேட்க ஆரம்பித்தேன். யாரிடமும் அந்த ஸ்வீடிஷ் தீப்பெட்டிகள் இல்லை. இன்னும் ஆழமாகத் தேடினேன். இருபது முறை எனக்கு நம்பிக்கை போனது. இருபது முறை அதை மீண்டும் பெற்றேன். நாள் முழுவதும் சுற்றித் திரிந்தாலும், கடைசி ஒரு மணி நேரத்தில்தான் வழி தெரிந்தது. இங்கிருந்து ஐந்து மைல் இருக்கும். அங்கே பத்துத் தீப்பெட்டிகள் உள்ள பெட்டி ஒன்றைக் கொடுத்தார்கள். அதில் ஒன்று குறைந்தது. “யார் அதை வாங்கினார்கள்?” என்றேன். அவர்கள் ஒரு பெயரைச் சொன்னார்கள். “அவள்தான்! நன்றாக இருக்கிறது என்றுகூடச் சொன்னாளாம். நீதிபதி அவர்களே!

இறையியல் கல்லூரியில் இருந்து வெளியே அனுப்பப்பட்ட, கபோரியோவைபடித்தவன் என்ன செய்ய முடியும் என்று தெரிந்து கொள்ளுங்கள்! என்னை நானே இன்றிலிருந்து மதிக்க ஆரம்பித்துவிட்டேன்! வாருங்கள் போவோம்.”

“எங்கே?”

“அவளிடம், நான்காம் நபரிடம்! வேகமாகச் செல்லவேண்டும் — எனக்குக் கொஞ்சமும் பொறுமை இல்லை! யாரென்று தெரிகிறதா? உங்களால் ஊகிக்கவே முடியாது! ஓல்கா பெட்ரோவ்னா, மார்கஸின் மனைவி — அவள்தான்! அவள்தான் தீப்பெட்டியை வாங்கியது!”

“உனக்கு — உனக்குப் பைத்தியம்தான் பிடித்திருக்கிறது!”

“யோசித்துப் பாருங்கள்! அவளுக்குப் புகைபிடிக்கும் பழக்கம் உண்டு. இரண்டாவது, அவள் மார்கஸைப் பைத்தியம்போல காதலித்தாள். அகுல்காவிற்காக அவளை மார்கஸ் கைவிட்டாலும் அவள் அவரைக் காதலிக்கத்தான் செய்தாள். ஆனால் எப்போதும் அவரைத் திட்டிக்கொண்டே இருப்பாள். அளவுக்கு அதிகமாகக் காதலித்ததால் அவரை அடிக்கக்கூடச் செய்ததாகச் சொல்கிறார்கள். அவர்தான் அவளுடன் இருக்க முடியாது என்று சொன்னது. அவளது காதலும் கசந்து போனது. ‘கைவிடப்பட்ட பெண்ணின் கோபத்தைப்போலக் கொடியது வேறு ஏதாவது உண்டா?’ வேகமாக வாருங்கள்! இருட்டிக் கொண்டிருக்கிறது!”

“ஒரு பைத்தியக்காரனுக்காக ஒரு மதிப்புமிக்க பெண்மணியை இரவில் சென்று தொந்தரவு செய்யுமளவிற்கு எனக்குப் பைத்தியம் பிடிக்கவில்லை!”

“நல்ல பெண்மணி! நல்ல பெண்மணி அவளது கணவனைக் கொலை செய்வாளோ? நீங்களும் விசாரணை நீதிபதியல்ல, வெறும் மிதியடி! உங்களை நான் எந்தப் பெயரும் சொல்லி அழைத்ததில்லை! இப்போது எனக்கு வேறு வழியில்லை! மிதியடி! கிழிந்த ஆடை! கெஞ்சி கேட்கிறேன், என்னுடன் வாருங்கள்!”

நீதிபதி அவனை மறுப்பது போலத் தன்னுடைய கைகளால் விரட்டினார்.

“கெஞ்சி கேட்கிறேன்! எனக்காக இல்லை, நீதியின் பொருட்டு கேட்கிறேன். மனம் இரங்குங்கள்! நான் சொல்வதை இந்த ஒருமுறையாவது செய்யுங்கள்!”

டுகோவ்ஸ்கி மண்டியிட்டான். "நீதிபதி அவர்களே! இந்தப் பெண்ணை பற்றிய எனது கருத்து தவறு என்றால் என்னை என்ன வேண்டுமென்றாலும் அழைத்துக் கொள்ளுங்கள். ஆனால் இந்தக் கொலை என்ன என்பதை யோசியுங்கள்! காதல்! காதலுக்காகக் கணவனைக் கொலை செய்யும் மனைவி! ரஷ்யா முழுவதும் இந்த வழக்கு பேசப்படும். எல்லா முக்கிய வழக்குகளுக்கும் உங்களையே விசாரணை நீதிபதியாக நியமிப்பார்கள். புரிந்து கொள், கிழவா!"

நீதிபதி முகத்தைச் சுளித்தாலும், கைகளை நீட்டி தன்னுடைய தொப்பியை எடுத்தார். "தொலைகிறது! வா, போகலாம்!"

ஓல்கா பெட்ரோவ்னா, தன்னுடைய சகோதரனுடன் தங்கியிருந்த பழைய வீட்டை அவர்களது வண்டி அடைந்தபோது, முழுவதுமாக இருட்டியிருந்தது.

"முட்டாள்கள் நாம்!" என்று மணியை அடிப்பதற்குமுன் நீதிபதி கூறினார். "இந்த நேரத்தில் இந்தப் பெண்ணை தொந்தரவு செய்கிறோம்."

"ஒன்றுமில்லை! ஒன்றுமில்லை! பயப்படாதீர்கள்! நமது வண்டியின் ஆணி உடைந்துவிட்டது என்று சொல்லலாம்."

அழகான, வளைவான புருவங்களும், சிவந்த உதடுகளும் கொண்ட இருபத்து மூன்று வயதான பெண்ணொருத்தி அவர்கள் இருவரையும் உள்ளே சந்தித்தாள். அதுதான் ஓல்கா பெட்ரோவ்னா. சமீபத்தில் நிகழ்ந்திருந்த துக்கத்தைக் குறித்து எந்தக் கவலையும் கொண்டவளாகத் தெரியவில்லை.

"ஓ, ஆச்சரியமாக இருக்கிறது!" என்று நன்றாகச் சிரித்துக் கொண்டே சொன்னாள். "இரவு உணவு நேரத்திற்குச் சரியாக வந்திருக்கிறீர்கள். குஸ்மா பெட்ரோவிட்ச் வீட்டில் இல்லை. பாதிரியைச் சந்திக்கச் சென்றார். அங்கேயே தாமதமாகி இருக்க வேண்டும். அது பரவாயில்லை! அவரில்லாமல் நாம் சாப்பிட ஆரம்பிக்கலாம்! உட்காருங்கள்! விசாரணையில் இருந்து வந்திருக்கிறீர்களா?"

"ஆமாம், எங்கள் வண்டி ஆணி உடைந்துவிட்டது!" என்று ஆரம்பித்த நீதிபதி, வரவேற்பறையில் நுழைந்து, அங்கிருந்த நாற்காலியில் அமர்ந்தார்.

"அவள் எதிர்பார்க்காமல் இருக்கும் போதே, கேளுங்கள்! எதிர்பார்க்காமல் இருக்கும்போது!" என்று டுகோவ்ஸ்கி முணுமுணுத்தான்.

"ஆணி — ஆமாம் — நாங்கள் வந்து கொண்டிருக்கும்போது!"

"இப்படியே இழுத்தீர்கள் என்றால், அவள் கண்டு பிடித்துவிடுவாள்! அவள் யூகிப்பதற்குள் கேளுங்கள்!"

"வேண்டுமென்றால் நீயே கேள், என்னை விட்டுவிடு!" என்று நீதிபதி பதிலுக்கு முணுமுணுத்தார்.

"ஆமாம், ஆணிதான்!" என்று சொல்லிக் கொண்டே, டுகோவ்ஸ்கி ஓல்காவின் அருகில் சென்றான். "நாங்கள் இங்கே உங்களுடனோ அல்லது குஸ்மா பெட்ரோவிச்சுடனோ உணவருந்த இல்லை. நீங்கள் கொலை செய்த மார்கஸ் இவானோவிட்ச் எங்கே என்று கேட்கவே வந்திருக்கிறோம்!"

"என்ன? மார்கஸ் இவானோவிட்ச் கொலை செய்யப்பட்டாரா?" என்று திணறிய ஓல்கா பெட்ரோவ்னாவின் முகம் சட்டென்று சிவந்தது. "எனக்கு — புரியவில்லை!"

"நீதியின் பெயரால் கேட்கிறேன்! எங்கே அவர்? எங்களுக்கு எல்லாம் தெரியும்!"

"உங்களுக்கு யார் சொன்னார்கள்?" என்று டுகோவ்ஸ்கியின் பார்வையை எதிர்நோக்க முடியாமல், தாழ்ந்த குரலில் ஓல்கா பெட்ரோவ்னா கேட்டாள்.

"அவர் எங்கே என்று காட்டுங்கள்!"

"எப்படிக் கண்டுபிடித்தீர்கள்? யார் சொன்னார்கள்?"

"எங்களுக்கு எல்லாம் தெரியும்! நீதியின் பெயரால் கேட்கிறேன்!"

அவளது குழப்பத்தைக் கண்ட விசாரணை நீதிபதி, முன்னே வந்து பேச ஆரம்பித்தார்.

"காட்டுங்கள், நாங்கள் சென்றுவிடுவோம். இல்லையென்றால், நாங்கள் – "

"அவரை எதற்குத் தேடுகிறீர்கள்?"

"மேடம்! எதற்காக இத்தனைக் கேள்விகள்? காட்டுங்கள் என்றுதான் சொல்லுகிறேன்! நடுங்குகிறீர்கள்! தடுமாறுகிறீர்கள்! அவர் கொலை செய்யப்பட்டுவிட்டார். நீங்கள்தான் கொலை செய்திருக்க வேண்டும்! உங்கள் கூட்டாளிகள் காட்டிக் கொடுத்துவிட்டார்கள்!"

ஓல்கா பெட்ரோவ்னாவின் முகம் வெளிறியது. "வாருங்கள்!" என்று மெல்லிய குரலில், கைகளைப் பிசைந்து கொண்டே

சொன்னாள். "நான்தான் — அவரை — பின்வீட்டு குளியலறையில் மறைத்து வைத்திருக்கிறேன்! ஆனால் குஸ்மா பெட்ரோவிட்சிடம் மட்டும் சொல்லி விடாதீர்கள். மிகவும் கெஞ்சி கேட்டுக் கொள்கிறேன்! அவர் என்னை மன்னிக்கவே மாட்டார்!"

சுவரில் தொங்கிக் கொண்டிருந்த சாவி ஒன்றை எடுத்துக் கொண்டு, முதலில் அடுப்படி வழியாகவும், அங்கிருந்து முற்றம் வழியாகவும் அழைத்துச் சென்றாள். முற்றம் முழுமையாக இருளில் இருந்தது. மழை விழுந்து கொண்டிருந்தது. ஓல்கா பெட்ரோவ்னா முன்னே சென்று கொண்டிருந்தாள். நீதிபதியும், டுகோவ்ஸ்கியும் அவளுககுப் பின்னே வெட்டப்படாமல் வளர்ந்திருந்த புற்களுக்கு நடுவே நடந்து கொண்டிருந்தார்கள். அவர்கள் பாதையில் வீட்டின் கழிவு நீர் தேங்கி இருந்தது. முற்றம் அகலமாக, விரிந்து கிடந்தது. சீக்கிரமே கழிவு நீர் இல்லாமல், காலடியில் காய்ந்திருந்த மண்ணில் நடக்க ஆரம்பித்தார்கள். இருட்டில் அங்கிருந்த மரங்களின் நடுவே ஒரு சிறிய வீடும், அதன் புகைபோக்கியும் தெரிந்தது.

"அதுதான் பின்வீடு!" என்ற ஓல்கா பெட்ரோவ்னா "மீண்டும் கேட்டுக் கொள்கிறேன்! என் சகோதரனிடம் சொல்லிவிடாதீர்கள்! சொன்னீர்கள் என்றால், அவன் என்னை மன்னிக்கவே மாட்டான்!"

அந்த வீட்டை நெருங்கியவுடன், நீதிபதியும், டுகோவ்ஸ்கியும் அதில் தொங்கி கொண்டிருந்த பெரிய பூட்டைப் பார்த்தார்கள்.

"மெழுகுவர்த்தியையும், தீக்குச்சிகளையும் தயாராக வைத்துக் கொள்!" என்று நீதிபதி அவரது காரியதரிசியிடம் முணுமுணுத்தார்.

ஓல்கா பெட்ரோவ்னா பூட்டைத் திறந்தாள். அவர்கள் அனைவரும் உள்ளே நுழைந்தார்கள். டுகோவ்ஸ்கி ஒரு தீக்குச்சியைக் கொளுத்தினான். அறையின் நடுவே ஒரு மேசை இருந்தது. அதில் ஒரு நல்ல சமோவாரும், அதனருகே ஒரு சூப் பாத்திரத்தில் ஆறிப்போன முட்டைகோஸ் சூப் இருந்தது. ஒரு தட்டில் ஏதோ ஒரு உணவின் மிச்சமும் இருந்தது.

"முன்னே செல்லுங்கள்!"

அடுத்த அறைக்குள் சென்றார்கள். அங்கே குளியல்தொட்டி இருந்தது. அங்கும் ஒரு மேசை இருந்தது. அந்த மேசையில்

சிறிது பன்றி இறைச்சி, ஒரு போத்தல் வோட்கா, தட்டுகள், முள் கத்தி முதலியவை இருந்தன.

“எங்கே அவர் — எங்கே கொலை செய்யப்பட்டவர்?” என்றார் விசாரணை நீதிபதி.

“மேலே இருக்கிறார்” என்றாள் ஓல்கா பெட்ரோவ்னா. இன்னமும் அவளது முகம் வெளிறியும், உடல் நடுங்கிக்கொண்டும் இருந்தது.

டுகோவ்ஸ்கி கைகளில் மெழுகுவர்த்தியை எடுத்துக் கொண்டு, அந்த அறையில் இருந்த பரணின் மீது ஏறினான். அங்கே ஒரு பெரிய மென்மையான படுக்கையில், பெரிய மனித உடல் ஒன்று அசையாமல் கிடந்தது. அதனிடம் இருந்து மென்மையான குறட்டைச் சத்தம் வந்து கொண்டிருந்தது.

“எங்களிடம் விளையாட்டு காட்டுகிறாயா!” என்ற டுகோவ்ஸ்கி, “இது கொலை செய்யப்பட்ட மனிதர் இல்லை! இங்கே எவனோ உயிருடன் இருக்கிறான். ஏய், யாரடா நீ, எழுந்திரு!”

அந்த உடல் வேகமாக ஒரு மூச்சை இழுத்துக் கொண்டு, எழ ஆரம்பித்தது. டுகோவ்ஸ்கி முட்டியால் அதை இடித்தான். கைகளை உயர்த்தி, சோம்பல் முறித்துக் கொண்டு, தலையைத் தூக்கியது.

“இங்கே யார் வருவது?” என்று மிகவும் கரடுமுரடான குரல் ஒன்று கேட்டது. “என்ன வேண்டும்?”

டுகோவ்ஸ்கி மெழுகுவர்த்தியை அவன் முகத்தை நோக்கிக் காட்டினான். காட்டியவுடன் அலறினான். சிவந்த மூக்கும், கலைந்த தலைமுடியும், ஒரு முனை மட்டும் முறுக்கிவிடப்பட்டு மரியாதையில்லாமல் மேலே பார்த்துக் கொண்டிருந்த கருப்பான மீசையும் அவனுக்குமுன் மார்கஸ் இவானோவிட்ச் கிளாசோவ் எழுந்து கொண்டிருந்தார்.

“நீங்கள் — மார்கஸ் — இவானோவிட்ச்? சரிதானா?”

விசாரணை நீதிபதியும் மேலே உற்றுப் பார்த்து, மெய்மறந்து நின்றார்.

“ஆமாம், நான்தான். டுகோவ்ஸ்கி, நீயா? இங்கே என்ன செய்கிறாய்? கீழே நிற்கும் முட்டாள் யார்? கடவுளே! விசாரணை நீதிபதியா அது? அவர் எதற்கு இங்கே வந்திருக்கிறார்?”

மார்கஸ் வேகமாக கீழே இறங்கி, தன்னுடைய கைகளால் நீதிபதியை ஆரத் தழுவிக் கொண்டார். ஓல்கா பெட்ரோவ்னா கதவின் வழியே வெளியே நழுவினாள்.

"இங்கே எப்படி வந்தீர்கள்? வாருங்கள், குடிக்கலாம்! தக — தடா— திமி — தா குடிக்கலாம்! இங்கே யார் கூட்டி வந்தார்கள்? நான் இங்கிருப்பதை எப்படி கண்டுபிடித்தீர்கள்? இருக்கட்டும், அது இப்போது தேவையில்லை! குடிக்கலாம்!"

மார்கஸ் விளக்கை ஏற்றி, மூன்று கோப்பைகளில் வோட்காவை ஊற்றினார்.

"அதாவது — எனக்குப் புரியவில்லை!" என்று விசாரணை நீதிபதி நம்ப முடியாமல் உளறினார். "இது நீங்கள்தானா அல்லது வேறு யாரோவா?"

"வாயை மூடுங்கள்! எனக்கு அறிவுரை சொல்லப் போகிறீர்களா? நிறுத்தி விடுங்கள்! டுகோவ்ஸ்கி, வேகமாகக் குடி! நண்பர்களே, இங்கே வந்து — என்ன பார்த்துக் கொண்டிருக்கிறீர்கள்? குடியுங்கள்!"

"இருந்தாலும், எனக்குப் புரியவில்லை!" என்று வோட்காவைக் குடித்துக் கொண்டே விசாரணை நீதிபதி சொன்னார். "இங்கே என்ன செய்கிறீர்கள்?"

"நான் ஏன் இங்கே இருக்கக் கூடாது, நன்றாகத்தானே இருக்கிறேன்?"

மார்கஸ் தன்னுடைய கோப்பையைக் குடித்துவிட்டு, பன்றி இறைச்சியை ஒரு கடி கடித்துக் கொண்டார்.

"என்னை இங்கே அடைத்து வைத்திருக்கிறாள். தனியே, இந்தக் குகையில் ஒரு பேயைப் போல இருக்கிறேன். குடியுங்கள்! அவள்தான் என்னைத் தூக்கிக்கொண்டு வந்து, இங்கே வைத்துப் பூட்டி விட்டாள். தனியே இந்த குளியலறையில் நான் சாமியார் போல வாழ்ந்து கொண்டிருக்கிறேன். எனக்கே இப்போது பிடிக்கவில்லை. அடுத்த வாரம் வெளியே செல்ல முயற்சி செய்வேன்!"

"ஒன்றும் புரியவில்லை!" என்றான் டுகோவ்ஸ்கி.

"இதில் என்ன புரியவில்லை?"

"புரியவில்லை! உங்களது பூட்ஸ் எப்படித் தோட்டத்திற்கு வந்தது?"

"என்ன பூட்ஸ்?"

“உங்களது ஒரு பூட்ஸ் படுக்கையறையிலும், இன்னொன்று தோட்டத்திலும் கிடந்தது.”

“அதை எதற்கு உங்களுக்குச் சொல்ல வேண்டும்? உங்களுக்குத் தேவையில்லாத விஷயம் அது! ஏன் குடிக்காமல் இருக்கிறீர்கள்? என்னை எழுப்பி விட்டிருக்கிறீர்கள், என்னுடன் குடிக்கவாவது செய்யுங்கள்! அந்த பூட்ஸின் கதை சுவாரசியமானது, நண்பா! எனக்கு ஓல்காவுடன் செல்ல விருப்பமில்லை. அவள் எப்போதும் என்னை விரட்டுவது எனக்குப் பிடிக்கவில்லை. அன்று அவள் ஜன்னல் பக்கமாக வந்து என்னைத் திட்டிக் கொண்டிருந்தாள். அவள் எப்போதுமே ஓர் அடங்காபிடாரிதான். அவளைப் போன்ற பெண்கள் எப்படி என்று உங்களுக்குத் தெரியும்தானே? நானும் குடித்திருந்தேன். எனவே ஒரு பூட்ஸை எடுத்து அவளை நோக்கி எறிந்தேன். ஹா—ஹா—ஹா! இன்னொரு முறை என்னைத் திட்ட யோசிப்பாளல்லவா? ஆனால் இல்லை! கொஞ்சம்கூட இல்லை! ஜன்னல் வழியாக உள்ளே நுழைந்து, விளக்கை ஏற்றி, குடித்திருந்த என்னைப் போட்டு அடிக்க ஆரம்பித்துவிட்டாள். அடித்துக் கொண்டே என்னை இங்கே இழுத்து வந்துவிட்டாள். இந்த அறையில் வைத்துப் பூட்டிவிட்டாள். இப்போது இங்கேயே எனக்கு வோட்கா, உணவு, அவளது காதல் முதலியவற்றைக் கொடுக்கிறாள்! எங்கே செல்கிறீர்கள், நீதிபதி? எங்கே போகிறீர்கள்?”

விசாரணை நீதிபதி திட்டிக் கொண்டே, அந்தக் குளியலறையில் இருந்து வெளியே வந்தார். மனமுடைந்து டுகோவ்ஸ்கியும் அவரது பின்னே வந்து கொண்டிருந்தான். எதுவும் பேசாமல் வண்டியில் ஏறி, செல்ல ஆரம்பித்தார்கள். எப்போதும் போலில்லாமல் சாலை நீண்டும், முடிவில்லாமலும் தெரிந்தது. இருவரும் அமைதியாகவே இருந்தார்கள். வழி முழுவதும் நீதிபதி கோபத்தின் உச்சத்தில் இருந்தார். தன்னுடைய அவமானத்தை, இருளும் மழையும் பார்த்துவிடுமோ என்று பயந்து கொண்டு தன்னுடைய மேல்சட்டையால் டுகோவ்ஸ்கி முகத்தை மூடிக் கொண்டான்.

வீட்டை அவர்கள் அடைந்தவுடன், அங்கே மருத்துவர் ட்யுடெப் காத்துக் கொண்டிருப்பதை கண்டார்கள். மருத்துவர் மேசையில் அமர்ந்து கொண்டு, பெருமூச்சு விட்டுக்கொண்டே நேவாவின் புத்தகத்தைப் புரட்டிக் கொண்டிருந்தார்.

விசாரணை நீதிபதியைப் பார்த்தவுடன் "என்னவெல்லாம் நடக்கிறது, பார்த்தீர்களா! மீண்டும் ஆஸ்திரியா வேலையை ஆரம்பித்துவிட்டது! கிளாட்ஸ்டோன் என்ன சொல்கிறார் என்றால்..."

நீதிபதி தொப்பியை மேசைக்குக் கீழே வீசிவிட்டு, தன்னைக் கட்டுப்படுத்திக் கொண்டார்.

"கிழவா! தொந்தரவு செய்யாதே! உன்னுடைய அரசியல் பேச்சை என்னிடம் பேசாதே என்று எத்தனை முறை சொல்லி இருக்கிறேன்! அரசியலே வேண்டாம்! நீ.." என்று டுகோவ்ஸ்கியை நோக்கித் திரும்பி, தன்னுடைய முஷ்டியை ஆட்டிக்கொண்டே "இதை இன்னமும் ஆயிரம் வருடங்களுக்கு மறக்க மாட்டேன்."

"ஆனால் அந்தத் தீக்குச்சி? எனக்கு எப்படித் தெரியும்?"

"அந்த தீக்குச்சியை நீயே விழுங்கிக் கொள்! என் வழியில் நிற்காதே! என்னைப் பைத்தியமாக ஆக்காதே! இல்லை நான் என்ன செய்வேன் என்று எனக்குத் தெரியாது! உன்னைப் பார்க்கவே நான் விரும்பவில்லை!"

டுகோவ்ஸ்கி பெருமூச்சுடன், தொப்பியை எடுத்துக் கொண்டு, வெளியே சென்றான்.

மதுவிடுதியை நோக்கி சென்று கொண்டே, சோகத்துடன் "நன்றாகக் குடிக்கப் போகிறேன்!" என்று சொல்லிக் கொண்டான்.

W.W.ஜேக்கப்ஸ். (W.W. Jacobs) (1863 - 1943)

ஆங்கிலச் சிறுகதை எழுத்தாளர் மற்றும் நாடகாசிரியர். பெரும்பாலும் வேடிக்கையான கதைகளையே எழுதிய இவர், தன்னுடைய மர்மக்கதையான 'குரங்கின்பாதம்' கதைக்காக அதிகம் நினைவுகூரப்படுகிறார். இவரது வேடிக்கை எழுத்துகள் குறித்து ஆங்கில நகைச்சுவை எழுத்தாளர் பி.ஜி.வுட்ஹவுஸ், தன்னுடைய சுயசரிதையில் பாராட்டி எழுதியிருக்கிறார். சார்லஸ் டிக்கன்ஸ் போல வாழ்வை அவதானித்து, அதன் அபத்தங்களை வேடிக்கையாக எழுதக்கூடியவர் என்ற பாராட்டுக்குரியவர்.

குரங்கின் பாதம் (1902)

W.W.ஜேக்கப்ஸ்

'எதன்மீது விருப்பம் கொள்கிறீர்கள் என்பதில் கவனமாக இருங்கள். ஒருவேளை அதுவே உங்களுக்குக் கிடைத்துவிடலாம்.'

1

வெளியே, மழையும் குளிருமாக இரவு கழிந்துகொண்டிருந்தது. லாபர்னம் வில்லா என்ற அந்த அந்த வீட்டின் சிறிய வரவேற்பறையில் மட்டும் ஜன்னல்கள் பூட்டப்பட்டு, நெருப்பு மூட்டப்பட்டு கதகதப்பாக இருந்தது. தந்தையும் மகனும் சதுரங்க ஆட்டத்தில் கவனம் செலுத்தினர். சதுரங்க ஆட்டத்தின் நுணுக்கங்களை நன்கு அறிந்திருந்த தந்தை தன்னுடைய காய்களைப் பல ஆபத்தான இடங்களில் நிற்க வைத்தார். நெருப்பிற்கு அருகில் அமைதியாகத் துணியைத் தைத்துக் கொண்டிருந்த முதிர் வயது பெண்மணியான அவருடைய மனைவியின் கவனத்தைக்கூட அது ஈர்த்தது.

"வெளியே வீசும் புயலின் சத்தத்தைக் கவனமாகக் கேள்" என்று திரு ஒயிட் தனது மோசமான நகர்வை மகன் கவனிக்காதவாறு அவனுடைய கவனத்தைத் திசைதிருப்ப முயன்றார்.

"கேட்டுக் கொண்டுதான் இருக்கிறேன்" என்று சதுரங்கப் பலகையிலிருந்து கண்களை எடுக்காமல் சொன்ன மகன், "செக்" என்றான்.

“இன்றிரவு அவன் வருவான் என்று எனக்கு நம்பிக்கையில்லை” என்ற தந்தை, கைகளை சதுரங்கப் பலகையின் மீது வைத்தபடி யோசித்தார்.

“மேட்” என்றான் மகன்.

“இதைவிட மோசமான வாழ்வொன்று இருக்க முடியாது!” திடீரென்று கோபமாகக் கத்தினார் திரு ஓயிட். “இருப்பதிலேயே இந்த இடம்தான் மிகவும் மோசமானது. வழி முழுவதும் சகதி, சாலை எல்லாம் நீர் தேங்கி, மனிதர்கள் என்னதான் நினைக்கிறார்கள் என்று தெரியவில்லை. இந்தச் சாலையில் இரண்டு வீடுகளில்தான் ஆள்கள் இருக்கிறார்கள் என்பதால் யாருமே கவனிப்பதில்லை.”

“இருக்கட்டும்...அடுத்த ஆட்டத்தில் நீங்கள் வெற்றி பெறலாம்” என்று அவரது மனைவி ஆறுதலாகக் கூறினாள்.

கோபமாக அவளைப் பார்த்த ஓயிட், அதே நேரத்தில் அம்மாவும், மகனும் கண்களால் பேசிக் கொள்வதைக் கண்டு, அமைதியானார். அவரது வெண்ணிறத் தாடியினூடே சிறிய புன்னகை ஒன்று தோன்றி மறைந்தது.

“இதோ வந்துவிட்டார்” என்று கத்தினார் திரு ஓயிட். வாசற்கதவு சத்தமாக மூடப்படுவதையும் கதவை நோக்கி வரும் காலடி ஓசையையும் கேட்டு அவர் அவ்வாறு கூறினார்.

வருபவரை வரவேற்க வேகமாக எழுந்து சென்று கதவைத் திறந்தார் அந்த முதியவர். அவரிடம் நலம் விசாரித்தார். வந்தவரும் அப்படியே செய்தார். அதைக்கேட்டுக் கொண்டிருந்த திருமதி ஓயிட் உச்சு கொட்டினாள். அவளது கணவருடன் உயரமான, பருமனான மனிதர் ஒருவர் உள்ளே நுழைந்தார். அந்த மனிதரின் கண்கள் கண்ணாடி போலவும், முகத்தில் சிவுப்புத்திரை விழுந்தது போலவும் கனிந்திருந்தது.

“சார்ஜெண்ட்—மேஜர் மோரிஸ்” என்று அவர் அனைவருக்கும் அறிமுகம் செய்து வைக்கப்பட்டார்.

சார்ஜெண்ட்—மேஜர் கையசைத்தபடி நெருப்பினருகே ஓர் இருக்கையைத் தேர்வு செய்தார். திரு ஓயிட் சிறிய தேநீர் பாத்திரத்தை நெருப்பின் மீது வைத்துவிட்டு, தன்னுடைய விஸ்கி போத்தலையும், இரண்டு கோப்பைகளையும் எடுப்பதைப் பார்த்து அந்த மனிதர் பரவசமடைந்தார்.

மூன்றாவது கோப்பையைக் குடித்தவுடன் அவரது கண்கள் பிரகாசமடைந்தன. அவர் பேச ஆரம்பித்தார். தொலைதூரத்தில் இருந்து வந்திருக்கும் அவரது பேச்சை அந்தச் சிறிய குடும்பம் ஆர்வத்துடன் கேட்டது. நாற்காலியில் வசதியாக அமர்ந்து கொண்டு அவரது வீரச் செயல்களையும், அவர் கண்ட விசித்திரமான காட்சிகளையும், போர்களையும், நோய்களையும், வினோதமான மனிதர்களையும் பற்றி அவர் கூறினார்.

“இருபத்தியோரு வருடங்கள்” என்று திரு ஒயிட் தன் மனைவி மற்றும் மகனிடம் சொன்னார். “இவர் இங்கிருந்து சென்றபோது இளமை பருவத்தினராக இருந்தார். இப்போது பார்.”

“அப்படி ஒன்றும் மோசமாக இல்லையே” என்றாள் திருமதி ஒயிட்.

“எனக்கும் இந்தியா செல்ல ஆசையாகத்தான் இருக்கிறது...” என்ற முதியவர் “சும்மா சுற்றிப் பார்த்து வரலாமென்று தோன்றுகிறது” என்றார்.

‘நீ இங்கேயே இருப்பதுதான் நல்லது” என்ற சார்ஜெண்ட்—மேஜர் தன்னுடைய காலி கோப்பையைக் கீழே வைத்துவிட்டு, பெருமூச்சுடன் தலையை அசைத்தார்.

“அங்கிருக்கும் பழைய கோவில்கள், துறவிகள், பாம்பாட்டிகள் என அனைவரையும் பார்க்க வேண்டும்” என்ற கிழவர், “மோரிஸ், அன்று குரங்கின் பாதம் என்று எதைப்பற்றியோ சொன்னாயே, அது என்ன?” என்றார்.

“ஒன்றுமில்லை” என்ற சார்ஜெண்ட்—மேஜர் “அதில் தெரிந்து கொள்ள ஒன்றுமில்லை” என்று பதற்றத்துடன் கூறினார்.

“குரங்கின் பாதமா?” என்று திருமதி ஒயிட் ஆர்வமாகக் கேட்டாள்.

சார்ஜெண்ட்—மேஜர் சிறிதும் ஆர்வமில்லாமல், “அது ஏதோ மந்திரம்!” என்றார்.

அதைக் கேட்டுக் கொண்டிருந்த மூவரும் ஆர்வத்தோடு அவரைப் பார்த்தார்கள். அவர் ஏதோ ஞாபகத்தில் காலி கோப்பையை எடுத்து வாயில் வைத்துவிட்டு, அதில் ஒன்றுமில்லை என்று திரும்பவும் கீழே வைத்துவிட்டார். அவர் நண்பர் அவருடைய கோப்பையை நிரப்பினார்.

"பார்ப்பதற்கு" என்று கூறியவர் தன்னுடைய சட்டைப்பையில் துழாவியபடி "பார்ப்பதற்குச் சாதாரண குரங்கின் பாதம் போலத்தான் இருக்கும். ஆனால் நன்றாகக் காய்ந்து போய் இருக்கும்."

பையில் இருந்து எதையோ எடுத்து, அவர்களிடம் காட்டினார். திருமதி ஒயிட் அருவருப்புடன் பின்வாங்கினாள். ஆனால் அவளது மகன் ஆர்வமாக அதை கையில் வாங்கி பார்த்துவிட்டு, மேசையில் வைத்தான்.

மகனின் கைகளிலிருந்து அதை வாங்கி பார்த்த திரு ஒயிட், "இதன் விசேஷம் என்ன" என்று கேட்டபடி மேசையின்மீது வைத்தார்

"ஒரு வயதான துறவி இதில் தன்னுடைய மந்திரத்தை வைத்திருக்கிறார்" என்ற சார்ஜெண்ட்—மேஜர் "அவர் மிகவும் சக்திவாய்ந்தவர். மனிதர்களின் வாழ்வை விதியே நிர்ணயிக்கிறது என்று அவர்களுக்குக் காட்ட விரும்பினார். அதனை மாற்ற விரும்புபவர்கள் துயரத்திற்கு ஆளாவார்கள். அவரது மந்திரத்தின்படி, இதை வைத்திருக்கும் மூவர், தங்களது மூன்று ஆசைகளை நிறைவேற்றிக் கொள்ளலாம்."

அவர் கூறியதில் இருந்த உண்மைத் தன்மையைக் கேட்டதும் அவர்கள் மூவரின் முகத்திலிருந்த எள்ளல் மறைந்தது.

"நீங்கள் அந்த மூன்று வரங்களைக் கேட்டிருக்கலாமே?" என்று புத்திசாலித்தனமாக ஹெர்பர்ட் ஒயிட் கேட்டார்.

வயது முதிர்ந்தவர்கள் இளைஞர்களைப் பார்ப்பது போல சார்ஜெண்ட்—மேஜர் அவரைப் பார்த்தார். "கேட்டேன்" என்று அமைதியாகச் சொன்னார். அவர் அதைக் கூறியபோது அவர் முகம் வெளுத்திருந்தது.

"உங்களது மூன்று விருப்பங்களும் நிறைவேறிவிட்டனவா?" என்று திருமதி ஒயிட் கேட்டாள்.

"ஆமாம்" என்று சொல்லிவிட்டு, கோப்பையைத் தன்னுடைய வாயில் வைத்தார்.

"வேறு யாரின் விருப்பங்களாவது நிறைவேறி இருக்கிறதா?" என்று விடாமல் தொடர்ந்து கேட்டாள்.

"முதல் மனிதன் மூன்று விருப்பங்களை நிறைவேற்றிக் கொண்டான். அவனுடைய முதல் இரண்டு விருப்பங்கள் என்ன என்று எனக்குத் தெரியாது. மூன்றாவது விருப்பம் மரணம். அதன் பிறகே இது என்னிடம் வந்து சேர்ந்தது."

அவரது குரலில் இருந்த தீவிரம், அவர்கள் அனைவரையும் மௌனமாக்கியது.

“நீங்கள் மூன்று விருப்பங்களையும் கேட்டுவிட்டீர்கள் என்றால், உனக்கு அதனால் இப்போது எந்தப் பிரயோஜனமும் இல்லைதானே, மோரிஸ்?” என்ற முதியவர் “எதற்காக இன்னமும் அதை வைத்திருக்கிறீர்கள்?” என்றார்.

சார்ஜெண்ட்—மேஜர் தலையசைத்தபடியே “எல்லாம் ஆசைதான்” என்றார். “விற்றுவிடலாம் என்றுகூட யோசித்தேன். ஆனால் அது சரியல்ல. அதனால் எனக்கு ஏற்பட்ட தொந்தரவுகளேபோதும். நான் ஏதோ கட்டுக்கதை கூறுவதாக நினைத்து மக்கள் இதை வாங்க மாட்டார்கள்.

ஒருவேளை சிலர் வாங்க முற்பட்டாலும் அதைப் பரிசோதித்துப் பார்த்த பிறகே பணம் கொடுக்க முன்வருவார்கள்” என்றார்.

“உங்களுக்கு இன்னும் மூன்று வரங்கள் கிடைத்தால் நீங்கள் அதை வைத்துக்கொள்வீர்களா?” என்றார் முதியவர்.

“எனக்குத் தெரியாது” என்றார் சார்ஜெண்ட்—மேஜர். “எனக்குத் தெரியாது.”

கைகளில் அதை எடுத்தவர், சட்டென்று அங்கிருந்த நெருப்பில் தூக்கி போட்டார். அதைப் பார்த்துக் கொண்டிருந்த திரு ஒயிட், மெல்லிய கூச்சலுடன் பாய்ந்து அதைப் பிடித்துக்கொண்டார்.

“அதை எரித்துவிடுவதே நல்லது” என்றார் சார்ஜெண்ட்—மேஜர்.

“மோரிஸ், உங்களுக்கு வேண்டாமென்றால் அதை என்னிடம் கொடுத்துவிடுங்கள்” என்றார் மற்றவர்.

“மாட்டேன்” என்று விடாமல் சொன்னார் சார்ஜெண்ட்—மேஜர். “நான் அதை நெருப்பில் போட்டுவிட்டேன். நீங்கள் அதை எடுத்துக்கொள்ளப் போவதாக இருந்தால் அதன் விளைவுகளுக்கு என்னைக் குற்றம் சொல்லாதீர்கள். என் பேச்சைக் கேட்டு அதை நெருப்பில் போட்டுவிடுங்கள்.”

திரு ஒயிட் முடியாது என்று தலையை அசைத்தபடியே தன் உடைமையாகிவிட்ட அந்தப் பாதத்தை உற்றுப்பார்த்து “எப்படிக் கேட்பது?” என்றார்.

“வலது கையில் உயர்த்திப் பிடித்து, சத்தமாக உங்கள் விருப்பத்தைச் சொல்லுங்கள்” என்றார். “ஆனால் மீண்டும் ஒருமுறை உங்களை எச்சரிக்கை செய்கிறேன்.”

“அரேபிய இரவுகள் கதையைப்போல இருக்கிறது” என்ற திருமதி ஒயிட், இரவு உணவிற்காக மேசையைத் தயார் செய்யச் சென்றாள். “எனக்கு நான்கு ஜோடி கைகள் வேண்டும் என்று கேட்கத் தோன்றவில்லையா உங்களுக்கு” என்றாள்.

அவளது கணவர் தாயத்தைக் கையில் எடுத்தார். உடனே மூவரும் சத்தமாகச் சிரித்தார்கள் சார்ஜெண்ட்—மேஜரைத் தவிர. ஒருவிதப் பதற்றத்தோடு அவர் ஹெர்பெர்ட்டின் கைகளைப் பிடித்தார்.

“எதையாவது கேட்கத்தான் போகிறீர்கள் என்றால் சற்று நிதானமாகச் சிந்தித்து புத்திசாலித்தனமாகக் கேளுங்கள்” என்று கடுமையாகக் கூறினார் சார்ஜெண்ட் மேஜர்.

திரு ஒயிட் அதை மீண்டும் தன்னுடைய பையில் போட்டுக் கொண்டார். நாற்காலிகளை மேசைக்கு அருகே நகர்த்தி அவரது நண்பரையும் அங்கே அழைத்தார். உணவருந்தும் சுவாரசியத்தில் குரங்கின் பாதம் அனைவருக்கும் சற்று நேரம் மறந்து போனது. உணவு நேரம் முடிந்ததும் மீண்டும் சார்ஜெண்ட்— மேஜரின் இந்திய அனுபவங்களின் இரண்டாம் சுற்றுக் கதைகளைக் கேட்க மூவரும் ஆர்வமாக அமர்ந்தார்கள்.

“அவர் கூறிய கதைகளைப் போலவே இந்தக் குரங்கு பாதத்தின் கதையும் இருக்குமானால் அதனால் நமக்கு எந்தப் பயனும் இருக்கப்போவதில்லை” என்று கடைசி ரயிலைப் பிடிக்கக் கிளம்பிய தன் நண்பரை வழியனுப்பிவிட்டு தனது மனைவியிடம் கூறினார்.

“அதை விலைக்கு வாங்கினீர்களா என்ன?” என்று திருமதி ஒயிட் அவரை உற்றுப்பார்த்துக் கேட்டாள்.

“ஏதோ கொஞ்சம்” என்றார். “அதையும் வேண்டாம் என்றுதான் சொன்னார். நான்தான் வற்புறுத்தினேன். அதற்குப் பிறகும் அதைத் தூக்கியெறிந்து விடுமாறுதான் கூறினார்.”

பயந்தவன்போல் முகத்தை வைத்துக்கொண்ட ஹெர்பர்ட் “ஒருவேளை நாம் பணத்தோடும் புகழோடும்

மகிழ்ச்சியோடும் மாறலாம் அல்லவா? ஒரு ராஜாவாக வேண்டும் என்று கேளுங்கள் அப்பா. அப்படியாவது அம்மாவிற்குப் பயந்தவராக இல்லாமல் வீரனாக இருக்கிறீர்களா என்று பார்ப்போம்."

அதைக் கேட்ட திருமதி ஒயிட், நாற்காலியின்மீது விரித்திருந்த துணியை எடுத்துக்கொண்டு அவனை விரட்டினாள்.

திரு ஒயிட் அந்த தாயத்தைப் பாக்கெட்டிலிருந்து எடுத்து சந்தேகத்துடன் பார்த்தார். "உண்மையில் எனக்கு என்ன கேட்பது என்றே தெரியவில்லை" என்றார். "என்னிடம் எல்லாமே இருப்பது போல் தோன்றுகிறது" என்றார்.

"வீட்டின் மீதான கடனை அடைத்துவிட்டால் நீங்கள் நிம்மதியாக இருக்கலாம் அல்லவா" என்று அவரது தோளின் மீது கைகளைப் போட்ட ஹெர்பர்ட் "இருநூறு பவுண்டுகள் வேண்டும் என்று கேளுங்கள்!" என்றான்.

அவன் தந்தை அந்தத் தாயத்தை எடுத்து உயர்த்திப் பிடித்தபடி முகத்தில் ஒரு கூச்சமான சிரிப்புடன் தன் தேவையைக் கேட்க முற்பட்டார். அவர் மகனும் மனைவியும் ஒருவரை ஒருவர் பார்த்துச் சிரித்துக் கொண்டனர்.

"எனக்கு இருநூறு பவுண்டுகள் வேண்டும்" என்று தெளிவாகக் கூறினார்.

அவர் கூறி முடித்தவுடன், பியானோவிலிருந்து ஓர் அழகிய இசை சத்தமாகக் கேட்டது. உடனே அந்த முதியவர் பயங்கரமாகக் கத்தினார். அவரது மனைவியும், மகனும் அவரிடம் ஓடினர்.

கீழே கிடந்த அந்தப் பாதத்தைப் பார்த்துக் கொண்டே "அது நகர்ந்தது. நான் என் விருப்பத்தைச் சொல்லும்போது, அது பாம்பைப்போல என் கைகளில் நெளிந்தது" என்று அலறினார்.

"சரி, ஆனால் பணத்தை எங்கும் காணவில்லையே" என்று மகன் கீழே கிடந்ததை எடுத்து மேசையில் வைத்தான். "அது கிடைக்கப் போவதில்லை என்பதும் தெரியும்" என்றான்.

"ஒருவேளை எல்லாம் உங்கள் கற்பனைதான் போல" என்று அவரது மனைவி ஆறுதல் சொல்ல முயன்றாள்.

இல்லை என்று வேகமாகத் தலையசைத்தவர், "இருக்கட்டும்; யாருக்கும் எந்த ஆபத்தும் நேரவில்லை. அதுபோதும். ஒரு நொடி நான் பயந்தே போய்விட்டேன்."

மீண்டும் அனைவரும் நெருப்பைச் சுற்றி அமர, இரண்டு ஆண்களும் புகை பிடித்தார்கள். வெளியே, காற்று வேகமாக வீசிக் கொண்டிருந்தது. மாடியில் காற்றுக்கு அடித்துக்கொண்ட கதவின் சத்தத்தைக் கேட்டு மேலே பார்த்தார் முதியவர். ஒருவித அழுத்தமான அமைதி அங்கு நிலவியது. முதியவர்கள் இருவரும் எழுந்து செல்லும்வரை அந்த நிசப்தம் தொடர்ந்தது.

"உங்கள் படுக்கையின் நடுவே ஒரு பெரிய மூட்டையில் பணம் இருக்குமென்று நான் நினைக்கிறேன். நீங்கள் அதை எடுப்பதை ஒரு பயங்கரமான உருவம் மேலே குந்தியமர்ந்து பார்த்துக்கொண்டிருக்கும்" என்று ஹெர்பர்ட் கூறினான்.

அணைந்து கொண்டிருந்த நெருப்பைப் பார்த்தபடி உட்கார்ந்திருந்த அவனுக்கு, நெருப்பில் பல முகங்கள் தெரிந்தன. அதில் கடைசியாகச் சிரித்தபடி ஒரு குரங்கின் உருவம் மிகவும் தெளிவாகத் தெரிந்தது. அதன்மீது வீசுவதற்காக மேசையிலிருந்த தண்ணீர் செம்பைத் தேடி அவன் கைகள் தானாக நகர்ந்தன. அப்போது அவன் கைகளில் குரங்கின் பாதம் தட்டுப்பட்டது. விருட்டென்று கைகளை எடுத்தவன், எழுந்து மாடிக்குச் சென்றான்.

2

மறுநாள் காலை சூரிய ஒளியின் பிரகாசம் உணவு மேஜையின்மீது படர அவன் முந்தைய இரவின் தன்னுடைய பயங்களை எண்ணிச் சிரித்தான். முந்தைய இரவு இருந்திராத ஓர் அசாதாரணமான முழுமை அவ்வறையில் நிலவியது. அந்தக் குரங்குப் பாதத் தாயத்து அறையின் ஒரு மூலையில் இருந்த பலகையில் பொருட்படுத்தப்படாமல் கிடந்தது. அதன்மீதான நம்பிக்கைகள் அகன்று போயிருந்தது.

"பட்டாளத்துக் காரர்கள் எல்லாரும் ஒன்றுதான் போல" என்றாள் திருமதி ஒயிட். "என்ன மாதிரியான முட்டாள்தனமான கதைகளை நாம் கேட்க வேண்டி இருக்கிறது! மந்திரத்தால் ஏதும் கிடைக்கும் என்பது எப்படி உண்மையாக இருக்க முடியும்? அப்படியே இருந்தாலும், இருநூறு பவுண்டுகளால் என்ன தீமை வந்துவிடப் போகிறது?"

"ஒருவேளை வானத்தில் இருந்து அவரது தலையில் விழுந்துவிடுமோ" என்று விளையாட்டாக ஹெர்பர்ட் சொன்னான்.

எல்லாம் தற்செயலாக நடப்பதுபோல் இருக்கும் என்று மோரிஸ் சொன்னதாக முதியவர் சொன்னார்.

“ஒருவேளை பணம் கிடைத்தால் நான் திரும்ப வருவதற்குள் பணத்தை நீங்களே எடுத்துக்கொண்டு விடாதீர்கள்” என்ற ஹெர்பர்ட் “அப்படிச் செய்தால் நீங்கள் பேராசை பிடித்த மனிதராகிவிடுவீர்கள். அப்புறம் நாங்கள் உங்களுடன் சண்டையிட வேண்டி இருக்கும்” என்றான்.

சிரித்தபடியே அவனை வாசல்வரை சென்று வழியனுப்பி வைத்தாள். மீண்டும் உணவு மேசைக்கு வந்து தன் கணவனின் வெகுளித்தனத்தை நினைத்துச் சிரித்தவள், தபால்காரர் கதவைத் தட்டும் சத்தம் கேட்டு கதவைத் திறக்கச் சென்றபோதும் சார்ஜெண்ட்—மேஜரின் குடிப்பழக்கத்தைப்பற்றிச் சொல்லிக் கொண்டே சென்றாள். தபாலில் தையல்காரரிடமிருந்து வந்த ரசீதை வாங்கினாள்.

“வீட்டிற்குத் திரும்பிய பிறகும் ஹெர்பர்ட்டின் கேலிப்பேச்சு ஓயப்போவதில்லை என்று நினைக்கிறேன்” என்று இரவு உணவின்போது அவள் சொன்னாள்.

“ஆனால் நிச்சயமாக” என்றவர், “அந்தப் பொருள் என் கைகளில் நகர்ந்தது உண்மைதான். அதை என்னால் நிச்சயமாகச் சொல்ல முடியும்” என்றார்.

“நகர்ந்ததுபோல் உணர்ந்திருப்பீர்கள்” என்று மெல்லிய குரலில் முதியவள் கூறினாள்.

“இல்லை, நிஜமாகவே நகர்ந்தது. அப்போது...” என்று கூறியவர் தன் மனைவியைப் பார்த்து “என்ன விஷயம்” என்றார்.

அவரது மனைவி பதில் ஏதும் சொல்லவில்லை. யாரோ வெளியாள் ஒருவர் வீட்டு வாசலில் நின்று கதவைத் தட்டலாமா வேண்டாமா என்று யோசித்துக் கொண்டே நிற்பதை அவள் பார்த்தாள். மனதில் அந்த இருநூறு பவுண்டுகள் நினைவுக்கு வரவே சற்று எட்டிப் பார்த்தாள். அந்த மனிதன் நல்ல ஆடையும்பட்டுத்துணியால் தொப்பியும் அணிந்திருந்ததைக் கவனித்தாள். அவன் மூன்று முறை வாசல்வரை வந்துவிட்டுத் திரும்பிச் சென்றான். நான்காவது முறை ஏதோ முடிவெடுத்தவன் போல, வேகமாக வாசலைத் திறந்து கொண்டு உள்ளே வந்தான். திருமதி ஒயிட் தன்னுடைய ஏப்ரனனின் நாடாக்களைக் கழற்றி அந்தப் பயனுள்ள துணியை நாற்காலியின் கீழே வைத்துவிட்டு வந்தாள்.

அந்தப் புதிய மனிதனை அவள் உள்ளே அழைத்து வந்தாள். அந்த மனிதன் அவளை நோட்டம் விடுவதுபோல் பார்த்தான். அவனது அசௌகரியத்தை உணர்ந்தவள் அவர்களுடைய வீடு அழுக்காகவும் சுத்தமில்லாமலும் இருப்பதற்காக அவனிடம் மன்னிப்பு கேட்டாள். அவளுடைய கணவனின் மேல்சட்டையை எடுத்து ஓரமாக வைத்தாள். தான் வந்த காரியத்தை அவனாகவே சொல்ல வேண்டும் என்று அவள் காத்திருந்தாள். விசித்திரமாக அவன் அமைதியாகவே இருந்தான்.

"என்னை இங்கே அனுப்பினார்கள்" என்று ஆரம்பித்தான். அவனது கால்சட்டை பாக்கெட்டிலிருந்து ஒரு துண்டு துணியை எடுத்தவன் "நான் 'மாவ் அண்ட் மகின்சில்' இருந்து வருகிறேன்" என்றான்.

கிழவி திடுக்கிட்டாள். "என்ன ஆச்சு?" என்று வேகமாக கேட்டாள். "ஹெர்பர்ட்டிற்கு என்ன ஆச்சு? என்ன? என்ன?"

அவளது கணவர் குறுக்கிட்டு, "உட்கார், நீயாக எதையாவது சொல்லாதே. சார், நீங்கள் எதுவும் மோசமான செய்தியுடன் வரவில்லை என்று நினைக்கிறேன்?" என்று கேட்டார்.

"என்னை மன்னித்துவிடுங்கள்" என்று அவன் ஆரம்பித்தான்.

"அவனுக்கு என்ன ஆயிற்று?" என்று கத்தினாள் திருமதி ஒயிட்.

வந்தவன் ஆமாம் என்று தலை அசைத்துவிட்டு, "மோசமான காயம்" என்றான் அமைதியாக "ஆனால் இப்போது அவருக்கு எந்த வலியும் இல்லை"என்றான்.

"நன்றி, நன்றி" என்றவள் கைகளைக் கோர்த்துக் கொண்டு "கடவுளுக்கு நன் —" என்று பாதியில் நிறுத்தியவள்,

அவன் சொன்னதன் அர்த்தம் அவளுக்கு விளங்கியது. அவன் முகத்தைத் திருப்பியது அவளது பயங்களை உறுதி செய்தது. அவளது கணவனிடம் சென்று நடுக்கம் கொண்ட தன் கைகளை அவர் கைமீது வைத்தாள். அங்கு நீண்ட மௌனம் நிலவியது.

"அவர் ஓர் இயந்திரத்தில் சிக்கிக் கொண்டார்!" என்று மெதுவான குரலில் வந்தவன் சொன்னான்.

"இயந்திரத்தில் மாட்டிக் கொண்டான்" என்ற முதியவர் அதிர்ச்சியிலிருந்து மீளாமல் "ஆமாம்!" என்று தட்டையான குரலில் கூறினார்.

ஜன்னலின் வழியே வெளியே பார்த்துக்கொண்டே, நாற்பது வருடங்களுக்குமுன் திருமணத்தின்போது தன்னுடைய மனைவியின் கைகளை எப்படித் தன் கைகளுக்குள் வைத்துப் பிடித்துக் கொண்டாரோ அதேபோல் பிடித்துக்கொண்டார்.

"எங்களது ஒரே மகன் அவன்" என்று வந்தவனை நோக்கிச் சொன்னார். "எங்களால் தாங்க முடியவில்லை."

வந்தவன் எழுந்து, லேசாக இருமிக்கொண்டு, ஜன்னலை நோக்கி நடந்தான். "உங்களது இந்த பெரிய இழப்பிற்கு நிறுவனம் தன்னுடைய அனுதாபத்தைத் தெரிவித்துக் கொள்கிறது" என்று வெளியே பார்த்துக்கொண்டே பேசினான். "நானும் அங்கே வேலை செய்பவன்தான் என்பதையும், எனக்கிடப்பட்ட வேலையை மட்டுமே செய்கிறேன் என்பதையும் புரிந்து கொள்வீர்கள் என்று நினைக்கிறேன்."

யாரும் பதில் சொல்லவில்லை; கிழவியின் முகம் வெளுத்திருந்தது. அவள் வெறித்துப் பார்த்துக் கொண்டிருந்தாள். மூச்சு சத்தமே கேட்கவில்லை. முதியவரின் முகத்தில் அவரது நண்பனான சார்ஜெண்ட் மேஜர் முதன்முறை எப்படி உணர்ந்திருப்பாரோ அப்படியே இருந்தது.

"மாவ் அண்ட் மகின்ஸ் நிறுவனம் இந்த விபத்திற்கு எந்த விதத்திலும் பொறுப்பில்லை என்பதையும், அதற்கு அவர்கள் அதற்கான எந்தப் பொறுப்பையும் ஏற்கமாட்டார்கள் என்பதையும் நான் தெரிவிக்க வேண்டி இருக்கிறது. ஆனால் உங்கள் மகனது சேவைகளைப் பாராட்டி அதற்காக இழப்பீடு வழங்க முடிவு செய்திருக்கிறது."

தன்னுடைய மனைவியின் கைகளை விட்டுவிட்டு, திரு ஒயிட் எழுந்தார். வந்தவனைப் பீதியுடன் பார்த்துக் கொண்டே, அவரது உலர்ந்த உதடுகளில் இருந்து வார்த்தைகள் வெளி வந்தன. "எவ்வளவு?"

"இருநூறு பவுண்டுகள்."

அவரது மனைவியின் அலறல் அவர் காதுகளில் விழவில்லை. வெளிறிப்போன புன்னகையுடன் கைகளை நீட்டியபடியே தரையில் மயங்கிச் சரிந்தார்.

3

இரண்டு மைல் தொலைவில் இருந்த புதிய கல்லறைத்தோட்டத்தில் தங்களது மகனைப் புதைத்துவிட்டுத் திரும்பியவர்களுடைய வீடு நிழல்களாலும், அமைதியாலும் நிறைந்திருந்தது. அவர்களுக்கு புரியும்முன்பே எல்லாம் நடந்து முடிந்துவிட்டது. இன்னமும்கூட அவர்கள் எதையோ எதிர்பார்த்துக் காத்திருப்பதுபோல தெரிந்தது, ஏதாவது நடந்து அந்த வயதானவர்களின் பாரம் குறைந்துவிடாதா என்ற எதிர்பார்ப்பு.

நாள்கள் கடந்தன. அந்த எதிர்பார்ப்புகள் எல்லாம் கரைந்து நம்பிக்கைகள் எல்லாம் இழந்து அவர்கள் வாழ்ந்து கொண்டிருந்தார்கள். பேசுவதற்கு எதுவுமில்லை என்பதால் அவர்கள் பேசிக் கொள்வதுமில்லை. அவர்களது நாள்கள் நீண்டு கொண்டே சென்றன.

ஒருவாரம் கழிந்தபின் ஓர் இரவு, கிழவர் திடீரென்று எழுந்து உட்கார்ந்தார். அருகில் அவரது மனைவி இல்லை. அறையின் இருளில், ஜன்னலின் அருகில் தேம்பி அழும் சத்தம் கேட்டுக் கொண்டிருந்தது. அவருக்கு அது கேட்டது.

“திரும்பி வா” என்றவர் “அங்கே மிகவும் குளிராக இருக்கும்” என்றார்.

“என் மகனுக்கு இன்னமும் குளிராக இருக்குமே” என்று கூறியவள் மீண்டும் அழ ஆரம்பித்தாள்.

அவர் கேட்டுக்கொண்டிருக்கும்போதே அந்த அழுகையின் சத்தம் அவர் காதுகளிலிருந்து மறைந்தது. படுக்கை வெப்பமாக இருந்ததால் அவரது கண்களில் மீண்டும் தூக்கம் நிறைந்தது. நன்றாகத் தூங்கிக்கொண்டிருந்தவர் அவரது மனைவியின் அலறலைக் கேட்டுத் திடுக்கிட்டு எழுந்தார்.

“குரங்கின் பாதம்!” என்று அவள் கத்தினாள். “குரங்கின் பாதம்!”

அவர் திடுக்கிட்டு எழுந்தார். “எங்கே? எங்கே? என்ன விஷயம்?”

இருளின் வழியே அவள் தடுமாறிக் கொண்டு அவரை நோக்கி வந்தாள். “எனக்கு வேண்டும்” என்று அமைதியாகச் சொன்னாள். “அதை நீங்கள் தூக்கி எறிந்து விடவில்லையே?”

“வரவேற்பறையில் இருக்கும் மேடையில் இருக்கிறது” என்று கூறியவர் “எதற்காகக் கேட்கிறாய் என்றார்” என்றார்.

அவள் அழுதுகொண்டே, சிரிக்க ஆரம்பித்தாள். குனிந்து, அவரது கன்னங்களில் முத்தமிட்டாள்.

“இப்போதுதான் நினைவிற்கு வந்தது” என்று பைத்தியம் போலக் கத்தினாள். “எனக்கு இதுமுன்னமே ஏன் தோன்றவில்லை? ஏன் தோன்றவில்லை?”

“எதைப்பற்றி?” என்று கேட்டார்.

“நாம் ஒரு விருப்பத்தை மட்டுமே கேட்டிருக்கிறோம்” என்று வேகமாகப் பதில் சொல்லிய அவள், “இன்னும் இரண்டு வரங்கள் இருக்கின்றன” என்றாள்.

“அந்த ஒன்று கேட்டதே போதாதா?” என்று கோபமாகக் கேட்டார்.

“இல்லை” என்று சொன்னாள். “இன்னும் ஒரு விருப்பத்தைக் கேட்க வேண்டும். வேகமாக சென்று எடுத்து வாருங்கள். நமது பையன் திரும்பவும் உயிர் பெற்று வரவேண்டும் என்று கேளுங்கள்.”

அவர் படுக்கையில் எழுந்து உட்கார்ந்து கொண்டு, தன்னுடைய போர்வைகளைத் தூக்கி எறிந்துவிட்டு, “கடவுளே, உனக்குப் பைத்தியம் பிடித்துவிட்டது!” என்று விட்டேத்தியாகச் சொன்னார். “எடுத்து வாருங்கள்” என்று அவள் சொன்னாள். “வேகமாகக் கொண்டு வாருங்கள்! என் குழந்தை, என் குழந்தை! கடவுளே!”

அவளது கணவன் மெழுகுவர்த்தியை ஏற்றினார். “படுக்கைக்குச் செல்” என்று நிதானமாகச் சொன்னார். “என்ன பேசுகிறோம் என்று தெரியாமல் பேசுகிறாய்.”

“நம்முடைய முதல் விருப்பம் நிறைவேறியது” என்று கண்களில் வெறியோடு அவள் பேசினாள். “அதுபோல இன்னொன்றும் நிறைவேறாதா?”

“அது வெறும் தற்செயல்” என்று தடுமாற்றத்துடன் அந்த முதியவர் தெரிவித்தார்.

“அதை எடுத்து வாருங்கள். மற்றொரு வரத்தைக் கேளுங்கள்” என்று அவள் நடுங்கிக்கொண்டே சொன்னாள்.

கிழவர் திரும்பி அவளைப் பார்த்துக்கொண்டே, நடுக்கமான குரலில் “அவன் இறந்து பத்து நாள்களாகிவிட்டது.

அப்புறம் — எப்படிச் சொல்வது என்று தெரியவில்லை — அவனது ஆடையைக் கொண்டுதான் என்னால் அவனை அடையாளம் காண முடிந்தது. உன்னால் அப்போதே அவனைப் பார்க்க முடியவில்லை என்றால், இப்போது எப்படி?" என்றார்.

"அவனைத் திரும்பக் கொண்டு வாருங்கள்" என்று கிழவி அழுதாள். அவரை கதவை நோக்கி இழுத்து சென்று "நான் வளர்த்த குழந்தையைப் பார்த்து நான் பயப்படுவேனா?"

அவரும் இருளில் கீழே இறங்கிச் சென்று, வரவேற்பறையில் இருந்த மேடையை அடைந்தார். குரங்கின் பாதம் அங்கேயே இருந்தது. அந்த அறையில் இருந்து வெளியே வருவதற்குள், தன்னுடைய சிதைந்த மகனை மீண்டும் உயிருடன் வரச்சொல்லும் விருப்பத்தை நினைத்து அவருக்குள் பயங்கரமான பயம் ஏற்பட்டது. அவர் நிதானத்திற்கு வருவதற்குள், அறையின் கதவிற்குச் செல்லும் வழியைத் தவறவிட்டார். அவரது முகம் முழுவதும் வியர்த்துவிட்டது. மெதுவாக மேசையைச் சுற்றித் தடவிக்கொண்டே வந்து சுவரை அடைந்தார். சுவரின் வழியாகவே அவர் அறையின் சிறிய கதவை வந்தடைந்தார்.

அவர் படுக்கையறைக்குள் நுழைந்தபோது, அவரது மனைவியின் முகம் மாறியிருந்ததைப் பார்த்தார். எதையோ எதிர்பார்த்து நிற்கும் பெரிய வெறி ஒன்று அவள் கண்களில் தெரிந்தது. அவருக்கு அவளது முகம் இயற்கைக்கு மீறியதாகத் தெரிந்தது. அவளைக் கண்டு அவர் பயந்தார்.

"கேளுங்கள்!" என்று அவள் உறுதியாகக் கேட்டாள்.

"முட்டாள்தனமான செய்கை!" என்று அவர் சொன்னார்.

"கேளுங்கள்!" என்று மீண்டும் சொன்னாள்.

கைகளை உயர்த்தி "என்னுடைய மகன் உயிருடன் வரவேண்டும்" என்றார்.

அவர் கைகளில் இருந்து அது கீழே விழுந்தது. அதைப் பயத்துடன் பார்த்தார். நடுக்கத்துடன் நாற்காலியில் விழுந்தார். கிழவி எதிர்பார்ப்பு நிரம்பிய கண்களோடு, சன்னலை நோக்கிச் சென்று, அங்கிருந்த திரைச்சீலையை விலக்கினாள்.

ஜன்னலின் வழியே பார்த்துக் கொண்டிருந்த கிழவியைப் பார்த்துக் கொண்டே அவர் குளிரில் அங்கே அமர்ந்திருந்தார்.

தன்னுடைய கடைசி மூச்சைவிட்டுக் கொண்டிருந்த மெழுகுவர்த்தி, இறுதியாக ஒருமுறை வெளிச்சமாக எரிந்துவிட்டு அணைந்து போனது. தன்னுடைய விருப்பம் நிறைவேறவில்லை என்ற சொல்லமுடியாத திருப்தியுடன் கிழவர் மீண்டும் படுக்கைக்கு வந்து படுத்தார். ஒரு நிமிடம் கழித்து கிழவியும் அவர் அருகில் வந்து படுத்தாள்.

இருவரும் பேசாமல், கடிகாரத்தின் சத்தத்தைக் கேட்டுக் கொண்டிருந்தார்கள்.படியில் சத்தம் கேட்டது. எலி ஒன்று சத்தமாக ஓடியது. இருள் அவர்களை மிகவும் அழுத்திக் கொண்டிருந்தது. தைரியத்தை வரவழைத்துக் கொண்டு, தீக்குச்சி ஒன்றை எடுத்துக்கொண்டு இன்னொரு மெழுகுவர்த்தி எடுத்துவர அவர் கீழே சென்றார்.

கீழே கடைசிபடியில் நிற்கும்போது, தீக்குச்சி அணைந்தது. நின்று, இன்னொன்றை உரச முயன்று கொண்டிருந்தபோது, முன்கதவின் அருகிலிருந்து மெல்லிய சத்தம் ஒன்று கேட்டது.

அவரது கைகளில் இருந்த தீக்குச்சிகள் கீழே விழுந்தன. அசையாமல் நின்றார். மீண்டும் கதவு தட்டப்படும்வரை அவரது மூச்சு நின்றுவிட்டது. திரும்பி, வேகமாக ஓடி, மீண்டும் படுக்கையறைக்குள் நுழைந்து கதவை தாழிட்டுக் கொண்டார். மூன்றாவது முறை கதவு தட்டப்படுவது வீடு முழுவதும் கேட்டது.

“என்ன அது?” என்று கிழவி எழுந்து உட்கார்ந்தாள்.

“எலி” என்ற கிழவர் “எலி.படியில் ஓடுகிறது...” என்றார்.

அவள் எழுந்து உட்கார்ந்து கவனமாகக் கேட்டாள். மீண்டும் வீடு முழுவதும் கதவைத் தட்டும் சத்தம் கேட்டது.

“ஹெர்பர்ட்!”

அவள் கதவை நோக்கி ஓடினாள். ஆனால் அவளுக்கு முன்னே அவளது கணவன் அங்கே இருந்தார். அவளை இறுக்கமாகப் பிடித்துக் கொண்டார்.

“என்ன செய்யப் போகிறாய்?” என்று கடுமையாகக் கேட்டார்.

“அது என் பிள்ளை; அது ஹெர்பர்ட்!” என்று அவரது கைகளிலிருந்து தன்னை விடுவித்துக்கொள்ள முயன்றாள். “அவன் இரண்டு மைல் தொலைவில் இருந்து வர வேண்டும் என்பதை நான் மறந்துவிட்டேன். என்னை விட்டுவிடுங்கள். நான் கதவைத் திறக்க வேண்டும்.”

“கடவுளே! அதை உள்ளே விட்டுவிடாதே!” என்று முதியவர் நடுக்கத்துடன் சொன்னார்.

“உங்கள் மகனைக் கண்டே பயப்படுகிறீர்கள்” என்றவள் “நான் போகவேண்டும்; ஹெர்பர்ட்! நான் வருகிறேன்!” என்றாள்.

இன்னொரு முறை கதவு தட்டப்பட்டது. இன்னொரு முறை. வெறியுடன் இருந்த தன்னை விடுவித்துக் கொண்டு, அறையில் இருந்து ஓடினாள். அவளைக் கிழவன் தொடர்ந்தார். அவளைக் கூப்பிட்டுக் கொண்டே சென்றார். கதவில் இருந்த சங்கிலி மெதுவாக அகற்றப்படும் சத்தம் கேட்டது. பூட்டை மெதுவாக அதன் இடத்தில் இருந்து திறப்பதும் கேட்டது. அப்போது கிழவி மீண்டும் சத்தமாகக் கத்தினாள்.

“தாழ்ப்பாள்” என்று கத்தினாள். “இங்கே வாருங்கள், என்னால் தாழ்ப்பாளைத் திறக்க முடியவில்லை.”

அவளது கணவன் அப்போது தரையில் மண்டியிட்டு, கைகளால் குரங்கின் பாதத்தைத் தீவிரமாகத் தேடிக் கொண்டிருந்தார். வெளியில் இருக்கும் அது உள்ளே வருவதற்குள் அதை மட்டும் கண்டுபிடிக்க முடிந்தால்,போதும். வீடு முழுவதும் கதவை வேகமாகத் தட்டும் சத்தம் கேட்டது. அவரது மனைவி தாழ்ப்பாளைத் திறக்க முயலும் சத்தமும் கேட்டது. கதவு திறக்கப்படும் சத்தம் கேட்ட அதே நேரத்தில், அவர் குரங்கின் பாதத்தை எடுத்தார். வேகமாகத் தன்னுடைய மூன்றாவது விருப்பத்தைக் கூறினார்.

கதவைத் தட்டும் சத்தம் நின்றது. ஆனாலும் அதன் எதிரொலி இன்னமும் வீடு முழுவதும் கேட்டுக் கொண்டிருந்தது. கதவு திறந்ததும்படிகளின் வழியே குளிர்ந்த காற்று வேகமாக வந்தது. அவரது மனைவியின் ஏமாற்றம் மிகுந்த பெரும் ஓலம், அவருக்குத் தைரியத்தைக் கொடுத்தது. வேகமாக அவளை நோக்கி ஓடிய அவர், வாசலின் வழியே சென்று சாலையை அடைந்தார். எதிரே மினுக்கிக் கொண்டிருந்த விளக்கின் ஒளியில் சாலை ஆளரவமற்று கிடந்தது.

டாஷியல் ஹாம்மட் (Dashiell Hammett) (1894-1961)

அமெரிக்க துப்பறியும் நாவல்களின் தலையாய எழுத்தாளர். வன்முறை நிறைந்த உலகில் தனியே போராடும் துப்பறிவாளனை மையமாகக் கொண்ட இவரது எழுத்துகள், உலகமெங்கும் துப்பறியும் நாவல் ரசிகர்களால் கொண்டாடப்படுகின்றன. இவர் எழுதிய பல நாவல்கள் நூற்றாண்டின் சிறந்த துப்பறியும் நாவல்கள் பட்டியல்களில் இடம் பெற்றிருக்கின்றன. இவரது கதைகள் திரைப்படமாக எடுக்கப்பட்டபோது, புதிதாக 'Film-Noir' என்ற வகைமை தோன்றியதாகக் கருதப்படுகிறது. அதன் முக்கிய உதாரணமாக 'The Maltese Falcon' என்ற நாவலும், அதன் திரைப்பட வடிவமும் இருக்கின்றன.

ஸ்பேட் எனும் மனிதன் (1932)

டாஷியேல் ஹாம்மட்

தொலைபேசி ரிசீவரைக் கீழே வைத்துவிட்டு சாமுவேல் ஸ்பேட், தன்னுடைய கைக்கடிகாரத்தைப் பார்த்தார். நான்கு மணி ஆகவில்லை. “யு...ஹூ...” என்று கத்தினார்.

எஃபி பெரின் உள்ளே வந்தாள். அவள் சாக்லெட் கேக் தின்று கொண்டிருந்தாள்.

“இன்று மதியம் சித் வைஸை என்னால் பார்க்க முடியாது என்று சொல்லிவிடு” என்றார்.

கேக்கின் கடைசித்துண்டை வாயில் போட்டுக்கொண்டே விரல்களை நக்கியபடி, “இந்த வாரத்தில் இது மூன்றாவது முறை” என்றாள்.

அவர் சிரித்தபோது, அவரது தாடை, வாய், மற்றும் புருவங்களின் முனைகள் நீண்டன. “தெரியும், ஆனால் நான் ஓர் உயிரைக் காப்பாற்றச் செல்ல வேண்டியிருக்கிறது” என்று தொலைபேசியைப் பார்த்துத் தலையசைத்தபடி கூறினார். “மாக்ஸ் பிலிஸ்ஸை யாரோ பயமுறுத்துகிறார்களாம்.”

“ஒருவேளை அது ஜான்.டி. கான்ஷியன்ஸ் என்பவராக இருக்கலாம்” என்று அவள் சிரித்தாள்.

உருட்ட ஆரம்பித்திருந்த சுருட்டிலிருந்து தன் பார்வையைத் திருப்பியவர் அவளைப்பார்த்து “அவனைப் பற்றி நான் தெரிந்து கொள்ள வேண்டியது எதுவும் உனக்குத் தெரியுமா?”

“உங்களுக்குத் தெரியாதது எதுவுமில்லை. அவர் தன் சகோதரனை சான் குவென்டினுக்கு அனுப்பிய நேரத்தை நினைத்துப் பார்த்தேன்.”

“அவன் செய்த மோசமான செயல் அதுதான் என்று சொல்லிவிட முடியாது” என்று கூறியவர் சிகரெட்டைப் பற்ற வைத்தபின் எழுந்து தன்னுடைய தொப்பியை எடுத்தார். “ஆனால் இப்போது அவன் திருந்திவிட்டான்.”

சாமுவேல் ஸ்பேட்டின் வாடிக்கையாளர்கள் எல்லோரும் கடவுளுக்குப் பயந்த நேர்மையான மனிதர்கள்தான். அலுவலகம் மூடும் நேரத்திற்குள் நான் வரவில்லை என்றால், நீ கிளம்பிவிடு.”

நோப் ஹில்லில் இருந்த ஓர் அடுக்கு மாடிக்குடியிருப்பில், 10K என்று எழுதப்பட்டிருந்த கதவின்முன் நின்று அழைப்பு மணி பொத்தானை அழுத்தினார்.

கதவு உடனே திறந்தது. கசங்கிப்போன ஆடை அணிந்த கருப்பு நிறப் பருமனான மனிதன் ஒருவன் கதவைத் திறந்தான். அவன் தலை கிட்டத்தட்ட வழுக்கையாகியிருந்தது. ஒரு கையில் அவன் தொப்பி வைத்திருந்தான்.

அவரைப் பார்த்து அந்தப் பருமனான மனிதன் “ஹலோ சாம்!” என்று சிரித்தான். அவனது கண்ணில் தெரிந்த புத்திசாலித்தனம் கொஞ்சமும் மாறியிருக்கவில்லை. “இங்கே என்ன செய்கிறாய்?”

ஸ்பேட் பதிலுக்கு “ஹலோ டாம்!” என்று முகத்தில் எந்த உணர்வும் இல்லாமல் சொல்லிவிட்டு, “பிலிஸ் இருக்கிறாரா?”

“இருக்கிறாரா!” என்று தன்னுடைய தடிமனான கீழுதட்டைத் தடவியபடி, “அதைப்பற்றி நீ கவலை கொள்ள வேண்டியதில்லை!” என்றான்.

புருவங்களை நெறித்தபடி “அப்படியென்றால்?” என்றார் ஸ்பேட்.

டாம் நின்ற இடத்திற்குப் பின்னாலிருந்த முற்றத்திலிருந்து ஒரு மனிதன் வெளியே வந்தான். அவன் ஸ்பேட் மற்றும் டாமைவிட உருவத்தில் சிறியவனாகவும் நல்ல பலசாலியாகவும் இருந்தான். அவனுடைய கரடுமுரடான சதுரமான முகத்தில் மீசை நன்றாக ஒதுக்கப்பட்டிருந்தது. அவனது உடைகள் மிகவும் சுத்தமாக இருந்தன. தலையின் பின்புறத்தில் பௌலர் தொப்பி அணிந்திருந்தான்.

டாமுடைய தோளைத்தாண்டி எட்டிப்பார்த்து “ஹலோ டண்டி!” என்றார் ஸ்பேட்.

டண்டி சின்னதொரு தலையசைப்புடன் கதவருகே வந்தார். அவரது நீல நிறக் கண்கள் எதையோ உன்னிப்பாகக் கவனித்தன.

டாமைப் பார்த்து “என்ன விஷயம்?” என்றார்.

“பி—ளி—ஸ்—மா—க்—ஸ்” என்று ஸ்பேட் பொறுமையாக ஒவ்வொரு எழுத்தாக உச்சரித்தார். “எனக்கு அவரைப் பார்க்க வேண்டும். அவரும் என்னைப் பார்க்க விரும்புகிறார். புரிகிறதா?”

டாம் சிரித்தான். டண்டி சிரிக்கவில்லை. “உங்கள் இருவரில் ஒருவரின் விருப்பம்தான் நிறைவேறும்” என்றான் டாம்.

கடைக்கண்ணால் டண்டியைப் பார்த்த டாம் திடீரென்று சிரிப்பதை நிறுத்திவிட்டு, சிறிது சங்கடப்பட்டதுபோல நெளிந்தான்.

ஸ்பேட் ஒருவித எரிச்சலுடன் “சரி, அவர் இறந்துவிட்டாரா அல்லது யாரையாவது கொன்றுவிட்டாரா?” என்று கேட்டார்.

டண்டி தனது முகத்தை ஸ்பேட்டின் முகத்திற்கு அருகே கொண்டு வந்து, தன் உதடுகளிலிருந்து சொற்களை அழுத்தமாக வெளியே தள்ளுவதுபோல் “ஏன் அப்படி நினைக்கிறாய்?” என்றார்.

“நான் பிலிஸ்ஸை பார்க்க வந்திருக்கிறேன். கொலைகளைத் துப்பறியும் போலிசார் இருவர் என்னை வாசலிலேயே தடுத்து நிறுத்தினார்கள். இங்கே நீங்கள் ரம்மி விளையாடுவதை நான் இடைமறித்தேன் என்று நினைக்கச் சொல்கிறீர்களா?” என்றார் ஸ்பேட்.

“நிறுத்து...சாம்,” என்று சலித்துக் கொண்ட டாம், இருவரையும் பார்க்காமல் கூறினான்.

“அவன் இறந்துவிட்டான்.”

“கொலையா?”

டாம் மேலும் கீழுமாகத் தலையை அசைத்தபடி “சரி அதைப்பற்றி உனக்கு என்ன தெரியும்?” என்றான்.

“இன்று மதியம், நான்கு மணிக்கு ஆவதற்குச் சரியாக ஐந்து நிமிடம் இருக்கும்போது அவர் என்னைத் தொலைபேசியில்

அழைத்து அவரை யாரோ கொல்வதற்காகத் துரத்துவதாகக் கூறினார். அவர் என்னை உடனே வரச் சொன்னார். தன் கழுத்தினருகே ஆபத்து வந்துவிட்டதென்று அவருக்கு தெரிந்திருக்கிறது" என்று கூறிய ஸ்பேட் தன் கையை உயர்த்தி "இதோ வந்துவிட்டேன்" என்றார்.

"யார், எப்படி என்று ஏதும் சொல்லவில்லையா?" டண்டி கேட்டார்.

ஸ்பேட் இல்லை என்று தலையை ஆட்டினார். "இல்லை. யாரோ தன்னைக் கொல்லப் போவதாகச் சொன்னதாகவும், தான் அதை நம்புவதால், என்னை உடனே கிளம்பி வரச் சொன்னார்."

"அவன் வேறொன்றும் சொல்லவில்லையா?" என்று டண்டி அவசரமாகக் கேட்டார்.

"வேறெதுவும் அவர் சொல்லவில்லை. நீங்கள் என்னிடம் ஏதாவது சொல்வீர்களா மாட்டீர்களா?" என்றார் ஸ்பேட்.

"உள்ளே வந்து அதைப் பாருங்கள்" என்று டண்டி வெடுக்கென்று கூறினார்.

அவர்கள் முன்னறையைத் தாண்டி ஒரு கதவின் வழியாகப் பச்சையும் ரோஸ் நிற வண்ணமும் அடிக்கப்பட்ட அறைக்குள் நுழைந்தார்கள்.

அங்கிருந்த சிறிய கண்ணாடி மேசையின்மீது வெள்ளைப்பொடி தூவிக்கொண்டிருந்த அருகில் வெள்ளையாக ஒரு பொடியைத் தூவிக் கொண்டிருந்த ஒருவர் தன் வேலையை நிறுத்திவிட்டு, "ஹலோ, சாம்!" என்றார்.

"ஹலோ ஃபெல்ஸ்!" என்று கூறிய ஸ்பேட், ஜன்னலுக்கு அருகில் நின்று பேசிக் கொண்டிருந்த இருவரைப் பார்த்துத் தலையசைத்தார்.

கொலை செய்யப்பட்ட மனிதர் வாய் திறந்த நிலையில் கீழே கிடந்தார். அவருடைய ஆடை களையப்பட்டிருந்தது. அவரது கழுத்துப்பகுதி வீக்கமாகவும் கறுத்துப்போயும் இருந்தது. வாயின் ஓரத்தில் துருத்திக் கொண்டிருந்த அவரது நாக்கு நுனி நீல நிறத்தில் இருந்தது. மூடப்படாமலிருந்த அவரது மார்புப் பகுதியில், ஐந்து முனைகள் கொண்ட நட்சத்திரம் ஒன்று கறுப்பு மையால் வரையப்பட்டு அதன் நடுவே T என்று எழுதப்பட்டிருந்தது.

இறந்து கிடந்தவரை சிறிது நேரம் ஸ்பேட் கவனமாகப் பார்த்துக் கொண்டிருந்தார். “நீங்கள் பார்க்கும்போதே அவர் இப்படித்தான் இருந்தாரா?” என்று கேட்டார்.

“கிட்டத்தட்ட” என்ற டாம், “கொஞ்சம் நகர்த்தி இருக்கிறோம்.” மேசையில் இருந்த சட்டை, பனியன், கோட் முதலியவற்றைச் சுட்டிக்காட்டி, “இவையெல்லாம் கீழே கிடந்தன” என்றான்.

ஸ்பேட் முகவாயைத் தடவியபடி யோசித்தார். அவரது பழுப்பு நிற கண்கள் எதையோ யோசித்து கொண்டிருந்தன. “எப்போது?” என்றார்.

எங்களுக்கு நாலு — இருபதுக்குத் தெரியும். “அவர் மகள் எங்களிடம் கூறினாள்” என்று அருகில் மூடியிருந்த கதவைக் காட்டி, “அவள் அங்கே இருக்கிறாள்” என்றான்.

“அவளுக்கு எதாவது தெரியுமா?”

“தெரியவில்லையே? அவளுடன் பேசுவது அவ்வளவு எளிதாக இல்லை” என்று டண்டியை நோக்கித் திரும்பி, “திரும்பப் பேச முயற்சிக்கலாமா?”

டண்டி தலையை அசைத்துவிட்டு ஜன்னல் அருகில் இருந்த மனிதன் ஒருவனிடம் “மாக் அவனது பேப்பரை எடுத்துப் பார்க்க ஆரம்பியுங்கள். யாரோ அவரை மிரட்டியிருக்கிறார்கள்” என்றார்.

மாக் பதிலுக்கு “சரி” என்றான். தலையில் தொப்பியைச் சரி செய்து கொண்டு, அறையின் இன்னொரு மூலையில் இருந்த பெரிய அலமாரியை நோக்கி நடக்க ஆரம்பித்தான்.

அப்போது முன்னறையிலிருந்து ஐம்பது வயது மதிக்கத்தக்க, பருமனான மனிதன் ஒருவன் கருப்பு தொப்பியணிந்து உள்ளே வந்தான். “ஹலோ சாம்” என்று சொல்லிவிட்டு, டண்டியை நோக்கி “இரண்டரை மணிக்கு யாரோ அவரைப் பார்க்க வந்திருக்கிறார்கள். ஒரு மணி நேரம் இருந்திருப்பார் போலத் தெரிகிறது. நாற்பது அல்லது நாற்பத்தைந்து வயது இருக்கும். பெயர் தெரியவில்லை. லிஃப்ட் அருகே இருக்கும் பையனிடமிருந்து இதைத் தெரிந்து கொண்டேன்.”

“ஒரு மணி நேரம்தான் இருந்தார் என்று நன்றாகத் தெரியுமா?” என்று டண்டி கேட்டார்.

வந்தவன் தலையை இல்லை என்பது போல ஆட்டினான். “மூன்றரைக்கு அவன் வெளியே சென்று விட்டதாக

அவன் தெளிவாகச் சொல்கிறான். மதியப் பத்திரிகைகள் வருவதற்கு முன்பே அவன் இறங்கிச் சென்றுவிட்டதாகக் கூறுகிறான்” தொப்பியைச் சிறிது பின்னே தள்ளி, தலையைச் சொறிந்து கொண்டான். தன்னுடைய விரல்களால் இறந்து கிடந்தவனின் மார்பைச் சுட்டிக் காட்டி, “இதற்கு என்னதான் அர்த்தம்?”

யாரும் பதில் சொல்லவில்லை. டண்டி “லிப்ட் பையனால் அவனை அடையாளம் காட்ட முடியுமா?”

“காட்ட முடியும் என்கிறான். ஆனால் இதற்குமுன் அவனைப் பார்த்ததும் இல்லை என்றும் சொல்கிறான்.” இறந்து கிடந்தவனைப் பார்ப்பதை நிறுத்திவிட்டு, “அவர் பேசிய கடைசித் தொலைபேசி எண்களை அந்தப்பெண் எடுத்துக் கொண்டிருக்கிறாள். எப்படி இருக்கிறீர்கள், சாம்?” என்றான்.

ஸ்பேட் பதிலுக்கு நன்றாக இருப்பதாகக் கூறினார். “அவரது சகோதரரும் பருமனாகவும், நாற்பது, நாற்பத்தைந்து வயது உடையவர்” என்று மெதுவாகக் கூறினார்.

டண்டியின் கண்கள் பிரகாசமாகின. “அதனால் என்ன?”

“கிரேஸ்டோன் மோசடி நினைவிருக்கிறதா? அதில் இருவருமே சம்பந்தப்பட்டிருந்தார்கள். ஆனால் மாக்ஸ் தன்னுடைய குற்றத்தை தியடோர் மீது சுமத்திவிட்டார். அவருக்கு சான் குவென்டின் சிறையில் பதினான்கு வருடங்கள் தண்டனை கிடைத்தது.”

டண்டி புரிந்ததுபோல மெல்லத் தலையாட்டினார். “இப்போது நினைவிற்கு வருகிறது. எங்கே இருக்கிறான் அவன்?”

ஸ்பேட் தோளைக் குலுக்கிக்கொண்டு, சிகரெட்டைப் பற்ற வைத்தார்.

டண்டி, டாமை முழங்கையால் இடித்தார். “எங்கே இருக்கிறான் என்று கண்டுபிடி.”

டாம், “சரி, ஆனால் அவன் மூன்றரைக்கு வெளியே சென்றுவிட்டான் என்றால், மூன்று ஐம்பத்தைந்துவரை உயிரோடு இருந்திருக்க...” என்றான்.

“அப்போது காலை உடைத்துக்கொண்டு, அவனால் திரும்பவும் வர முடியாது!” என்று இன்னொருவன் சொன்னான்.

“கண்டுபிடி” என்று டண்டி திரும்பவும் சொன்னார்.

மற்றவன் தலையை ஆட்டிக்கொண்டு, வெளியே சென்றான்.

அலமாரியில் தேடிக்கொண்டிருந்தவன், “ஓ, ஓ!” என்று ஒரு கையில் தபால் உரையோடும், இன்னொரு கையில் சில தாள்களோடும் திரும்பினான்.

“என்ன?” என்று டண்டி கையை நீட்டினான்.

அவன் மறுபடியும் “ஓ, ஓ!” என்று சொல்லிவிட்டு அவனிடம் தாள்களைக் கொடுத்தான்.

ஸ்பேட், டண்டியை மீறி எட்டிப்பார்த்தார்.

அந்தத் தாளில் சாதாரணக் கையெழுத்தில் ஏதோ எழுதப்பட்டிருந்தது.

‘இது உன்னை வந்தடையும்போது, என்னிடமிருந்து உன்னால் தப்பிக்கமுடியாது. நம்முடைய கணக்கைச் சரி செய்து கொள்வோம் — கடைசி முறையாக.’

கையெழுத்திற்குப் பதிலாக, இறந்து கிடந்தவரின் மார்பில் இருந்தது போல நட்சத்திரத்திற்குள் ‘T’ என்று போட்டிருந்தது.

மீண்டும் டண்டி கையை நீட்ட, அவனிடம் தபால் உறை கொடுக்கப்பட்டது. அதன் முத்திரை பிரெஞ்சு மொழியில் இருந்தது. முகவரி தட்டச்சுச் செய்யப்பட்டிருந்தது.

மாக்ஸ் பிலிஸ்.

ஆம்ஸ்டர்டம் அபார்ட்மெண்ட்ஸ்

சான் பிரான்சிஸ்கோ, கலிபோர்னியா

யு.எஸ்.ஏ

“பாரிஸில் முத்திரையிடப்பட்டு இருக்கிறது” என்றவர், “இந்த மாதம் இரண்டாம் தேதி” விரல்களில் வேகமாகக் கணக்கிட்டான். “இன்றுதான் வந்திருக்க வேண்டும்.” கடிதத்தை மெதுவாக மடித்து, உறையில் போட்டு, தன்னுடைய கோட் பையில் போட்டுக் கொண்டார். “இன்னமும் தேடு” என்று கடிதத்தைக் கொடுத்தவனிடம் சொன்னான்.

அவன் தலையை ஆட்டிவிட்டு, மீண்டும் அலமாரியை நோக்கிச் சென்றான்.

டண்டி, ஸ்பேட்டைப் பார்த்தான். "என்ன நினைக்கிறீர்கள்?"

ஸ்பேட் வாயில் இருந்த சிகரெட் அவர் பேசப்பேச மேலும் கீழுமாக அசைந்தது. "எதுவோ சரியில்லை. எதுவுமே சரியில்லை"

டாம் தொலைபேசியைக் கீழே வைத்தார். "போன மாதம் பதினைந்தாம் தேதியே விடுதலை அடைந்துவிட்டானாம். எங்கே இருக்கிறான் என்று தேடச் சொல்லியிருக்கிறேன்."

ஸ்பேட் தொலைபேசிக்கு அருகில் சென்று, ஒரு நம்பரை அழைத்து, டாரெல்லிடம் பேச வேண்டும் என்று சொன்னார். "ஹலோ, ஹாரி, சாம் ஸ்பேட் பேசுகிறேன்... நல்லா இருக்கிறேன். லில் எப்படி இருக்கிறாள்?... ஆமாம்... கேள், ஹாரி, நட்சத்திரத்திற்கு நடுவில் 'T' என்று எழுதுவதற்கு என்ன அர்த்தம்?... என்ன?... ஒவ்வொரு எழுத்தாகச் சொல்... ஆமாம்... உடலின் மீது எழுதியிருந்தால்?... எனக்கும்தான்... ஆமாம், நன்றி. நான் பார்க்கும்போது கட்டாயம் சொல்கிறேன்... ஆமாம், பேசு... நன்றி..."

அவர் தொலைபேசியில் இருந்து திரும்பியதை டாமும், டண்டியும் பார்த்துக் கொண்டிருந்தார்கள். "அவனுக்குச் சில விஷயம் தெரிந்திருக்கும். நட்சத்திரத்திற்கு நடுவே கிரேக்க எழுத்து 'தவ்' என்பதை மந்திரவாதிகள் பயன்படுத்துவார்களாம். ரோசிக்ரூஸின்ஸ்கூடப் பயன்படுத்துவர்களாம்"

"ரோசிக்ரூஸின்ஸ் என்றால்?" என்றார் டாம்.

"தியோடரின் முதல் எழுத்துகூட 'T'தான்" என்றார் டண்டி.

ஸ்பேட் கவனமில்லாமல் "ஆனால் கையெழுத்திடுவது என்று வந்துவிட்டால், முழுப் பெயரையும் எழுத வேண்டியதுதானே" என்றார்.

டண்டி தலையை ஆட்டினார்.

கொலையுண்டவனின் உடைகளைப் பார்த்துக் கொண்டே, "அவற்றில் எதுவும் இருந்ததா?" என்றார் ஸ்பேட்.

"எல்லாம் மேசை மீதுதான் இருக்கிறது" என்றார் டண்டி.

ஸ்பேட் மேசைக்கு அருகில் சென்று, அங்கிருந்த கைக்கடிகாரம், சங்கிலி, சாவிகள், பர்ஸ், பணம், பென்சில், கைக்குட்டை, கண்ணாடிக்கூடு முதலியவற்றைத் தொடாமல் பார்த்தார். ஆனால் உடைகளை ஒவ்வொன்றாக மெதுவாக

எடுத்துப் பார்த்தார். உடைகளுக்கு அருகில் ஒரு நீலநிற டை இருந்தது. "இதை யாரும் அணியவில்லை" என்றார்.

டண்டி, டாம், இதுவரை ஜன்னலின் அருகில் சத்தமில்லாமல் நின்று கொண்டிருந்த துணை விசாரணை அதிகாரி, அருகே வந்து அந்த நீலநிற டையைப் பார்த்தார்கள்.

டாமும், டண்டியும் முனகி கொண்டே திட்டிக் கொண்டிருந்தார்கள். ஸ்பேட் அந்தக் கழுத்து டையை எடுத்துத் திருப்பிப் பார்த்தார். அதில் இருந்த பட்டை லண்டன் தையல்காரரின் அடையாளம் இருந்தது.

ஸ்பேட் மகிழ்ச்சியாக "சரிதான், சான் பிரான்சிஸ்கோ, பாயிண்ட் லோமா, சான் ஹோசே, பாரிஸ், லண்டன்."

டண்டி கோபமாகப் பார்த்தார்.

வெளியே சென்றிருந்தவன் உள்ளே வந்தான். "மூன்றரைக்குத்தான் மதிய பத்திரிகைகள் வந்திருக்கிறது" என்றான். அவனது கண்களை விரித்துக் கொண்டு, "என்ன ஆச்சு?" அறையின் உள்ளே நடந்து கொண்டே, "அவன் திரும்பவும் உள்ளே வந்ததை யாரையும் பார்க்கவில்லை" என்று அந்த டையை உற்றுப் பார்த்தான். டாம் "புத்தம் புதிய டை" என்றார்.

டண்டி, ஸ்பேடை நோக்கித் திரும்பினார். "என்ன குழப்பம்!" என்று சொல்லிவிட்டு, "அவனது சகோதரனுக்கு இவனைப் பிடிக்காது. இப்போதுதான் சிறையில் இருந்து வந்திருக்கிறான். அவனைப் போன்ற ஒருவன் மூன்றரைக்கு வெளியே சென்றிருக்கிறான். இருபத்தி ஐந்து நிமிடங்களுக்குப் பின்னர், தன்னை யாரோ மிரட்டுவதாக உங்களுக்குத் தொலைபேசியில் கூறியிருக்கிறான். அதன்பின்னர் அரைமணி நேரத்திற்குள், அவனுடைய மகள் வந்தபோது, அவன் கழுத்து நெறிப்பட்டு இறந்து கிடக்கிறான்" என்று சடலத்தின் மீது தன்னுடைய விரல்களால் குத்தி "சரியா?" என்றார்.

"யாரோ ஓர் ஆண்தான் கழுத்தை நெரித்திருக்கவேண்டும்" என்றான் உள்ளே வந்தவன். "கைகள் மிகப்பெரியதாக இருக்க வேண்டும்"

"சரி" என்று டண்டி மீண்டும் ஸ்பேடை நோக்கித் திரும்பினார். "மிரட்டலாக ஒரு கடிதம் இருக்கிறது. அதைப் பற்றித்தான் உங்களிடம் சொல்லியிருக்க வேண்டும். இல்லை அவனது சகோதரன் மிரட்டியிருக்க வேண்டும்.

கதை சொல்லக்கூடாது. நமக்குத் தெரிந்ததை மட்டும் சொல்லுவோம். என்ன தெரியுமென்றால் —"

அலமாரியில் தேடிக் கொண்டிருந்தவன், "இன்னொன்று இருக்கிறது."

மேசையின் அருகில் இருந்த ஐவரும் அவனை நோக்கி திரும்பினார்கள்.

அவர்கள் பார்ப்பதைக் கவனிக்காதது போல, அவன் வாசிக்க ஆரம்பித்தான்.

"அன்புள்ள பிலிஸ்,

என்னுடைய பணம் வேண்டும் என்று நான் கேட்பது இதுவே கடைசி முறை. அடுத்த மாத ஆரம்பத்தில், முழுத் தொகையும் எனக்கு வேண்டும். இல்லையென்றால், நான் என்ன செய்வேன் என்பதை உனக்கு நன்றாகவே தெரியும். விளையாடுகிறேன் என்று மட்டும் நினைக்காதே.

உண்மையுள்ள,
டேனியல் டால்போட்."

அவர் சிரித்தார். "இன்னொரு 'T' உறையை எடுத்துப் பார்த்தார். "போன மாதம் 25ம் தேதி சான் டியாகோ நகரில் இருந்து அனுப்பப்பட்டிருக்கிறது." மீண்டும் சிரித்துக் கொண்டே "இன்னொரு நகரம்..."

"பாயிண்ட் லோமாவும் அந்தப் பக்கம்தான் இருக்கிறது" என்றார் ஸ்பேட்.

டண்டியுடன் சென்று கடிதத்தைப் பார்த்தார். நல்ல தரமான தாளில், நீல மையில் எழுதப்பட்டிருந்தது. முகவரியும் அப்படியே எழுதப்பட்டிருந்தது. சாய்வான இந்த எழுத்துகள் முந்தைய கடிதத்தின் கையெழுத்தில் இருந்து வெகுவாக வேறுபட்டிருந்தது.

"இப்போதுதான் நாம் சரியான பாதையில் செல்கிறோம்" என்று ஸ்பேட் சொன்னார்.

டண்டி பொறுமையில்லாமல் "நமக்குத் தெரிந்ததை மட்டும் பேசுவோம்" என்றார்.

"சரி, அது என்னது?" என்றார் ஸ்பேட்.

பதில் வரவில்லை.

ஸ்பேட் புகையிலையையும், அதைச் சுருட்ட சிகரெட் தாள்களையும் எடுத்துக் கொண்டார். “அவரது மகளிடம் பேசலாம் என்று யாரோ சொன்னார்களே?”

“பேசலாம்” என்று டண்டி திரும்பினார். தரையில் கிடந்த பிணத்தைப் பார்த்து முகத்தைச் சுளித்து, அங்கு நின்று கொண்டிருந்த குட்டையான மனிதனிடம் “முடிந்துவிட்டதா?” என்றார்.

“முடிந்தது” என்றார் அவர்.

டண்டி, டாமிடம் “இங்கிருந்து அகற்றிவிடு” என்று சொல்லிவிட்டு, இன்னொருவனிடம் “அந்தப் பெண்ணிடம் பேசியவுடன், லிப்ட் பையன்களிடம் பேச வேண்டும்” என்றார்.

மூடியிருந்த கதவின் அருகில் சென்று, கதவைத் தட்டினார்.

“என்ன வேண்டும்?” என்று ஒரு கடுமையான பெண் குரல் கேட்டது.

“லெப்டினென்ட் டண்டி. மரியமிடம் பேச வேண்டும்.”

ஒரு நொடி அமைதிக்குப் பின்னர், “உள்ளே வாருங்கள்” என்று குரல் கேட்டது.

டண்டி கதவைத் திறந்தார். கருப்பும், வெள்ளையுமாக வண்ணம் பூசப்பட்டிருந்த அந்த அறைக்குள் ஸ்பேட் உள்ளே நுழைந்தார். அங்கே படுக்கையில் படுத்திருந்த இளம்பெண் ஒருத்திக்கு அருகில், நாற்காலியில் பெரிய உருவமும், கருப்பும், வெள்ளையுமான உடை அணிந்த அவலட்சணமான பெண்ணொருத்தி உட்கார்ந்திருந்தாள்.

படுக்கையில் படுத்திருந்த பதினெட்டு வயதுடைய பெண்ணொருத்தி, தலையணையில் கைகளை ஊன்றியபடி தன்னுடைய முகத்தைத் தாங்கியவாறு படுத்துக்கொண்டு, நாற்காலியில் இருந்த பெண்மணியைப் பார்த்துக் கொண்டிருந்தாள். அவள் பழுப்பு நிற உடையை அணிந்திருந்தாள். அவளது தங்கநிற முடி குட்டையாக வெட்டப்பட்டு, அவளது முகம் மிகவும் அழகாகவும், ஒன்று போலவும் இருந்தது. அறைக்குள் நுழைந்த இருவரையும் அவள் பார்க்கவேயில்லை.

டண்டி முதலில் நாற்காலியில் அமர்ந்திருந்த பெண்ணிடம் பேசினார். “திருமதி ஹூப்பர், உங்களிடமும் இரண்டு,

மூன்று கேள்விகள் கேட்க வேண்டியிருக்கிறது. நீங்கள்தான் பிலிஸ்ஸின் வேலைக்காரப் பெண், இல்லையா?"

அந்தப் பெண், "ஆமாம்" என்றாள். அவளது குரல் கொஞ்சம் கடுமையாக இருந்தது. அவளது ஆழமான கண்கள், அவளது மடியில் வைத்திருந்த கைகளின் அளவு போன்றவை அவளது பலத்தைத் தெளிவாகக் கூறின.

"உனக்கு என்ன தெரியும்?"

"எனக்கு எதுவும் தெரியாது. இன்று காலையே என்னுடைய மருமகனின் இறுதி சடங்கிற்காக ஓக்லாண்ட் செல்ல விடுமுறை பெற்று, கிளம்பி விட்டேன். நான் திரும்பியபோது, நீங்கள் இருவரும் இங்கு இருந்தீர்கள்."

"நடந்ததைப்பற்றி நீ என்ன நினைக்கிறாய்?" என்று டண்டி கேட்டார்.

"என்ன நினைப்பது என்று எனக்குத் தெரியவில்லை" என்றாள்.

"அவர் இப்படி நடக்கும் என்று எதிர்பார்த்திருந்தது உனக்குத் தெரியுமா?"

இதுவரை திருமதி ஹாப்பரை பார்த்துக் கொண்டிருந்த இளம்பெண், வேகமாகப் படுக்கையில் எழுந்து உட்கார்ந்து கொண்டு, கண்களை விரித்துக் கொண்டு, "என்ன சொல்கிறீர்கள்?" என்றாள்.

"அவரை யாரோ மிரட்டியிருக்கிறார்கள். அவர் ஸ்பேடை தொலைபேசியில் அழைத்து —" ஸ்பேடை சுட்டிக் காட்டிக்கொண்டு, "தன்னை யாரோ கொலை செய்யப் போவதாக, மரணத்திற்குச் சில நிமிடங்களுக்குமுன் சொல்லியிருக்கிறார்"

"யார்?" என்று ஆரம்பித்தாள்.

"நாங்களும் அதைத்தான் கேட்கிறோம்" என்ற டண்டி, "அவரை அவ்வளவு வெறுத்தவர்கள் யார்?"

ஆச்சரியமாக அவரைப் பார்த்து, "யாரும் அப்படி இல்லை —" என்றாள்.

இப்போது ஸ்பேட் குறுக்கே புகுந்து, மிகவும் மென்மையாக, ஆனால் கடுமையாக "யாரோ வெறுத்திருக்க வேண்டும்" என்றார். அவளது கவனம் அவரிடம் திரும்பியவுடன் "அவரை யாரவது மிரட்டியது உங்களுக்குத் தெரியுமா?"

அவள் இல்லை என்று சொல்வது போலத் தலையை அசைத்தாள்.

திருமதி ஹூப்பரை நோக்கி "நீங்கள்?" என்றார்.

"இல்லை" என்று அவளும் சொன்னாள்.

மீண்டும் இளம்பெண்ணை நோக்கி "உங்களுக்கு டேனியல் டால்போட்டை தெரியுமா?" என்றார்.

"நன்றாக" என்றவள், "நேற்றிரவுகூட இங்கேதான் இரவு உணவு சாப்பிட்டார்."

"யார் அவர்?"

"எனக்குத் தெரியாது. ஆனால் அவர் சான் டியாகோவில் இருக்கிறார் என்றும், அவரும், அப்பாவும் ஏதோ வியாபாரம் செய்து கொண்டிருந்தார்கள் என்றும்தான் எனக்குத் தெரியும். இதற்குமுன் நான் அவரைப் பார்த்ததில்லை."

"அவர்களுக்குள் உறவு எப்படி இருந்தது?"

"நட்பாகத்தான் இருந்தார்கள்" என்று நெற்றியைச் சுருக்கிக்கொண்டு சொன்னாள்.

டண்டி இப்போது பேசினார். "உங்கள் அப்பா என்ன வியாபாரம் செய்து கொண்டிருந்தார்?"

"பணம் கடன் கொடுத்து வந்தார்."

"டால்போட் எங்கே தங்கியிருக்கிறார்? அல்லது திரும்பச் சான் டியாகோ சென்றுவிட்டாரா?"

"எனக்குத் தெரியாது"

"அவர் எப்படி இருப்பார்?"

அவள் யோசனையுடன் "பெரிய உருவில், சிவந்த முகத்துடன், வெள்ளை முடியும், மீசையும் வைத்திருப்பார்."

"வயதானவரா?"

"அறுபது இருக்கலாம். கட்டாயம் ஐம்பத்தைந்தாவது இருக்கும்."

டண்டி, ஸ்பேடைப் பார்த்தார். ஸ்பேட் சிகரெட்டை மேசையில் இருந்த டிரேயில் அணைத்துவிட்டுக் கேள்வி கேட்க ஆரம்பித்தார்.

"நீங்கள் உங்கள் சித்தப்பாவைப் பார்த்து எத்தனை நாள்களாகிறது?"

“டெட் சித்தப்பாவா?” என்றவளின் முகம் சிவந்தது.

தலையை ஆட்டினார்.

“உங்களுக்குத் தெரிந்திருக்கும். சிறையில் இருந்து வெளியில் வந்த நேரத்தில் பார்த்தேன்” என்று சொன்னாள்.

“இங்கே வந்தாரா?”

“ஆமாம்”

“உங்கள் அப்பாவைப் பார்க்க?”

“ஆமாம்”

“அவர்கள் இருவருக்கும் இடையில் உறவு எப்படி இருந்தது?”

கண்களை விரித்துக் கொண்டு, “இருவருமே வெளியில் காட்டிக் கொள்ள மாட்டார்கள். ஆனால் அவர் புதிதாக வியாபாரம் செய்ய அப்பா பண உதவி செய்தார்.”

“இருவருக்கும் இடையில் நல்ல உறவுதான் இருந்ததா?”

“ஆமாம்” என்று தேவையில்லாத கேள்விக்குப் பதில் சொல்வது போலச் சொன்னாள்.

“எங்கே இருக்கிறார்?”

“போஸ்ட் தெருவில்” என்று ஒரு தொலைபேசி எண்ணைக் கொடுத்தாள்.

“அதற்குப்பின், நீங்கள் அவரைப் பார்க்கவேயில்லையா?”

“இல்லை. அவர் சிறையில் இருந்ததால், அதை விரும்புவதில்லை” என்று கைகளை ஆட்டிக் கொண்டே சொன்னாள்.

இப்போது மெதுவாக அடுத்தக் கேள்வியைக் கேட்டார். “இன்று மதியம் இங்கே வந்திருந்தாரா?”

இருவருமே “இல்லை” என்று ஒன்றாகச் சொன்னார்கள்.

அடுத்த கேள்வியைக் கேட்பதற்குமுன், கதவை யாரோ தட்டினார்கள்.

டண்டி “உள்ளே வாருங்கள்” என்றார்.

டாம் கதவைத் தள்ளிக் கொண்டு, “அவரது சகோதரர் வந்திருக்கிறார்” என்றார்.

“சித்தப்பா!” என்று அந்தப் பெண் எட்டிப் பார்த்தாள்.

டாமிற்குப் பின்புறம் பருமனான மனிதர் ஒருவர் தோன்றினார். அவரது கண்கள் நீலமாகவும், உடல் மிகவும் கறுத்தும் இருந்தது.

“என்ன விஷயம், மரியம்?” என்றார்.

“அப்பா இறந்துவிட்டார்” என்று அழுதுகொண்டே சொன்னாள்.

டண்டி, டாமை நோக்கி தலையை அசைத்தவுடன், டாம், தியோடர் பிலிஸ்ஸிற்கு வழிவிட்டார்.

அவருக்குப்பின் இன்னொரு பெண் மெதுவாக, தயக்கத்துடன் உள்ளே வந்தாள். முப்பதுகளை நெருங்கிக் கொண்டிருந்த அவள், உயரமாகவும், தங்க நிற தலைமுடியுடனும் இருந்தாள். அவளது முகத்தில் புத்திசாலித்தனம் தெரிந்தது. சிறிய பழுப்புநிறத் தொப்பியும், கம்பளி கோட்டும் அணிந்திருந்தாள்.

பிலிஸ், அவரது அண்ணன் மகளை அணைத்து, நெற்றியில் முத்தமிட்டார்.

அழுது கொண்டிருந்த அவள், அழுகையின் ஊடே அந்த இளம்பெண்ணைப் பார்த்தாள். “எப்படி இருக்கிறீர்கள், மிஸ் பாரோ?” என்றாள்.

மிஸ் பாரோ பதிலுக்கு “எனக்கு என்ன சொல்வ...”

பிலிஸ் இப்போது குறுக்கே புகுந்து “அவள் இப்போது திருமதி பிலிஸ். இன்று மதியம்தான் திருமணம் செய்து கொண்டோம்” என்றார்.

டண்டி கோபமாக ஸ்பேடை பார்த்தார். இன்னொரு சிகரெட்டை உருட்டிக் கொண்டிருந்த ஸ்பேட் சிரிப்பது போலிருந்தது.

ஒரு நொடி ஆச்சரியத்தில் வாயடைத்திருந்த மரியம் பிலிஸ் “உங்கள் இருவருக்கும் வாழ்த்துகள்!” என்றாள்.

அவளது தோளைத் தட்டிக்கொடுத்த பிலிஸ், அவளை அன்போடு அணைத்துக் கொண்டு, ஸ்பேடையும், டண்டியையும் பார்த்தார்.

“உங்கள் சகோதரர் இன்று மதியம் இறந்துவிட்டார்” என்ற டண்டி, “கொலை செய்யப்பட்டு இறந்துவிட்டார்” என்றார்.

திருமதி பிலிஸ்சின் முகத்தில் ஆச்சரியம் தெரிந்தது. பிலிஸூம் மரியத்தை இன்னமும் இறுக்கமாகப் பிடித்துக்

கொண்டாலும், அவரது முகத்தில் எந்த மாற்றமும் இல்லை. புரியாதது போல "கொலையா?" என்றார்.

"ஆமாம்" என்று தன்னுடைய கோட் பைகளுக்குள் கையை நுழைத்தபடி டண்டி "நீங்களும் இன்று மதியம் இங்கு வந்திருக்கிறீர்கள்" என்றார்.

தியோடர் பிலிஸ்ஸின் முகம் சிறிது வெளிறினாலும், "ஆமாம்" என்று நிதானமாகவே சொன்னார்.

"எவ்வளவு நேரம் இருந்தீர்கள்?"

"ஒரு மணி நேரம். இங்கே இரண்டரை மணிக்கு வந்திருப்பேன் —" என்று தன்னுடைய மனைவியைப் பார்த்துத் திரும்பினார். "உன்னை நான் தொலைபேசியில் அழைத்தபோது மூன்றரை இருக்குமா?"

"ஆமாம்" என்றாள்.

"அப்போது கிளம்பிவிட்டேன்."

"நீங்கள் வருவது முன்கூட்டியே அவருக்குத் தெரியுமா?"

'இல்லை. நான் அவரது அலுவலகத்திற்குத் தொடர்புகொண்டு தொலைபேசியில் பேசினேன். வீட்டிற்குச் சென்றுவிட்டதாகச் சொன்னார்கள். நானும் எலிசும் கிளம்புவதற்குமுன் அவரைப் பார்க்க நினைத்தேன். எங்கள் திருமணத்திற்கும் வரச்சொன்னேன். முடியாது என்று சொல்லிவிட்டார். யாரையோ எதிர்பார்ப்பதாகச் சொன்னார். நானும் அவரும் பேசிக் கொண்டிருந்ததில் நேரம் போனதே தெரியவில்லை. எனவே நான் எலிசை நேராக முனிசிபல் அலுவலகத்திற்கு வரசொல்லி தொலைபேசியில் சொல்லி விட்டேன்."

சிறிது யோசித்துவிட்டு, டண்டி "எப்போது?"

"எப்போது அலுவலகத்தில் சந்தித்தோம்?" என்று தன்னுடைய மனைவியைப் பார்த்தார்.

"மூன்றே முக்கால் மணி இருக்கும்" என்றாள் அவள். "நான் முதலில் வந்துவிட்டேன். எனவே மணியைப் பார்த்துக் கொண்டே இருந்தேன்."

பிலிஸ் தெளிவாகப் பேசினார். "நான்கு மணி ஆகி சில நிமிடங்கள் கழித்தே திருமணம் நடந்தது. பத்து நிமிடங்கள் நாங்கள் நீதிபதி ஒயிட்பீல்டிற்காகக் காத்திருந்தோம். அவர் இன்னொரு வழக்கை முடித்து வைத்துவிட்டு,

எங்கள் திருமணத்தை நடத்தினார். நீங்கள் விசாரித்துக் கொள்ளலாம் — உயர் நீதி மன்றம் — இரண்டாம் பகுதி என்று நினைக்கிறேன்."

ஸ்பேட் திரும்பி, டாமை நோக்கி "சரிபார்த்து விடுங்கள்" என்றார்.

டாமும் "சரி" என்று சொல்லிவிட்டு, வெளியே சென்றார்.

"அப்படியென்றால், உங்களுக்கு எந்தப் பிரச்சினையும் இருக்காது, பிலிஸ்" என்ற டண்டி. "ஆனால் விசாரணைக்கு நான் இந்தக் கேள்விகளைக் கேட்கத்தான் வேண்டும். உங்கள் சகோதரர் யாரை எதிர்பார்த்திருந்தார் என்று சொன்னாரா?"

"இல்லை"

"யாரோ அவரை மிரட்டுவது பற்றிச் சொல்லி இருக்கிறாரா?"

"இல்லை. அவரது விஷயங்களை எல்லாம் அவர் யாரிடமும் பேச மாட்டார். என்னிடமும்கூட. அவரை மிரட்டினார்களா?"

தண்டின் முகம் கடுமையாக இருந்தது. "உங்களுக்கும் அவருக்கும் இருந்த உறவு எப்படிப்பட்டது?"

"நட்பாகத்தான் இருந்தோம்."

"நன்றாகத் தெரியுமா?" என்ற டண்டி "உங்களுக்குள் எந்தப் பிரச்சினையும் இல்லையா?"

தியோடர் பிலிஸ், தன்னுடைய அண்ணன் மகளைத் தன்னுடைய பிடியில் இருந்து விடுவித்தார். அவரது முகம் இன்னமும் வெளுத்து, மஞ்சளாக இருந்தது. "நான் சான் குவென்டின் சிறையில் இருந்தது இங்கே எல்லோருக்கும் தெரியும். நீங்கள் வெளிப்படையாகவே கேட்கலாம்."

"அதையேதான் கேட்கிறேன்" என்றார் டண்டி.

"பிலிஸ் எழுந்து நின்றார். பொறுமையில்லாத குரலில் "என்ன? சிறையில் இருந்ததற்கு என் சகோதரன் மீது கோபம் கொண்டிருந்தேன் என்று நினைக்கிறீர்களா? எதற்காக? நாங்கள் இருவரும்தான் குற்றம் செய்தோம். அவர் வெளியே வந்துவிட்டார். நான் மாட்டிக் கொண்டேன். எனக்குத் தண்டனை நிச்சயமாக இருந்தது. அவரும் என்னுடன் உள்ளே வருவதால் எந்த ஆதாயமும் இல்லை. எனவே நாங்கள் பேசியபடி, நான் உள்ளே

சென்றேன். வெளியே இருந்த வேலைகளை அவர் பார்த்துக் கொண்டார். நன்றாகவே பார்த்துக் கொண்டார். அவரது வங்கிக் கணக்கைப் பார்த்தீர்கள் என்றால், நான் சிறையில் இருந்து வெளியே வந்த இரண்டாம் நாள், என்னுடைய பெயருக்கு இருபத்தைந்து ஆயிரம் டாலர்களுக்கு அவர் கொடுத்த காசோலையைக் காணலாம். அதே நேரத்தில் நேஷனல் ஸ்டீல் கார்போரேஷன் கம்பெனியின் 1000 பங்குகள் என்னுடைய பெயருக்கு மாற்றப்பட்டிருப்பதையும் பார்க்கலாம்."

மன்னிப்பு கேட்பது போலப் புன்னகை செய்து கொண்டு, படுக்கையில் உட்கார்ந்தார். "நீங்கள் விசாரணைதான் நடத்துகிறீர்கள்."

டண்டி அதைக் கேட்காதது போல "டேனியல் டால்போட்டை தெரியுமா?"

பிலிஸ் "இல்லை" என்றார்.

அவரது மனைவி "எனக்குத் தெரியும். அதாவது நான் அவரைப் பார்த்திருக்கிறேன். நேற்று அலுவலகத்திற்கு வந்தார்."

டண்டி அவளைக் கவனமாக மேலும், கீழும் பார்த்துவிட்டு, "எந்த அலுவலகம்?" என்றார்.

"நான் — வந்து — நான் திரு பிலிஸின் காரியதரிசி."

"இறந்து போன மாக்ஸ் பிலிஸிற்கா?"

"ஆமாம். நேற்று மதியம் டேனியல் டால்போட் அவரைப் பார்க்க வந்தார்."

"என்ன நடந்தது?"

அவள், அவளது கணவனைப் பார்த்தாள்.

"உனக்கு ஏதாவது தெரியுமென்றால், அதைச் சொல்லிவிடு."

"பெரிதாக ஒன்றும் நடக்கவில்லை. இருவரும் முதலில் கோபமாகப் பேசிக் கொள்வது போல இருந்தது. ஆனால் அவர்கள் ஒன்றாக வெளியே வந்தபோது, சிரித்துக்கொண்டும், பேசிக்கொண்டும் இருந்தார்கள். அவர்கள் வெளியே செல்வதற்குமுன், திரு பிலிஸ் என்னை அழைத்து, எங்கள் கணக்காளர் ட்ராப்பேரிடம் டால்போட்டின் பெயரில் ஒரு காசோலை தரச்சொன்னார்."

“அப்படியா?”

“ஆமாம். நான்தான் அவரிடம் சென்று கொடுத்தேன். ஏழாயிரத்து ஐந்நூறு டாலர்களோ, என்னவோ.”

“எதற்காக என்று தெரியுமா?”

“இல்லை” என்று தலையை ஆட்டிக்கொண்டே சொன்னாள்.

“நீங்கள் பிலிஸ்ஸின் காரியதரிசி என்றால், அவருக்கு டால்போட்டுடனான உறவு என்னவென்று உங்களுக்குத் தெரிந்திருக்கும்” என்றார் டண்டி.

“இல்லை, தெரியாது. நான் நேற்றைக்குமுன் அவரைப் பார்த்ததே கிடையாது.”

டண்டி ஸ்பேடை பார்த்தார். ஸ்பேடின் முகத்தில் எந்த மாற்றமும் இல்லை. கோபமாகப் பார்த்துவிட்டு, படுக்கையில் அமர்ந்திருந்தவரிடம் அடுத்த கேள்வியைக் கேட்டார். “நீங்கள் அவரைக் கடைசியாகப் பார்த்தபோது, அவர் என்ன மாதிரியான கழுத்து டையை அணிந்திருந்தார்?”

பிலிஸ் விழித்தார். நீண்ட யோசனைக்குப் பின்னர், “பச்சை நிறம் — நான் சரியாகப் பார்த்தேனா என்று தெரியவில்லை. எதற்காக?”

திருமதி பிலிஸ் “வேறு வேறு பச்சை நிறங்களில் கோடு போட்ட டை. அதைத்தான் இன்று அலுவலகத்தில் அணிந்திருந்தார்” என்றாள்.

“அவரது டைகள் எங்கே இருக்கும்?”

“அவரது படுக்கையறையில். அலமாரியில். வாருங்கள், காட்டுகிறேன்.”

டண்டியும், புதுமணத் தம்பதிகளும் வெளியே சென்றார்கள்.

ஸ்பேட் மேசையில் தன்னுடைய தொப்பியை வைத்துவிட்டு, மரியமிடம் “நீங்கள் எப்போது வெளியே சென்றீர்கள்?” என்று அவளது கால் பக்கமாகப் படுக்கையில் அமர்ந்து கேட்டார்.

“இன்றா? ஒரு மணி இருக்கும். ஒருமணிக்கு வெளியே சாப்பிடச் சென்றேன். அங்கிருந்து கொஞ்சம் ஷாப்பிங் செய்யச் சென்றேன். அப்புறம்...”

“அப்புறம் வீட்டிற்கு எப்போது வந்தீர்கள்?” என்று சினேகிதமான குரலில் கேட்டார்.

"நான்கு மணிக்கு மேல் இருக்கும்."

"என்ன நடந்தது?"

"அப்பா அங்கே கீழே கிடந்தார் – நான் தொலைபேசியில் பேசினேன் — கீழேயா அல்லது காவல்துறைக்கா என்று நினைவில்லை. அப்புறம் என்ன நடந்தது என்று தெரியவில்லை. தன்னிலைக்கு வந்தபோது, இந்த மனிதர்களும், திருமதி ஹூப்பரும் இருந்தார்கள்" என்று அவரது முகத்தைப் பார்த்துச் சொன்னாள்.

"டாக்டருடன் பேசினீர்களா?"

கண்களைக்கீழே பார்த்துக் கொண்டு "இல்லை" என்றாள்.

"ஆமாம், தேவையில்லை. அவர் இறந்துவிட்டதுதான் தெரியுமே!" என்று சாதாரணமாகச் சொல்வது போலச் சொன்னார்.

அவள் அமைதியாக இருந்தாள்.

"அவர் இறந்துவிட்டது உங்களுக்குத் தெரியுமா?" என்றார்.

"அவர் இறந்துவிட்டார்" என்று கண்களைச் சிமிட்டிக் கொண்டே சொன்னார்.

"ஆமாம். நான் என்ன கேட்கிறேன் என்றால், நீங்கள் தொலைபேசியில் பேசுவதற்குமுன் அதை உறுதி செய்து கொண்டீர்களா?"

அவள் தொண்டையில் கைகளை வைத்துக் கொண்டே "என்ன செய்தேன் என்று நினைவில்லை" என்று சொன்னாள். "அவர் இறந்துவிட்டார் என்று மட்டும் தெரியும்."

அவரும் புரிந்து கொண்டது போலத் தலையை ஆட்டினார். "அவர் கொலை செய்யப்பட்டிருக்கிறார் என்று தெரிந்துதான் காவல்துறைக்குப் பேசினீர்களா?"

கைகளைக் கோர்த்துக் கொண்டு அவள் "அப்படித்தான் நினைக்கிறேன். அப்போது என்ன நினைத்தேன் அல்லது செய்தேன் என்று நினைவில்லை"

ஸ்பேட் முன்னால் சாய்ந்து, குரலைத் தாழ்த்திக்கொண்டு, "நான் காவல்துறையைச் சேர்ந்தவன் இல்லை. உங்கள் தந்தைதான் என்னை வரச்சொன்னார் — ஆனால் சில நிமிடத் தாமதத்தால் என்னால் அவரைக் காப்பாற்ற

முடியவில்லை. எனவே ஒருவிதத்தில் நான் உங்களுக்கும் வேலை பார்க்கிறவன்தான். போலிசால் செய்யமுடியாது என்று நீங்கள் நினைக்கும் எதையாவது நான் செய்ய வேண்டும் என்று நீங்கள் நினைத்தால்..."என்று அவர் சொல்லிக் கொண்டிருக்கும்போதே டண்டியும், மற்றவர்களும் அறைக்குள் நுழைய ஸ்பேட் அப்படியே பேச்சை நிறுத்தினார்.

"என்ன ஆச்சு?"

"பச்சை டை அங்கே இல்லை" என்ற டண்டி, ஸ்பேடையும், அந்தப் பெண்ணையும் சந்தேகத்துடன் பார்த்தார். "நாம் பார்த்த நீல நிற டை இப்போதுதான் இங்கிலாந்தில் இருந்து வாங்கி வந்தது என்று திருமதி ஹூப்பர் சொன்னார்."

"எதற்காக டையைப் பற்றிக் கேட்கிறீர்கள்?" என்றார் பிலிஸ்.

டண்டி கோபத்துடன், "நாங்கள் அவரது பிணத்தைப் பார்த்தபோது, அவர் உடையை மாற்றிக் கொண்டிருந்ததுபோல இருந்தது. அவரது உடைகளுடன் இருந்த டையை அவர் அணியவேயில்லை."

"அவரைக் கொன்றவர்கள் வந்தபோது, அவர் உடையை மாற்றிக்கொண்டிருந்திருக்கலாம், அவர் உடையை மாற்றுவதற்குள் கொல்லப்பட்டிருக்கலாம்?"

டண்டியின் முகத்தில் கோபம் அதிகரித்தது. "ஆமாம். ஆனால் அவர் அணிந்திருந்த பச்சை டை என்னவானது? அதைத் தின்றுவிட்டாரா?"

ஸ்பேட் குறுக்கிட்டார். "அவர் உடைகளை மாற்றிக் கொண்டிருக்கவில்லை. அவரது காலரைப் பார்த்தால், அவரது கழுத்து நெறிப்பட்டபோது, அவர் அதை அணிந்திருக்க வேண்டும்."

டாம் கதவிற்கு அருகில் வந்துவிட்டார். "எல்லாம் சரியாக இருக்கிறது" என்று டண்டியிடம் சொன்னார். "நீதிபதியும், அவரது டவாலியும், அவர்கள் மூன்றே முக்கால் மணிக்கே வந்துவிட்டார்கள் என்றும், அதற்குப் பத்து, பதினைந்து நிமிடங்களுக்குப் பின்னர் திருமணம் நடைபெற்றதாகவும் சொன்னார்கள். டவாலியை இங்கே வந்து, இவர்களை அடையாளம் காட்டவும் சொல்லி இருக்கிறேன்."

தலையைத் திருப்பாமலேயே "சரி" என்று டண்டி சொன்னார். சட்டைப்பையில் இருந்த அந்த மிரட்டல் கடிதத்தை எடுத்து,

அதன் நட்சத்திரத்திற்குள் ‘T’ என்ற கையெழுத்து மட்டும் தெரியுமாறு மடித்து, “இது என்னவென்று தெரிகிறதா?” என்று அனைவரிடமும் கேட்டார்.

மரியம் படுக்கையில் இருந்து எழுந்து வந்து அதைப் பார்த்தாள். அனைவரும் உதட்டைப் பிதுக்கினார்கள்.

“யாருக்காவது எதாவது தெரியுமா?” என்றார் டண்டி.

“திரு பிலிஸ்சின் மார்பில் இது போல இருந்தது — ஆனால்...” என்று திருமதி, ஹூப்பர் மட்டும் சொன்னாள். மற்றவர்கள் “இல்லை” என்றார்கள்.

“இதற்குமுன் எங்காவது பார்த்திருக்கிறீர்களா?”

அனைவரும் இல்லை என்றார்கள்.

டண்டி அவர்களிடம் “சரி. இங்கேயே இருங்கள். இன்னமும் சிறிது நேரம் கழித்து, உங்களிடம் ஒன்று கேட்க வேண்டி இருக்கிறது” என்றார்.

“ஒரு நிமிடம். திரு பிலிஸ், உங்கள் புது மனைவியை எவ்வளவு நாள்களாக உங்களுக்குத் தெரியும்?” என்றார் ஸ்பேட்.

பிலிஸ் ஸ்பேட்டை வினோதமாகப் பார்த்தார். “சிறையில் இருந்து வந்ததில் இருந்துதான். ஏன்?”

“போன மாதத்தில் இருந்துதான், இல்லையா?” என்று ஸ்பேட் தனக்குத்தானே சொல்லிக் கொண்டு “உங்கள் சகோதரர் வழியாகவா?” என்று கேட்டார்.

“ஆமாம், அவருடைய அலுவலகத்தில்தான். ஏன்?”

“இன்றைக்கு முனிசிபல் அலுவலகத்தில், நீங்கள் இருவரும் எல்லா நேரங்களிலும் ஒன்றாகவே இருந்தீர்களா?”

“ஆமாம், அப்படித்தான்” என்று பிலிஸ் கூர்மையாகச் சொல்லிக் கொண்டு “என்ன சொல்ல வருகிறீர்கள்?”

ஸ்பேட் நட்புடன் புன்னகைத்தபடி, “நான் கேள்விகளைக் கேட்கத்தான் வேண்டும்” என்றார்.

பிலிஸூம் சிரித்துக்கொண்டே, “அப்ப சரி, உண்மையில் நான் சொன்னது பொய். நாங்கள் எல்லா நேரமும் ஒன்றாக இருக்கவில்லை. நான் வெளியே சிகரெட் புகைக்கச் சென்றேன். ஆனால் அங்கிருந்த கண்ணாடி கதவின் வழியாக, நான் அவளை உட்கார வைத்த இடத்தில் இருந்து அவள் நகரவே இல்லை.”

ஸ்பேடும் இப்போது மெதுவாகப் புன்னகைத்தார். "நீங்கள் கண்ணாடி வழியாகப் பார்த்தபோது, அங்கிருந்து கதவு தெரிந்ததா? அது வழியாக வெளியே சென்றிருக்கலாம், அல்லவா? நீங்கள் பார்க்காமல் இருக்கும்போது அவர் வெளியே சென்றிருக்கலாமே?"

பிலிஸ்ஸின் முகத்தில் இருந்து புன்னகை அகன்றது. "நான் ஐந்து நிமிடங்களுக்கு மேல் வெளியில் இல்லை. அவரால் சென்றிருக்க முடியாது."

ஸ்பேட் "நன்றி" என்று கூறிவிட்டு டண்டியைத் தொடர்ந்து கதவை மூடிக்கொண்டு முன்னறைக்குச் சென்றார்.

டண்டி ஸ்பேடை ஓரக்கண்ணால் பார்த்தார். "எதாவது தெரிகிறதா?"

ஸ்பேட் தோளைக் குலுக்கி கொண்டார்.

மாக்ஸ் பிலிசின் உடல் அங்கிருந்து அகற்றப்பட்டிருந்தது. அலமாரிக்கு அருகில் இருந்தவனும் இன்னொருவனையும் தவிர இரண்டு பிலிப்பினோ பையன்கள் சீருடையில் இருந்தார்கள். அவர்கள் இருவரும் சோபாவில் நெருக்கமாக அமர்ந்திருந்தார்கள்.

"மாக், அந்தப் பச்சை டையைக் கண்டுபிடித்தாக வேண்டும். இந்த வீடு, இந்தத் தெரு, இந்தப் பகுதியையே பிரித்துப் போட்டுத் தேட வேண்டியிருந்தாலும், அதைக் கண்டுபிடிக்கும் வரை நிறுத்த கூடாது" என்றார் டண்டி.

அலமாரியின் அருகில் நின்று கொண்டிருந்தவன் "சரி" என்று தொப்பியைச் சரி செய்துகொண்டு, வெளியே சென்றான்.

இரண்டு பையன்களையும் பார்த்து டண்டி கோபத்தோடு, "உங்களில் யார் இங்கே வந்த மனிதனைப் பார்த்தது?"

அவர்களில் குட்டையாக இருந்தவன் "நான்தான், சார்"

டண்டி படுக்கையறை கதவைத் திறந்து "பிலிஸ்" என்றார்.

பிலிஸ் கதவிற்கு அருகில் வந்தார்.

அந்தப் பையனின் முகம் வெளிச்சமானது. "ஆமாம், சார், இவர்தான்."

"உட்காருங்கள்" என்று டண்டி கதவைப் பூட்டிவிட்டுச் சொன்னார்.

பையன்கள் அவசரமாக உட்கார்ந்தார்கள்.

டண்டி சிறிது நேரம் அவர்களைப் பார்த்துக் கொண்டே இருந்தார். “வேறு யாரும் இல்லை, சார்” என்றான் ஒருவன். அவனது முகத்தில் வலுக்கட்டாயமாக வரவழைத்துக் கொள்ளப்பட்ட புன்னகை இருந்தது.

டண்டி மிரட்டுவது போல அவனை நோக்கி நகர்ந்தார். “பொய் சொல்லாதே! மரியம் பிலிஸ்ஸையும் மேலே கூப்பிட்டு வந்தாய், இல்லையா?”

பெரியவன் வேகமாகத் தலையை ஆட்டிக் கொண்டிருந்தனர். “ஆமாம், சார். ஆமாம், சார். அவர்களை நான்தான் கூப்பிட்டு வந்தேன். நீங்கள் வேறு யாரையோ சொல்கிறீர்கள் என்று நினைத்தேன்” என்று சிரிக்க முயற்சி செய்தான்.

டண்டி அவர்களைப் பார்த்து, “நான் என்ன நினைக்கிறேன் என்பது தேவையில்லை. நான் கேட்பதற்கு மட்டும் பதில் சொல். ‘அவர்கள்’ என்றால் யார்?”

அவர் முறைத்ததில் அவர்களது முகத்தில் இருந்த புன்னகை அகன்றது. தனது கால்களைப் பார்த்துக்கொண்டே “மரியம் பிலிஸூம், இன்னொரு மனிதரும்” என்றான்.

“எந்த மனிதர்? உள்ளே இருப்பவரா?” என்று படுக்கையறையின் கதவைக் காட்டினார்.

“இல்லை, இல்லை. இவர் வேறொருவர். அமெரிக்கரே கிடையாது.” அவனது முகத்தை உயர்த்தினான். இப்போது அதில் ஒரு வெளிச்சம் இருந்தது. “அவர் ஆர்மீனியர் என்று நினைக்கிறேன்.”

“ஏன்?”

“ஏனென்றால் அவர் அமெரிக்கர்களைப் போல இல்லை. நம்மைப் போலப் பேசவும் இல்லை.”

ஸ்பேட் சிரித்துக் கொண்டே “இதற்குமுன் ஆர்மீனியர்களைப் பார்த்திருக்கிறீர்களா?”

“இல்லை, சார். என்ன நினைக்கிறேன் என்றால்..”என்று சொல்லிக் கொண்டிருக்கும் போதே, டண்டி உறுமுவது போலக் குரல் கொடுக்கவே நிறுத்தினான்.

“அவன் எப்படி இருந்தான்?” என்றான் டண்டி.

பையன் தோள்களை உயர்த்தி கைகளை விரித்துக் கொண்டு, “அவர் உயரமாக இருந்தார். கறுப்பான முடி, மீசை. நல்ல

துணி அணிந்திருந்தார். நல்ல மனிதர். கைத்தடி, கையுறை, எல்லாம்...”

“இளைஞரா?” என்றார் டண்டி.

மீண்டும் தலை மேலும், கீழுமாக ஆடியது. “இளமையாகத்தான் இருந்தார்”

“அவர் எப்போது இங்கிருந்து கிளம்பினார்?”

“ஐந்து நிமிடங்களில் கிளம்பினார்.”

டண்டி வாயை மென்று கொண்டே, “எப்போது அவர்கள் வந்தார்கள்?”

பையன் “நான்கு மணி இருக்கும் — பத்து நிமிடங்கள் முன்பின் இருக்கலாம்” என்றான்.

“அவர்களுக்குமுன் வேறு யாராவது வந்தார்களா?”

இருவரும் ஒன்று போல, இல்லை என்று தலையாட்டினார்கள்.

டண்டி, ஸ்பேடிடம் “அவளை வரச் சொல்லுங்கள்” என்றார்.

ஸ்பேட் படுக்கையறையைத் திறந்து “மிஸ் மரியம், ஒரு நிமிடம் வெளியே வருகிறீர்களா?” என்றார்.

“என்ன விஷயம்?” என்றாள்.

“ஒரு நிமிடம்தான்” என்று கதவைத் திறந்து வைத்துக் கொண்டு, “நீங்களும் வாருங்கள் பிலிஸ்” என்றார்.

மரியம் பிலிஸ், அவளது சித்தப்பாவுடன் மெதுவாக முன்னறைக்கு வந்தாள். அங்கே இருந்த லிப்ட் பையன்களைப் பார்த்தவுடன், அவளது உதடுகள் துடித்தன. டண்டியை சிறிது கவலையுடன் பார்த்தாள்.

“உங்களுடன் யாரோ ஒரு மனிதனும் வந்தான் என்பது உண்மையா?”

மீண்டும் அவளது உதடுகள் துடித்தன. “என்— என்ன?” என்றாள். அவளது முகத்தில் தெரிந்த குழப்பத்தை மறைக்கப் பார்த்தாள். தியோடர் பிலிஸ் வேகமாக முன்னே வந்து, எதையோ சொல்லப் போகிறவரைப் போல அவளை மறைத்துக் கொண்டு நின்றார். உடனே மனதை மாற்றிக் கொண்டவரைப் போல, மீண்டும் பின்னே சென்று நின்று கொண்டார்.

“உங்களுடன் வந்தவன். யாரவன்? எங்கிருக்கிறான்? எதற்காக இங்கிருந்து சென்றான்? ஏன் அவனைப் பற்றி நீங்கள் எதுவும் சொல்லவில்லை?” என்று டண்டி கடுமையான குரலில் கேட்டார்.

அவள் முகத்தை மூடிக்கொண்டு அழ ஆரம்பித்தாள். “அவருக்கும் இதற்கும் எந்தச் சம்பந்தமும் இல்லை” என்று கைகளுக்கு இடையில் இருந்து வார்த்தைகள் குளறிக்கொண்டு வந்தன. “இல்லை, அவருக்கு இது தொந்தரவாக இருக்கும்.”

“நல்ல மனிதன்...பத்திரிகையில் பெயர் வராமலிருக்க, உங்களை, கொலை செய்யப்பட்ட உங்கள் அப்பாவுடன் விட்டுவிட்டு, ஓடியிருக்கிறான்” என்று டண்டி அதே குரலில் தொடர்ந்தார்.

முகத்தில் இருந்து கைகளை எடுத்துக் கொண்டு, “ஓ, அவருக்கு வேறு வழியில்லை. அவரது மனைவி மிகவும் பொறாமைக்காரி. மீண்டும் என்னுடன் இருந்தார் என்று தெரிந்தால், விவாகரத்து செய்துவிடுவாள். அவருக்கு என்று உலகில் ஒற்றை டாலர்கூட இல்லை” என்று அழுது கொண்டே சொன்னாள்.

டண்டி ஸ்பேடை பார்த்தார். இதை எல்லாம் வேடிக்கைப் பார்த்துக் கொண்டிருந்த லிப்ட் பையன்களைப் பார்த்து “வெளியே போங்கள்!” என்றார். அவர்கள் வேகமாக வெளியே சென்றார்கள்.

“யார் இந்த நல்லவன்?” என்று டண்டி, மரியமிடம் கேட்டார்.

“ஆனால் அவருக்கும், இதற்கும்..”

“யார் அவன்?”

அவள் கீழே பார்த்துக் கொண்டு, “அவர் பெயர் போரிஸ் சிமெகலோவ்” என்றாள்.

“ஒவ்வொரு வார்த்தையாகச் சொல்லிக் காட்டு”

அப்படியே செய்தாள்.

“எங்கே இருக்கிறான்?”

“செயின்ட் மார்க் ஹோட்டலில்”

“பணக்காரப்பெண்களைத் திருமணம் செய்வதைத் தவிர வேறென்ன செய்கிறான்?”

அவளது முகத்தில் சட்டென்று கோபம் கொப்பளித்தது. ஆனால் உடனே அடங்கிவிட்டது. “அவர் எதுவும் செய்யவில்லை” என்றாள்.

அங்கிருந்த இன்னொருவனை நோக்கி, டண்டி “அவனை அழைத்து வா.” அவன் அங்கிருந்து சென்றான்.

மீண்டும் அவளைப் பார்த்து “நீங்களும், சிமெகலோவும் காதலிக்கிறீர்களா?”

அவளது முகத்தில் கோபம் தெரிந்தது. எதுவும் சொல்லாமல் அவரைக் கோபத்துடன் பார்த்தாள்.

“உங்கள் அப்பா இறந்துவிட்டதால், அவனது மனைவி விவாகரத்துக் கொடுத்தாலும், அவனைத் திருமணம் செய்யப்போதுமான பணம் உங்களிடம் இருக்கும்.”

அவள் முகத்தை மூடிக் கொண்டாள்.

“இப்போது உங்கள் அப்பா இறந்துவிட்டார். நீங்கள்...”

அவள் கீழே விழுவதைப் பார்த்து, ஸ்பேட் வேகமாக அவளைத் தாங்கி பிடித்தார். அவளைத் தூக்கிக்கொண்டு, படுக்கையறைக்குச் சென்றார். திரும்ப வரும்போது, படுக்கையறையின் கதவை மூடிவிட்டு, “மற்றவற்றைப் பற்றித் தெரியாது. ஆனால் இப்போது வந்த மயக்கம் நல்ல நாடகம்” என்றார்.

“எல்லாமே நாடகம்தான்” என்றார் டண்டி.

“குற்றவாளிகள் தங்களது குற்றத்தை தாங்களாகவே ஒப்புக்கொள்ள வேண்டும் என்று ஒரு சட்டம் வேண்டும்” என்று ஸ்பேட் வேடிக்கையாகச் சொன்னார்.

பிலிஸ், தன்னுடைய சகோதரனின் மேசைக்கு அருகில் உட்கார்ந்து கொண்டார்.

டண்டியின் குரல் விரக்தியுடன் வந்தது. “நீங்கள் எதற்கும் கவலைப்படத் தேவையில்லை, ஸ்பேட். உங்களது கஸ்டமர் இறந்துவிட்டார். எனவே அவர் குறை சொல்லப் போவதில்லை. ஆனால் நான் கண்டுபிடிக்கவில்லை என்றால், கேப்டன், நகரக் காவல்துறை தலைவர், பத்திரிகைகள் என்று ஒருத்தர் பாக்கியில்லாமல் என்னைத் துரத்துவார்கள்.”

ஆறுதல் சொல்வது போல ஸ்பேட் “கவலைப்படாதீர்கள். கொலைகாரனைக் கண்டுபிடித்துவிடுவீர்கள்.” முகத்தைத்

தீவிரமாக வைத்துக்கொண்டு “இதற்கு மேலும் இந்த விசாரணையில் முட்டுச்சந்துகளுக்குள் போய்க்கொண்டே இருக்க முடியாது. திருமதி ஹூப்பர் சென்றதாகச் சொன்ன இறுதிச்சடங்கு பற்றிய விவரங்களை விசாரிக்க வேண்டாமா? அந்தப் பெண்மணியிடம் ஏதோ ஒன்று சரியாக இல்லை.”

ஒரு நொடி ஸ்பேடை சந்தேகத்தோடு பார்த்த டண்டி “டாமை சரி பார்க்கச் சொல்லலாம்.”

டாமை நோக்கி திரும்பிய ஸ்பேட், விரல்களை ஆட்டிக் கொண்டே “டாம், எந்த இறுதிச்சடங்கும் நடக்கவில்லை என்று உறுதியாகச் சொல்வேன். ஏமாந்து விடாமல் நன்றாக விசாரி.”

உடனே படுக்கையறை கதவை திறந்து “திருமதி ஹூப்பர், டாம் உங்களை விசாரிக்க வேண்டுமாம்” என்றார்.

அவளும் வெளியே வந்து டாமிடம், பெயர், முகவரி போன்ற விவரங்களைக் கொடுத்துக் கொண்டிருக்கும்போது, ஸ்பேட் சோபாவில் அமர்ந்து புகையிலையை வைத்து, சிகரெட்டை உருட்டிக் கொண்டிருந்தார். ஸ்பேடிடம் கேட்டுக் கொண்டு, தியோடர் பிலிஸ் மீண்டும் படுக்கையறைக்குச் சென்றார்.

டாம் எல்லாவற்றையும் குறித்துக் கொண்டவுடன், அவளிடம் “நன்றி” என்று சொல்லிவிட்டு, ஸ்பேட் மற்றும் டண்டியிடம் “சென்று வருகிறேன்” என்று சொல்லிவிட்டு, அங்கிருந்து வெளியே சென்றுவிட்டார்.

வேலைக்காரப்பெண் அதே இடத்திலேயே அசையாமல், பொறுமையுடன் நின்று கொண்டிருந்தாள்.

சோபாவில் உட்கார்ந்திருந்த நிலையில் இருந்து திரும்பிக் கொண்டு, ஸ்பேட், அவளிடம் “ஒன்றும் கவலைப்படாதீர்கள்” என்று டாம் சென்ற திசையில் கைகளைக் காட்டி, “வழக்கமான விசாரணைதான்” என்று சொல்லிவிட்டு, “இங்கே நடந்திருப்பதைப் பற்றி நீங்கள் என்ன நினைக்கிறீர்கள், திருமதி ஹூப்பர்?” என்றார்.

அவள் அமைதியாக, ஆனால் மிகவும் உறுதியாக “இது கடவுளின் நீதி என்று நினைக்கிறேன்” என்றாள்.

டண்டி குறுக்கும், நெடுக்குமாக நடந்து கொண்டிருந்ததை நிறுத்திவிட்டு, அவளை உற்றுப் பார்த்தார்.

ஸ்பேட் "என்ன?" என்றார்.

அவளது குரலில் உறுதி மட்டுமே இருந்தது. எந்த உணர்ச்சியும் இல்லை. "பாவத்தின் சம்பளம் மரணம்தான்."

தன்னுடைய வேட்டையைக் கண்டுவிட்ட மிருகத்தைப் போல டண்டி அவளை நோக்கி நகர்ந்தார். ஆனால் ஸ்பேட் சோபாவிற்குப் பின்பக்கமாகக் கைகளால் அவரை அங்கேயே இருக்குமாறு சைகை செய்தார். முகத்தில் மிகுந்த ஆர்வத்துடன், அவளிடம் "பாவமா?" என்றார்.

"என்னிடத்தில் விசுவாசமாயிருக்கிற இந்தச் சிறியரில் ஒருவனுக்கு இடறலுண்டாக்குகிறவன் எவனோ, அவனுடைய கழுத்தில் எந்திரக்கல்லைக் கட்டி, சமுத்திரத்தின் ஆழத்திலே அவனை அமிழ்த்துகிறது அவனுக்கு நலமாயிருக்கும்" என்றாள். பைபிளின் அந்த வார்த்தைகளையும் அவள் எந்த உணர்வுமின்றி, தான் மிகவும் நம்பும் ஒன்றைச் சாதாரணமாகச் சொல்வது போலச் சொன்னாள்.

டண்டி அவளிடம் "எந்தச் சிறியர்?" என்றார்.

"அவள்தான்" என்ற திருமதி ஹூப்பர், "மரியம்"

அவளுடைய கண்கள் அவரை நோக்கித் திரும்பி, அங்கிருந்து படுக்கையறை கதவில் சென்று நின்றது.

டண்டி "அவரது மகளா?" என்று யோசனையுடன் கேட்டார்.

"ஆமாம், அவரது தத்தெடுக்கப்பட்ட மகள்."

டண்டியின் முகம் கோபத்தால் சிவந்தது. "என்ன இது? அவள் அவருடைய சொந்த மகள் இல்லையா?" என்றார்.

ஆனால் அவரது கோபம் அவளது அமைதியான குரலை ஒன்றும் செய்ய முடியவில்லை. "இல்லை. அவரது மனைவி வெகுகாலம் உடல்நலமில்லாமல் இருந்தாள். அவர்களுக்குக் குழந்தை இல்லை."

டண்டியின் தாடை கோபத்தை அடக்குவது போல அசைந்தது. இப்போது இன்னமும் சாதாரணக் குரலில். "அவளை அவர் என்ன செய்துவிட்டார்?"

"எனக்குத் தெரியாது. ஆனால் உண்மை கண்டறியப்படும்போது, அவளுக்கு அவளது தந்தை

— உண்மையான தந்தை — விட்டுச்சென்ற பணம் என்னவானது என்று நீங்களும்...”

ஸ்பேட் குறுக்கிட்டு, மிகவும் மெதுவாக, அவரது வார்த்தைகள் அவளுக்கு நன்றாகப் புரியவேண்டும் என்பது போல “அதாவது, அவர் அவளை ஏமாற்றினாரா என்று உங்களுக்கு உண்மையில் தெரியாது? நீங்கள் வெறுமனே சந்தேகப்படுகிறீர்கள்?”

அவள் தன்னுடைய கையை இதயத்தில் வைத்தாள். “எனது இதயத்திற்குத் தெரியும்.”

டண்டி ஸ்பேடை பார்த்தார். ஸ்பேட் டண்டியை பார்த்தார். ஸ்பேடின் கண்களில் குறும்பு மின்னியது. டண்டி தொண்டையைச் செருமிக் கொண்டு, மீண்டும் அவளைப் பார்த்து, “அப்போ நீங்கள் இதை” என்று கொலையுண்டவன் கிடந்த இடத்தைச் சுட்டிக் காட்டி, “கடவுளின் நீதி என்கிறீர்கள், இல்லையா?”

“ஆமாம்.”

அவரது கண்களில் இன்னமும் சிறு அளவில் வேடிக்கை மிச்சமிருந்தது. “இதை யார் செய்திருந்தாலும், அவர்கள் கடவுளின் சார்பாக நடந்து கொண்டிருக்கிறார்கள் என்று சொல்கிறீர்களா?”

“அது எனக்குத் தெரியாது.”

மீண்டும் அவரது முகம் சிவக்க ஆரம்பித்தது.

“இப்போதைக்கு அவ்வளவுதான்” என்று ஏமாற்றத்துடன் சொன்னார். ஆனால் அவள் படுக்கையறை கதவை அடையும் நேரத்தில், மீண்டும் அவளை அழைத்தார். “ஒரு நிமிடம்.” அவள் திரும்பியவுடன், “நீங்கள் ரோசிக்ரூஸின்ஸ் இல்லையே?”

“நான் கிறிஸ்துவராக மட்டுமே இருக்கிறேன்.”

“சரி, சரி” என்று கோபத்துடன் சொல்லிவிட்டு, அவர் திரும்பிக் கொண்டார். அவள் படுக்கையறைக்குள் சென்று கதவை சாத்திக் கொண்டாள். நெற்றியில் வழிந்த வியர்வையைக் கைகளால் துடைத்துக் கொண்டே “என்ன குடும்பம்!” என்றார்.

ஸ்பேட் பதிலுக்கு “உங்கள் குடும்பத்தையும் நேரம் கிடைக்கும்போது, விசாரித்துப் பாருங்கள்” என்றார்.

டண்டியின் முகம் வெளிறியது. உதடுகள் துடித்தன. முஷ்டியை உயர்த்திக் கொண்டு ஸ்பேடை நோக்கி பாய்ந்தார். "என்ன சொன்னாய்..?" என்ற அவரது வேகம், ஸ்பேடின் முகத்தில் தெரிந்த ஆச்சரியத்தில் முழுவதுமாகக் குறைந்து நின்றுவிட்டது. அவரது கண்களைப் பார்க்காமல், உதடுகளை ஈரப்படுத்திக் கொண்டு, மீண்டும் ஸ்பேடை பார்த்து, வலுக்கட்டாயமாக வரவழைக்கப்பட்ட சிரிப்புடன் "அதாவது எந்தக் குடும்பத்தையும் என்று சொல்கிறீர்கள்" என்று முனகினார். அழைப்பு மணி அடிக்கவே, வேகமாக முன்கதவை நோக்கித் திரும்பினார்.

ஸ்பேடின் முகத்தில் தெரிந்த வியப்பும், வேடிக்கையும் அவரை ஒரு சாத்தானைப் போலக் காட்டியது.

முன்கதவில் இருந்து ஒரு மென்மையான குரல் கேட்டது. "என் பெயர் ஜிம் கிட்ரெட்ஜ். நீதிமன்ற டவாலி. இங்கே வரச் சொல்லியிருந்தார்கள். "

"உள்ளே வாருங்கள்" என்று டண்டி பதில் கூறினார்.

கிட்ரெட்ஜ் சிறிது பருமனாகவும், பழைய ஆனால் இப்போது அவருக்கு மிகவும் இறுக்கமாக இருந்த உடைகளை அணிந்திருந்தார். ஸ்பேடை பார்த்து "மிஸ்டர் ஸ்பேட், உங்களையும், உங்களது பர்க்—ஹாரிஸ் கோட்டும் எனக்கு நினைவிருக்கிறது" என்றார்.

ஸ்பேட் "நன்றி" என்று சொல்லிக் கொண்டே, எழுந்து அவரது கைகளைக் குலுக்கினார்.

டண்டி படுக்கையறைக்குச் சென்று, தியோடர் பிலிஸ் மற்றும் அவரது மனைவியை வெளியே வரச்சொன்னார். கிட்ரெட்ஜ் அவர்களைப் பார்த்து நட்புடன் புன்னகை செய்து, "எப்படி இருக்கிறீர்கள்?" என்று கேட்டுவிட்டு "அவர்கள்தான்" என்று டண்டியிடம் சொன்னார். "நான்கு மணிக்குப் பத்து நிமிடங்கள் இருக்கும்போது இவர்கள் வந்தார்கள். நீதிபதி எப்போது வருவார் என்று கேட்டார்கள். நான்கு மணி வரை காத்திருந்துவிட்டு, அதன்பின்னர் நீதிபதி இவர்களுக்குத் திருமணம் செய்து வைத்தார்."

டண்டி "நன்றி" என்றார். கிட்ரெட்ஜ் அங்கிருந்து கிளம்பினார். பிலிஸ் தம்பதிகள் மீண்டும் படுக்கையறைக்குச் சென்றார்கள். டண்டி, ஸ்பேடை பார்த்து "அடுத்து என்ன?" என்றார்.

ஸ்பேட் உட்கார்ந்து கொண்டே "இங்கிருந்து முனிசிபல் அலுவலகத்திற்கு 15 நிமிடங்களில் சென்றிருக்க முடியாது. எனவே நீதிபதிக்குக் காத்திருந்த நேரத்திலும் இங்கு வந்துவிட்டுத் திரும்பியிருக்க முடியாது. திருமணம் முடிந்த பின்னர் இங்கே வந்தும் கொலை செய்திருக்க முடியாது. அதற்குள் மரியம் வந்துவிட்டாள்."

டண்டியின் முகத்தில் இருந்த அதிருப்தி அதிகரித்தது. எதையோ சொல்ல வாயைத் திறந்தார். ஆனால் அப்போது மரியம் பிலிஸ்சுடன் வந்த மனிதனை அழைத்து வர சென்றவனும், ஓர் உயரமான, மெலிந்த, வெளிறிய மனிதனும் உள்ளே நுழைந்தார்கள்.

"லெப்டினென்ட் டண்டி, ஸ்பேட், திரு போரிஸ்—ஆஹ்—சிமெகலோவ்."

டண்டி தலையை ஆட்டினார்.

சிமெகலோவ் உடனே பேச ஆரம்பித்தார். அவரது ஆங்கிலம் நன்றாகவே இருந்தது. "லெப்டினென்ட், இதை மிகவும் ரகசியமாக வைத்திருக்க வேண்டிக் கொள்கிறேன். இந்த விஷயம் வெளியே தெரிந்தால், என் வாழ்வே அழிந்துவிடும். லெப்டினென்ட், அநியாயமாக என்னுடைய வாழ்வை அழித்து விடாதீர்கள். எனக்கு ஒன்றும் தெரியாது. சார், நான் உள்ளத்திலும், செயலிலும் களங்கமில்லாதவன் மட்டுமல்ல, இந்தப் பயங்கரமான விஷயத்தில் எனக்கு எந்தத் தொடர்பும் இல்லை. எந்த —"

"ஒரு நிமிடம்" என்ற டண்டி, "யாரும் உங்கள் மீது எந்தக் குற்றச்சாட்டையும் சொல்லவில்லை. நீங்கள் இங்கே இருப்பது விசாரணைக்குத் தேவை என்றுதான் வரவழைத்தோம்."

அந்த இளைஞன் தன்னுடைய கைகளை விரித்து, முன்னால் நீட்டி, "ஆனால் நான் என்ன செய்ய முடியும்? எனக்கு ஒரு மனைவி இருக்கிறாள். அவள் —" என்று தலையை வேகமாக ஆட்டி "இல்லை, என்னால் முடியாது. முடியவே முடியாது."

சிமெகலோவை அழைத்தது வந்தவன், ஸ்பேடிடம் தாழ்வான குரலில் "முட்டாள் ரசியர்கள்!" என்றான்.

சிமெகலோவை உற்றுப் பார்த்துக் கொண்டு, குற்றம் சாட்டும் குரலில், "உன்னுடைய இந்த நிலைக்கு நீதான் காரணம்" என்றார்.

சிமெகலோவ் கிட்டத்தட்ட அழும் நிலையில் இருந்தார். “ஆனால் என்னுடைய இடத்தில் இருந்து பாருங்கள். நீங்கள் —”

“தேவையில்லை” என்று சிறிதும் கவனியாதது போல டண்டி சொன்னாலும், அவனைப் பார்த்துப் பரிதாபப்பட்டார். “இந்த நாட்டில் கொலை செய்வது விளையாட்டு கிடையாது.”

“கொலையா! லெப்டினென்ட், என்னுடைய கெட்ட நேரம்தான் நான் இங்கு வந்தது. நான் எதுவும் —”

“நீ இங்கே மரியம் பிலிஸ்சுடன் வந்தது தற்செயலானதா?”

“ஆமாம்” என்று சொல்ல விரும்புவதைப் போலச் சிமெகலோவ் இருந்தாலும், அவரது வாயில் இருந்து “இல்லை” என்று மெதுவாக வந்தது. வேகமாக “ஆனால் ஒன்றுமில்லை. ஒன்றுமே நடக்கவில்லை. நாங்கள் ஒன்றாக மதிய உணவு அருந்தினோம். அவளை வீட்டில் வந்து விட்டேன். “காக்டைல் குடிக்க உள்ளே வருகிறீர்களா?” என்றாள். நானும் சரி என்றேன். அவ்வளவுதான்!” என்று மீண்டும் கைகளை நீட்டினார். “உங்களுக்குக்கூட நடந்திருக்கலாம், இல்லையா?” என்றவர், இப்போது ஸ்பேடை பார்த்து, “உங்களுக்கு?”

ஸ்பேட் பதிலுக்கு “எனக்கு நிறைய நடக்கிறது. நீங்கள் மரியமுடன் சுற்றிக் கொண்டிருந்தது, அவரது தந்தைக்குத் தெரியுமா?”

“நாங்கள் இருவரும் நண்பர்கள் என்று அவருக்குத் தெரியும்.”

“உங்களுக்கு மனைவி இருப்பது அவருக்குத் தெரியுமா?”

சிமெகலோவ் கவனமாக “தெரியும் என்று நான் நினைக்கவில்லை.”

டண்டி “அவருக்குத் தெரியாது என்று உனக்குத் தெரியும்” என்றார்.

சிமெகலோவ் உதடுகளை நனைத்துக் கொண்டு, லெப்டினென்ட் சொல்வதை மறுக்கவில்லை.

“அவருக்குத் தெரிந்திருந்தால், என்ன நடந்திருக்கும் என்று நினைக்கிறாய்?” என்றார் டண்டி.

“எனக்குத் தெரியாது, சார்”

டண்டி அவனுக்கு மிக அருகில் சென்று நின்று கொண்டு, பற்களைக் கடித்துக் கொண்டு “அவருக்குத் தெரிந்தபோது, அவர் என்ன செய்தார்?”

அந்த இளைஞன் ஓர் அடி பின்வாங்கினான். பயத்தினால் அவனது முகம் வெளுத்து, வெளிறியது.

படுக்கையறையில் இருந்து வெளியே மரியம் பிலிஸ் வந்தாள். “அவரைத் தொந்தரவு செய்யாதீர்கள்!” என்றவள் “அவருக்கு இதில் எந்தச் சம்பந்தமும் இல்லை என்று சொன்னேன் அல்லவா? அவருக்கு எதுவும் தெரியாது.” இதற்குள் அவள் சிமெகலோவ்வின் அருகில் வந்திருந்தாள். அவரது கைகளைத் தன்னுடைய கைகளோடு கோர்த்துக் கொண்டு “நீங்கள் அவருக்குத் தொந்தரவுதான் கொடுக்கிறீர்கள். என்னை மன்னியுங்கள், போரிஸ். அவர்களை உன்னைத் தொந்தரவு செய்யக் கூடாது என்று சொன்னேன்.”

சிமெகலோவ் எதையோ முனகினான்.

“சொல்லத்தான் செய்தீர்கள்” என்ற டண்டி, ஸ்பேடை பார்த்து, “சாம், இப்படி இருக்கலாமோ? மாக்ஸ் பிலிஸ், அவனது மனைவியைப் பற்றித் தெரிந்து கொண்டார். அவர்கள் மதிய உணவு உண்டுவிட்டு வந்தவுடன், அவர்களைச் சந்திக்க வீட்டிற்குமுன்பே வந்து காத்திருந்தார். அவர்கள் வந்தவுடன், அவனது மனைவியிடம் சொல்லுவதாக மிரட்ட, சிமெகலோவ் அவரது கழுத்தை நெறித்திருக்கலாம்” என்று ஓரக்கண்ணால் அந்தப் பெண்ணைப் பார்த்துக் கொண்டே “இன்னொரு முறை மயக்க நாடகம் போட வேண்டுமென்றால், இப்போதுதான் நேரம்” என்றார்.

அதைக் கேட்டவுடன் சிமெகலோவ் கோபத்துடன் கத்திக்கொண்டே டண்டியின் மீது பாய்ந்து, தன்னுடைய விரல்களால் அவரைப் பிறாண்டினான். “ஓ!” என்ற டண்டி, அவனது முகத்தில் முஷ்டியால் குத்தினார். பின்பக்கமாகச் சென்று, அங்கிருந்த நாற்காலியில் மோதி அவன் கீழே விழுந்தான். டண்டி “அவனை இங்கிருந்து அழைத்துச் செல் — அவன் ஒரு சாட்சி!” என்றார்.

அவனை அழைத்து வந்தவனும் “சரி” என்று சொல்லிவிட்டு, சிமெகலோவ்வை தரையில் இருந்து தூக்கி விடச் சென்றான்.

மரியம் பிலிஸ் கதவை மூடவில்லை என்பதால், படுக்கையறையில் இருந்து தியோடர் பிலிஸ், அவரது

மனைவி, திருமதி ஹூப்பர் ஆகியோர் வெளியே வந்தனர். மரியம் பிலிஸ் கோபத்துடன், கால்களைத் தரையில் உதைத்துக் கொண்டே, மிரட்டுவது போல டண்டியைப் பார்த்து "உங்கள் மீது வழக்குத் தொடுப்பேன் — உங்களுக்கு எந்த உரிமையும் இல்லை ..." என்று பேசிக் கொண்டே சென்றாள். யாரும் அவள் பேசுவதைக் கவனிக்கவில்லை. சிமெகலோவ்வை எழுப்பி, அவனைக் கைதாங்கலாக அழைத்துச் செல்வதைத்தான் அனைவரும் பார்த்துக் கொண்டிருந்தார்கள். அவனது மூக்கிலும், வாயிலும் ரத்தம் வழிந்து கொண்டிருந்தது.

"ஹா!" என்று ஒன்றும் நடக்காதது போல, தன்னுடைய பையில் இருந்து ஒரு வெள்ளைத்தாளை எடுத்துக் கொண்டு டண்டி, மரியமிடம் "இங்கிருந்து செய்யப்பட்ட அனைத்து தொலைபேசி எண்களும் இதில் இருக்கிறது. உங்களுக்குத் தெரிந்த எண் என்றால் சொல்லவும்."

முதல் எண்ணை வாசித்தார்.

"அது இறைச்சி கடைக்காரன். காலையில் கிளம்புவதற்குமுன் நான்தான் பேசினேன்" என்றாள் திருமதி ஹூப்பர். டண்டி வாசித்த அடுத்த எண் மளிகைக் கடைக்காரரின் எண் என்றும் அவளே சொன்னாள்.

இன்னொரு எண்ணை வாசித்தார்.

"அது செயின்ட் மார்க் ஹோட்டல்" என்றாள் மரியம். "நான் போரிசுடன் பேசியது." அடுத்த இரண்டு எண்களைத் தன்னுடைய நண்பர்களின் எண்கள் என்று கூறினாள்.

ஆறாவது எண், அவருடைய சகோதரரின் அலுவலக எண் என்று தியோடர் பிலிஸ் கூறினார். "என்னைச் சந்திக்க எலிசை வரச் சொல்லி நான் செய்ததாக இருக்கும்" என்றார்.

ஏழாவது எண்ணைத் தன்னுடையது என்றார் ஸ்பேட். "இது காவல்துறை அவசர எண்" என்று டண்டி கடைசி எண்ணை வாசித்தார். மீண்டும் தாளை தன்னுடைய பையில் போட்டுக் கொண்டார்.

ஸ்பேட் உற்சாகமாக "பல இடங்களுக்குத் தொலைபேசி அழைப்புகள் செய்யப்பட்டிருக்கிறது" என்றார்.

வாசல்மணி மீண்டும் அடித்தது.

டண்டி கதவை நோக்கிச் சென்றார். அவரும், இன்னொருவனும் அங்கே மிகவும் தாழ்வான குரலில்

பேசிக் கொண்டிருந்ததால் உள்ளிருந்தவர்களுக்கு எதுவும் கேட்கவில்லை.

தொலைபேசி அடித்தது. ஸ்பேட் எடுத்தார். “ஹலோ... இல்லை, நான் ஸ்பேட். ஒரு நிமிடம் — சரி” என்று கேட்டுக் கொண்டிருந்தார். “சரி, நான் சொல்லி விடுகிறேன்...எனக்குத் தெரியாது. நான் அவரை உங்களிடம் பேசச் சொல்கிறேன்... சரி”

அவர் தொலைபேசியைக் கீழே வைத்துத் திரும்பியவுடன், அங்கே டண்டி நின்று கொண்டிருந்ததைப் பார்த்தார். “உங்கள் ரசியன் மொத்தமாகப் பைத்தியம் போல நடந்து கொண்டானாம். ஓ’கார் அவனைக் கைகளைக் கட்டி இழுத்துச் சென்றதாகச் சொல்கிறான்” என்றார்.

“அவனுக்கு முன்பே அதைச் செய்திருக்க வேண்டும்” என்றார் டண்டி. “இங்கே வாருங்கள்”

ஸ்பேட் அவருடன் சேர்ந்து முன்னறையில் இருந்த வெராண்டாவிற்குச் சென்றார். அங்கே சீருடையில் இருந்த காவலர் ஒருவர் இருந்தார்.

டண்டி இப்போது தன்னுடைய கைகளை விரித்துக் காட்டினார். ஒன்றில் பலவிதப் பச்சை நிறங்களில் குறுக்கே கோடுகள் இடப்பட்டிருந்த டை ஒன்றும், மற்றொன்றில் பிறை போலப் பிளாட்டினத்தில் செய்யப்பட்டு, வைரங்கள் பதிக்கப்பட்டிருந்த சட்டையில் குத்தப்படும் பின் ஒன்றும் இருந்தது.

டையில் இருந்த மூன்று கறைகளை ஸ்பேட் குனிந்து பார்த்தார். “ரத்தமா?”

“அழுக்காகக்கூட இருக்கலாம்” என்றார் டண்டி. “பத்திரிகை ஒன்றில் சுற்றப்பட்டு அங்கே குப்பைக்குள் கிடந்ததை இவர்தான் கண்டறிந்தார்.”

சீருடை அணிந்த காவலர் பெருமையாக “ஆமாம், சார். அங்கேதான் எல்லாம் சுருட்டப்பட்டு...” என்று ஆரம்பித்த அவர், யாரும் கவனிக்கவில்லை என்றதும் அப்படியே நிறுத்தினார்.

“ரத்தமாகவே இருக்க வேண்டும்” என்றார் ஸ்பேட். “அதை மறைக்க முயற்சி செய்ததற்கு அதுவே காரணமாக இருக்க வேண்டும். போய், அங்கே அனைவரிடமும் பேச வேண்டியிருக்கிறது.”

டண்டி பையில் டையைத் திணித்துக் கொண்டு, இன்னொரு கையில் பின்னை வைத்துக் கொண்டு பைக்குள் கையை விட்டுக்கொண்டார். "சரி — இதை ரத்தம் என்றே சொல்லலாம்."

அவர்கள் மீண்டும் முன்னறைக்குச் சென்றார்கள். அங்கே டண்டி ஒவ்வொரு அறையாகப் பார்த்தார். அவருக்கு ஒருவரையும் பிடிக்கவில்லை. கையில் இருந்த பின்னை முதலில் வெளியே எடுத்து கையை நீட்டி அனைவர்க்கும் தெரிவது போலக் காண்பித்தார். "இது என்ன?" என்று அனைவரிடமும் கேட்டார்.

முதலில் மரியம் பேசினாள். "இது அப்பாவின் பின்."

"அப்படியா?" என்ற டண்டியின் குரலில் கோபம் இருந்தது. "இன்று அணிந்திருந்தாரா?"

"அவர் எப்போதும் அணிந்திருப்பார்" என்று மற்றவர்களின் ஒப்புதலுக்காக அவர்களைப் பார்த்தாள்.

திருமதி பிலிஸ் "ஆமாம்" என்றாள். மற்றவர்களும் தலையை ஆட்டினார்கள்.

"எங்கே கிடைத்தது?" என்றாள் அவள்.

டண்டி மீண்டும் ஒவ்வொருத்தரையும் பார்த்துக் கொண்டிருந்தார். அவர்களை முன்பைவிட வெறுத்தார். அவரது முகம் சிவந்திருந்தது. "எப்போதும் அணிந்திருப்பார்" என்று கோபமாகச் சொன்ன அவர், "ஆனால் உங்களில் ஒருவர்கூட 'அப்பா அணிந்திருந்த பின் எங்கே?' என்று இதுவரை கேட்கவில்லை. நாங்கள் அதைக் கண்டுபிடிக்கும் வரை அனைவரும் காத்திருக்கிறீர்கள்."

பிலிஸ் "நியாயமாகப் பேசுங்கள். எங்களுக்கு எப்படி —?" என்றார்.

"உங்களுக்கு எப்படித் தெரிந்திருக்கும் என்பதை எல்லாம் சொல்லத் தேவையில்லை" என்ற டண்டி "இப்போது எனக்குத் தெரிந்ததை எல்லாம் பேசும் நேரம் வந்துவிட்டது" என்று தன்னுடைய இன்னொரு பையில் இருந்து பச்சை டையை வெளியே எடுத்தார். "இது அவரது டையா?"

திருமதி ஹூப்பர் "ஆமாம், சார்" என்றாள்.

டண்டி "இதில் ரத்தம் இருக்கிறது. ஆனால் அது மாக்ஸ் பிலிஸ்ஸின் ரத்தமில்லை. அவரது உடலில் ஒரு சிறு

கீறல்கூட இல்லை என்பதை நானே பார்த்தேன்." மீண்டும் ஒவ்வொருவரையும் உற்றுப் பார்த்தார். "சட்டையில் கூர்மையான பின்னைக் குத்தியிருக்கும் மனிதனை நீங்கள் கழுத்தை நெறித்துக் கொல்ல முயல்கிறீர்கள் என்று வைத்துக் கொள்ளலாம். அவர் உங்களுடன் போராடுகிறார்..."

அப்போது ஸ்பேடை பார்த்து சொல்லிக் கொண்டிருந்ததை நிறுத்தினார்.

ஸ்பேட் நின்று கொண்டிருந்த இடத்தில் இருந்து, திருமதி ஹூப்பர் நின்றிருந்த இடத்திற்குச் சென்றார். அவள் தன்னுடைய கைகளை முன்னே கட்டிக் கொண்டிருந்தாள். அவளது வலதுகையை இழுத்து, அதைத் திருப்பி அங்கிருந்த கைக்குட்டையை அகற்றினார். அவளது உள்ளங்கையில் இரண்டு அங்குல நீளத்திற்குக் கீறல் ஒன்று இருந்தது.

அதை அவர் உற்று பார்த்து ஆராய்வதற்கு அவள் எந்தத் தடையும் சொல்லவில்லை. அவளது அமைதி சிறிதும் மாறவில்லை. அவள் எதுவும் பேசவுமில்லை.

"சரி?" என்று கேட்டார்.

"மரியம் பிலிஸ் மயக்கம் போட்டவுடன், அவளைப் படுக்கையில் சாய்த்து வைத்தபோது, அவளது பின் கையில் இழுத்துவிட்டது" என்று அமைதியாகச் சொன்னாள்.

டண்டி லேசாகச் சிரித்தார். "அதற்கும் தூக்குதான் கிடைக்கும்" என்றார்.

அவளது முகத்தில் எந்த மாற்றமும் இல்லை. "கடவுளின் விருப்பமே நடைபெறும்" என்றாள்.

அவளது கையைக் கீழே விட்ட ஸ்பேட், வினோதமான ஒலி ஒன்றை எழுப்பினார். "நிலைமையைத் திரும்பவும் யோசிக்கலாம்" என்று டண்டியை நோக்கிச் சிரித்தார். "அந்த நட்சத்திர 'T' யை பற்றியும் யோசிக்கிறீர்கள், இல்லையா?"

டண்டி "ஆம்" என்றார்.

"டால்போட்டின் மிரட்டல் சரியாகத்தான் இருந்தது. ஆனால் அந்தக் கடனும் திருப்பிக் கொடுக்கப்பட்டுவிட்டது. "ஒரு நிமிடம்..."என்று தொலைபேசிக்குச் சென்ற அவர், அவரது அலுவலகத்திற்கு அழைத்தார். "டையும் விநோதமாகத்தான் இருந்தது. ஆனால் அந்த ரத்தம் அதை விளக்கிவிட்டது" என்று காத்திருந்த நேரத்தில் சொன்னார்.

தொலைபேசியில் பேசினார். “ஹலோ, எஃபி. பிலிஸ் எனக்குத் தொலைபேசி அழைப்பு வந்த அரைமணி நேரத்திற்குள் வேறு யாராவது அழைத்தார்களா? அதுவும் சந்தேகத்திற்கு இடமாக? ஏதாவது… ஆமாம், முன்னால்தான்… நன்றாக யோசித்துச் சொல்”

தொலைபேசியைக் கையால் மூடிக் கொண்டு, டண்டியை பார்த்து “உலகில் பல விதங்களில் ஏமாற்றுகிறார்கள்” என்றார்.

மீண்டும் தொலைபேசியில் பேசினார். “ஆமாம்?... ஆமாம், க்ருகெர்?... ஆமாம், ஆணா அல்லது பெண்ணா?... நன்றி... இல்லை...அரைமணி நேரத்தில் முடிந்துவிடும். எனக்காகக் காத்திரு. நானே உனக்கு இரவு உணவு வாங்கித் தருகிறேன். வைத்துவிடு”

தொலைபேசியில் இருந்து திரும்பினார். “பிலிஸ் எனக்குப் பேசியதற்கு அரைமணி நேரத்திற்குமுன் யாரோ ஒருவன் என் அலுவலகத்திற்குத் தொலைபேசி, க்ருகெர் இருக்கிறாரா என்று கேட்டிருக்கிறான்.”

டண்டி முகத்தைச் சுருக்கிக் கொண்டு, “அதனால் என்ன?” என்றார்.

“க்ருகெர் அங்கே இல்லை.”

இன்னமும் சுருக்கிக் கொண்டு “யார் இந்த க்ருகெர்?”

“எனக்குத் தெரியாது” என்று ஸ்பேட் சொன்னார். “நான் கேள்விப்பட்டதே இல்லை.” புகையிலையையும், சிகரெட் தாளையும் பையில் இருந்து எடுத்தார். “சரி, தியோடர் பிலிஸ். உங்களது காயம் எங்கே?”

தியோடர் பிலிஸ் “என்ன?” என்றார். அனைவரும் அவரைப் பார்த்துக் கொண்டிருந்தனர்.

“உங்களது காயம்” என்று பொறுமையாக ஸ்பேட் மீண்டும் சொன்னார். தன் கையில் சிகரெட்டைத் தயார் செய்து கொண்டே “நீங்கள் உங்கள் சகோதரரின் கழுத்தை நெறிக்கும்போது, அவரது பின் உங்களுக்கு ஏற்படுத்திய காயம்.”

“என்ன பேசுகிறீர்கள்?” என்று பிலிஸ் குரலை உயர்த்தினார். “நான் அப்போது —”

“ஆ, ஆமாம். நீங்கள் அப்போது திருமணம் செய்து கொண்டிருந்தீர்கள். அது பொய்.” சிகரெட் தாளை எச்சில் வைத்து ஒட்டி, அதைக் கைவிரல்களால் தடவினார்.

திருமதி பிலிஸ் இப்போது “ஆனால் அவர் — மாக்ஸ் பிலிஸ் உங்களுக்குத் தொலைபேசியில்”

“எனக்கு மாக்ஸ் பிலிஸ்தான் அழைத்தார் என்று யார் சொன்னது?” என்ற ஸ்பேட் “அது எனக்குத் தெரியாது. அவரது குரல் எனக்குத் தெரியாது. எனக்குத் தெரிந்ததெல்லாம் என்னை ஒருவர் அழைத்து, தன்னை மாக்ஸ் பிலிஸ் என்றான். யார் வேண்டுமென்றாலும் அதைச் சொல்லலாம்.”

“ஆனால் இங்கிருந்துதான் உங்களுக்கு அழைப்பு வந்திருக்கிறது என்று இருக்கிறதே” என்று அவள் விடாமல் கேட்டாள்.

அவர் தலையை ஆட்டிக் கொண்டே, “இங்கிருந்து எனக்கு அழைப்பு வந்திருக்கிறது என்றுதான் அது சொல்கிறது. அரை மணிநேரம் முன்பு, க்ருகெர் என்பவரைக் கேட்டு எனது அலுவலகத்திற்கு தொலைபேசி அழைப்பு வந்திருக்கிறது” என்று தியோடர் பிலிசை நோக்கி “உங்களைச் சந்திக்க வருவதற்குமுன் இங்கிருந்து ஒருமுறை அவர் என்னுடைய அலுவலகத்திற்குப் புத்திசாலித்தனமாகப் பேசியிருக்கிறார்.”

அவள் தன்னுடைய நீலக்கண்களால் ஸ்பேடையும், அவளது கணவனையும் பார்த்தாள்.

அவளது கணவன் சாதாரணமாக “எல்லாம் பொய், உனக்குத் தெரியுமா...”

ஸ்பேட் அவரைப் பேசவிடவில்லை. “நீதிபதிக்குக் காத்திருக்கும்போது அவர் புகைபிடிக்கச் சென்றார் அல்லவா? அங்கே ஒரு பொதுத் தொலைபேசி இருப்பது அவருக்குத் தெரியும். அவருக்குத் தேவைப்பட்டது ஒரு நிமிடம்தான்” என்று தன்னுடைய சிகரெட்டைப் பற்ற வைத்தார்.

பிலிஸ் “பொய்!” என்றார். “நான் ஏன் மாக்ஸை கொல்லவேண்டும்?” என்று அவரது மனைவியைப் பார்த்து சிரிக்க முயன்றார். “இதையெல்லாம் நினைத்து வருந்தாதே. போலிஸ் இப்படித்தான்...”

“சரி” என்ற ஸ்பேட் “உங்களது காயத்தைச் சோதிக்கலாமா?”

பிலிஸ் அவரை நோக்கி நேராகத் திரும்பினார். கைகளைப் பின்னால் கட்டிக் கொண்டு "முயன்று பார்!" என்றார்.

ஸ்பேட் முகத்தில் எந்த உணர்வும் இல்லாமல், அவரை நோக்கி நகர்ந்தார்.

●•●

ஜூலியஸ் காஸ்டில் உணவுவிடுதியில் ஸ்பேடும், எஃபி பெரினும் அமர்ந்திருந்தார்கள். சன்னலின் வழியே சான் பிரான்சிஸ்கோ வளைகுடாவில் ஒரு பக்கத்தில் இருந்து மறுபக்கத்திற்குச் சென்று கொண்டிருக்கும் படகுகளின் விளக்குகளும், மறுபக்கமிருந்த நகரின் விளக்குகளும் தெரிந்து கொண்டிருந்தது.

"...அவரைக் கொல்வதற்கு அங்கே செல்லவில்லை" என்று ஸ்பேட் சொல்லிக் கொண்டிருந்தார். "இன்னமும் கொஞ்சம் பணத்தைப் பறிக்கத்தான் சென்றார். சண்டை ஆரம்பித்தவுடன், அவரது கைகள் மாக்சின் கழுத்தைப் பிடித்தவுடன், அவரது வெறி, மாக்ஸ் இறக்கும் வரை எடுக்கப்படவில்லை. ஆனால் இவை எல்லாம் சாட்சியங்களின் மூலமும், அவரது மனைவியின் மூலமும் பெறப்பட்ட தகவல்கள் மட்டுமே. அவர் பேசவேயில்லை."

எஃபி "அவள் நல்ல மனைவியாக இருந்திருப்பாள்."

ஸ்பேட் காபியைக் குடித்துக் கொண்டே "எதற்காக? அவள் மாக்சின் காரியதரிசியாக இருந்ததால் மட்டுமே. தியோடர் அவளைத் திருமணம் செய்ய முயற்சித்தது இப்போது அவளுக்கும் தெரியும். இரண்டு வாரங்களுக்குமுன் தியோடர் திருமணத்திற்குப் பதிவு செய்ததும், அவளைக்கொண்டு மாக்ஸும், தியோடரும் சேர்ந்து செய்த கிரேஸ்டோன் மோசடி சம்பந்தமான ஆதாரங்களை எடுத்து, அதை வைத்து மாக்ஸை மிரட்டுவதற்காகத்தான் என்றும் அவளுக்கு இப்போது தெரியும். அவளுக்கு நன்றாகவே தெரியும் — தான் ஒரு குற்றமற்றவனைக் காப்பாற்றவில்லை என்பது அவளுக்குத் தெரியும்."

இன்னொரு முறை காபியைக் குடித்தார். "எனவே தன்னுடைய சகோதரனைச் சிறைக்கு அனுப்பப் போவதாக மிரட்ட முயலுகிறார். சண்டை வருகிறது. மாக்சின் கழுத்தை நெறிக்கும்போது, கைகளை பின் காயப்படுத்துகிறது. எனவே அவர் பிணத்தின் டையை மாற்ற முயலுகிறார். ஆனால் டையைக் கழட்டிய அவர், புது டையை மாட்டவேண்டும்

என்று யோசிக்கிறார். அங்கேதான் அவரது துரதிர்ஷ்டம் ஆரம்பிக்கிறது. எனவே பிணத்தின் ஆடைகளைக் கழட்டி அங்கேயே போடுகிறார். முதலில் கைக்குக் கிடைத்த டையையும் அருகிலே வைக்கிறார். காவல்துறையைக் குழப்பும் யுத்தி இது. ஆடைகளைக் கழட்டும் போதே, அவருக்கு இன்னொரு திட்டம் தோன்றுகிறது. எனவே இறந்தவரின் மார்பில் ஒரு நட்சத்திரத்தையும், 'T' என்ற எழுத்தையும் எழுதுகிறார். காவல்துறைக்குக் கவலைப்பட இன்னுமொரு விஷயம்."

காபியைக் குடித்து முடித்துவிட்டு, ஸ்பேட் தொடர்ந்தார். "இதற்குள் தன்னால் காவல்துறையை நன்றாகக் குழப்பமுடியும் என்று நினைக்க ஆரம்பிக்கிறார். எனவே மாக்சின் மார்பில் வரைந்தது போலவே ஒரு சின்னத்துடன் ஒரு மிரட்டல் கடிதத்தையும் எழுதுகிறார். மதியம் வந்த கடிதங்கள் மேசையில் இருக்கின்றன. ஒன்று பிரான்சில் இருந்து வந்திருக்கிறது. இன்னுமொரு குழப்பத்தை உண்டாக்கலாம் என்று, அதன் உள்ளே இருந்த கடிதத்தை எடுத்துவிட்டு, மிரட்டல் கடிதத்தை உள்ளே வைக்கிறார். ஆர்வத்தில் அதிகமாகச் செல்கிறார் என்று தெரிகிறதா? எங்களுக்கு அவர் ஏகப்பட்ட தவறான தகவல்களைக் கொடுத்ததன் மூலம், சரியாகச் செய்த சிலவற்றையும் — தொலைபேசி மிரட்டல் போல — எங்களைச் சந்தேகப்பட வைக்கிறார்."

"இப்போது அவரது அலிபியான தொலைபேசி மிரட்டலுக்கு அவர் தயாராகிறார். எனவே தொலைபேசி புத்தகத்தில் தனியார் துப்பறிவாளர்கள் பட்டியலில் அவர் ஒரு பெயரை — எனது பெயரை — எடுத்து க்ருகெர் பற்றி விசாரிக்கிறார். அதற்குமுன் எலிசிற்குப் பேசுகிறார். திருமணத்திற்கு இருந்த தடங்கல்கள் நீங்கி விட்டதாகவும், தனக்கு நியூ யார்க்கில் புதிதாக வேலை கிடைத்திருக்கிறது என்றும் அவளிடம் சொல்லி, பதினைந்து நிமிடத்தில் முனிசிபல் அலுவலகத்திற்கு வருமாறு சொல்கிறார். ஆனால் இது அலிபி மட்டுமல்ல. எலிசிற்குத் தியோடருக்கு மாக்ஸை பிடிக்காது என்று தெரியும். எனவே மாக்ஸை பற்றிய விவரங்களைத் தெரிந்து கொள்ள மட்டுமே அவளைச் சுற்றிவருவதாக அவள் நினைக்கக்கூடாது என்பதற்காகவும், தான் மாக்ஸை கொல்லவில்லை என்று அவள் உறுதியாக என்ன வேண்டும் என்பதற்காகவும்தான். இல்லை என்றால், அவள் இரண்டும், இரண்டும் நான்கு என்பது போல உண்மையை அறிந்து கொள்ள வெகு நேரமாகாது.

அதையும் செய்தவுடன், அவர் கிளம்பத் தயாராகிறார். அவருக்கு இப்போது ஒரு கவலை மட்டுமே — டையையும், பின்னையும் என்ன செய்வது என்பதுதான். எவ்வளவு துடைத்தாலும் அவற்றில் இருக்கும் ரத்தக் கறைகளைக் காவல்துறை கண்டுபிடித்துவிடும் என்பதுதான் அவரது கவலை. அவற்றைத் தன்னுடைய பையில் வைத்துக் கொண்டு வெளியே செல்கிறார். அங்கே பத்திரிகை விற்கும் பையனிடம் ஒரு பத்திரிகையை வாங்கி, அதில் அவற்றைச் சுற்றி குப்பையில் போட்டுவிடுகிறார். எல்லாம் சரியாகத் தெரிகிறது. காவல்துறைக்கு டையைத் தேடவேண்டிய அவசியம் இல்லை. குப்பையை எடுப்பவனும் கசங்கியப் பத்திரிகையை எடுத்து பார்க்கப் போவதில்லை. அப்படியே பார்த்தாலும், என்ன, கொலைகாரன்தான் அதைப் போட்டிருக்க வேண்டும். அவருக்குத்தான் அலிபிதான் இருக்கிறதே.

இப்போது காரில் ஏறி, முனிசிபல் அலுவலகத்திற்குச் செல்கிறார். அங்கே நிறையப் பொதுத் தொலைபேசிகள் இருப்பது அவருக்குத் தெரியும். எதாவது காரணம் சொல்லி அவற்றை உபயோகித்துவிடலாம் என்று நினைக்கிறார். நீதிபதிக்குக் காத்திருந்த நேரத்தில், வெளியே புகைபிடிக்கச் சொல்வதாகச் சொல்லி, தொலைபேசியில் என்னிடம் பேசுகிறார் — "ஸ்பேட், நான்தான் மாக்ஸ் பிலிஸ். என்னை மிரட்டுகிறார்கள்."

எஃபி பெரின் தலையை அசைத்துக் கொண்டே கேட்டாள். "எதற்காகக் காவல்துறைக்குப் பேசாமல் உங்களிடம் பேசினார்?"

"பாதுகாப்பிற்குத்தான். அதற்குள் பிரேதம் கிடைத்துவிட்டால், காவல்துறைக்குத் தெரிந்திருக்கும். அவரது தொலைபேசியை அவர்கள் கண்டறிய முயலுவார்கள். மாறாக என்னைப் போன்ற தனியார் துப்பறிவாளனிற்குப் பத்திரிகையைப் பார்த்துத்தான் கொலை நடந்தது தெரிய வந்திருக்கும்."

"அங்குதான் உங்களுக்கு அதிர்ஷ்டம்!" என்று சிரித்துக் கொண்டே எஃபி பெரின் சொன்னாள்.

"அதிர்ஷ்டமா?" என்று தன்னுடைய இடதுகையைச் சோகமாகப் பார்த்துக் கொண்டே, "இன்று மதியம் அவருடன் சண்டையிட்டதில் எனது கைமுட்டி உடைந்துவிட்டது. மொத்த வேலையும் ஒரே மதியத்தில் முடிந்துவிட்டது. நான் பணம் கேட்டு எழுதினால், சொத்து

யாருக்குக் கிடைத்திருக்குமோ அவர்கள் அதைப் பெரிதாக நினைக்கவே போவதில்லை" கைகளை உயர்த்தி அங்கே இருந்த வெயிட்டரை அழைத்தார். "சரி, அடுத்த முறை பார்த்துக் கொள்ளலாம். சினிமாவிற்குப் போகலாமா இல்லை உனக்கு வேறு வேலை இருக்கிறதா?"

ரிச்சர்ட் கானல் (Richard Connell) (1893-1949)

புகழ்பெற்ற அமெரிக்கச் சிறுகதை எழுத்தாளர் மற்றும் திரைக்கதை ஆசிரியர். தன்னுடைய காலத்தின் புகழ்பெற்ற சிறுகதை எழுத்தாளராகக் கருதப்பட்டார். முதலாம் உலகப்போரில் அமெரிக்கப் போர்வீரராகவும் பணிபுரிந்தார். எழுத்தாளராக இருந்து, திரைப்படங்களில் கதை, திரைக்கதை எழுத ஆரம்பித்தவர்களில் முதன்மையானவராகக் கருதப்படுகிறார்.

ஆபத்தான விளையாட்டு (1924)

ரிச்சர்ட் கானல்

"அங்கே வலது பக்கத்தில் — எங்கேயோ ஒரு பெரிய தீவிருக்கிறது" என்றார் விட்னி. "அது ஒரு மர்மமான..."

"என்ன தீவு?" என்றார் ரெய்ன்ஸ்போர்ட்.

"பழைய வரைபடங்களில் அதை 'ஷிப்—ட்ராப்' தீவு என்று அழைக்கிறார்கள்" என்று விட்னி பதில் சொன்னார். "வித்தியாசமான பெயர், இல்லையா? இந்தப் பக்கத்து மாலுமிகள் அனைவருக்கும் இந்தத் தீவைக் கண்டு பயம்தான். ஏன் என்று தெரியவில்லை. ஏதோ மூடநம்பிக்கை..."

"ஒன்றும் தெரியவில்லை" என்று அவர்களின் உல்லாசப் படகின்மீது அமர்ந்து, வெப்பமாகக் கவிந்திருந்த இருளின் வழியே பார்க்க முயன்று கொண்டிருந்த ரெய்ன்ஸ்போர்ட் கூறினார்.

"உங்களது கண்கள் கூர்மையானவை" என்ற விட்னி சிரித்துக் கொண்டே, "நானூறு யார்டுகளுக்குத் தள்ளி இருக்கும் புதருக்குள் இருக்கும் மானைக்கூட உங்களால் பார்க்க முடியும். ஆனாலும் உங்களால் நிலவில்லாத கரீபியன் இரவில், நான்கு மைல் தொலைவிற்குப் பார்க்க முடியாது."

"நான்கு யார்டுகள்கூட" என்ற ரெய்ன்ஸ்போர்ட் "நனைந்த கறுப்பு போர்வையைப் போல இருக்கிறது."

"ரியோவில் எல்லா வெளிச்சமும் இருக்கும்" என்று சத்தியம் செய்தார் விட்னி. "இன்னும் சில நாள்களில் சென்றுவிடலாம். பர்டாயில் இருந்து வேட்டை

துப்பாக்கிகள் எல்லாம் வந்திருக்கும் என்று நினைக்கிறேன். அமேசான் காடுகளில் வேட்டையை நடத்தலாம். வேட்டையாடுவதைப் போன்ற நல்ல விளையாட்டு கிடையாது."

"உலகின் சிறந்த விளையாட்டு" என்றார் ரெய்ன்ஸ்போர்ட்.

"வேட்டைக்காரனுக்கு" என்று விட்னி திருத்தினார். "ஜாகுவாருக்கு அல்ல."

"உளறாதே, விட்னி," என்ற ரெய்ன்ஸ்போர்ட் "நீ ஒரு வேட்டைக்காரன். தத்துவவாதி அல்ல. ஜாகுவார் எப்படி நினைத்தால் நமக்கென்ன?"

"ஒருவேளை ஜாகுவார் நினைக்கலாம்" என்றார் விட்னி.

"பா! அவற்றிற்கு உணர்வு கிடையாது."

"இருந்தாலும், அவற்றினால் பயத்தை உணர முடியும் என்று நினைக்கிறேன். வலி மற்றும் மரணம் பற்றிய பயம்."

"முட்டாள்தனம்" என்று ரெய்ன்ஸ்போர்ட் சிரித்தார். "இந்த வெயிலில் உன் மூளை உருகிவிட்டது என்று நினைக்கிறேன். உலகில் இரண்டு வர்க்கங்கள்தான் இருக்கின்றன — வேட்டையாடுபவர்கள் மற்றும் வேட்டையாடப்படுபவர்கள். அதிர்ஷ்டவசமாக, நீயும், நானும் வேட்டையாடுபவர்களாக இருக்கிறோம். நாம் அந்தத் தீவைத் தாண்டி விட்டோமா?"

"இருளில் தெரியவில்லை. ஆனால் தாண்டியிருக்கலாம்."

"ஏன்?" என்றார் ரெய்ன்ஸ்போர்ட்.

"அந்த இடத்திற்கு என்று மோசமான பெயர் இருக்கிறது."

"மனிதர்களை தின்பவர்கள் இருக்கிறார்களா?"

"இல்லை. அவர்கள்கூட அது போன்ற இடத்தில் வாழ மாட்டார்கள். ஆனால் எப்படியோ அது மாலுமிகளின் கதைகளில் இடம்பெற்று விட்டது. நமது படகின் ஆள்களும்கூட இன்று சிறிது பதற்றமாக இருந்ததைப் பார்த்தீர்களா?"

"ஆமாம். நீங்கள் சொன்னதும்தான் தோன்றுகிறது. நமது கேப்டன் நீல்சன்கூட –"

"ஆமாம், சாத்தானிடம் சென்று தீக்குச்சி கேட்கக்கூடிய அந்த மன உறுதியுள்ள சுவீடன் மாலுமியின் நீலக் கண்களில்கூட இதற்குமுன் நான் கண்டிராத ஓர் உணர்வைக் கண்டேன்.

அவர் என்னிடம் சொன்னது எல்லாம் 'மாலுமிகளிடையே இந்த இடத்திற்கு ஒரு பயங்கரமான பெயர் இருக்கிறது' என்றார். அப்புறம் என்னிடம் மிகவும் தீவிரமான முகத்துடன், காற்றிலே விஷம் கலந்துவிட்டதை போல 'உங்களுக்கு எதுவும் தோன்றவில்லையா?' என்று கேட்டார். இதைச் சொல்வதற்காக நீங்கள் சிரிக்கக் கூடாது — எனக்கும்கூட உடல் சில்லிட்டது."

"கொஞ்சம்கூட காற்றில்லை. கடல் கண்ணாடி சன்னலைப்போல அசையாமல் இருந்தது. அப்போதுதான் நாம் தீவிற்கு அருகில் இருந்தோம். எனக்கு மனம் முழுவதும் பயத்துடன் சில்லிட்டது."

"எல்லாம் கற்பனை" என்றார் ரெய்ன்ஸ்போர்ட். "ஒரு மூட நம்பிக்கையுள்ள மனிதன் ஒரு கப்பலில் இருக்கும் அனைவரையும் பயப்படச் செய்துவிடலாம்."

"இருக்கலாம். ஆனால் மாலுமிகளுக்கு இருக்கும் உள்ளுணர்வு அவர்களை ஆபத்தை உணரச் செய்துவிடுகிறது. சில நேரங்களில் தீயவையும் ஒளி, ஒலி போன்று நம்மால் உணரக்கூடியவை என்றுதான் நினைக்கிறேன். ஒருவிதத்தில், இது போன்ற ஒரு தீய இடம், அதன் பயங்கரத்தைச் சுற்றி அனுப்பிக் கொண்டே இருக்கிறது. எப்படியிருந்தாலும், இந்த இடத்தில் இருந்து நாம் அகன்றுவிட்டோம் என்பது மகிழ்ச்சிதான். சரி, நான் தூங்கப்போகிறேன், ரெய்ன்ஸ்போர்ட்"

"எனக்குத் தூக்கம் வரவில்லை" என்ற ரெய்ன்ஸ்போர்ட் "நான் மேலே சென்று சிறிது நேரம் புகைக்கப் போகிறேன்."

"நல்லிரவு, ரெய்ன்ஸ்போர்ட். உங்களைக் காலையில் பார்க்கிறேன்."

"சரி, விட்னி."

இருளின் வழியே விரைந்து சென்று கொண்டிருந்த படகின் மெல்லிய என்ஜின் சத்தத்தையும், அதன் ப்ரொபெல்லர் நீரில் சுற்றியதால் ஏற்பட்ட நீரின் சத்தமும்தான் கேட்டுக் கொண்டிருந்தது. ரெய்ன்ஸ்போர்ட் அங்கே அமர்ந்து புகைத்துக் கொண்டிருந்தார்.

அங்கிருந்த நாற்காலியில் அமர்ந்திருந்த ரெய்ன்ஸ்போர்ட், தன்னுடைய விருப்பமான சுருட்டைப் பிடித்துக் கொண்டிருந்தார். அந்த இரவின் உணர்ச்சிகரமான அழகு அவரை மயக்கியது. "கண்களை மூடாமலேயே

தூங்குமளவிற்கு இங்கே இருள் இருக்கிறது. இரவே எனது இமைகளாக இருக்கும்" என்று யோசித்துக் கொண்டிருந்தார்.

அப்போது திடீரென்று கேட்ட சத்தம் அவரை திடுக்கிடச் செய்தது. அவரது வலது பக்கமிருந்து அந்தச் சத்தம் கேட்டது. இதுபோன்ற சத்தங்களை அறிவதில் தேர்ந்த அவரது காதுகளுக்குத் தெளிவாகத் தெரிந்தது. மீண்டும், மீண்டும் அதே சத்தம் கேட்டது. அந்த இருளின் ஊடே யாரோ மூன்று முறை துப்பாக்கியால் சுட்டிருக்கிறார்கள்.

ரெய்ன்ஸ்போர்ட் துள்ளி எழுந்து, ஆர்வத்துடன் படகின் மேல்பகுதியின் கைப்பிடி வேலியை நோக்கிச் சென்றார். சத்தம் கேட்ட திசையை உற்றுப்பார்த்தார். ஆனால் அவரால் எதையும் பார்க்க முடியவில்லை. இன்னமும் சிறிது உயரமாகப் பார்க்க வேண்டி, அவர் கைப்பிடியின் மீது வேகமாக ஏற முயன்றார். அப்போது அவர் வாயில் வைத்துப் புகைத்துக் கொண்டிருந்த குழாய், கயிற்றில் தட்டி கீழே விழுந்தது. அதைப் பிடிக்க எத்தனித்த அவர் எதிர்பார்த்ததைவிட அதிகமாக முன்னே சென்றுவிட, தடுமாறி விழுந்தார். அவரது அலறல் ஆரம்பித்தவுடனேயே கரீபியன் கடலின் மிதமான சூட்டோடு இருந்த நீரில் அமுங்கிப் போனது.

மீண்டும் நீரின் மேலே வந்து, சத்தமிட முயன்றார். ஆனால் படகின் பின்பக்கத்தில் வேகமாக நுரைத்துப் பொங்கிய நீர் அவர் முகத்தில் அடிக்க, அவரது வாயில் சென்ற உப்புநீர் அவரது தொண்டையை அடைத்துவிட்டது. முன்னே சென்று கொண்டிருந்த படகை நோக்கி வேகமாக நீச்சலடிக்க முயன்றார். ஆனால் ஐம்பதடி தூரத்திற்குள் முயற்சியைக் கைவிட்டுவிட்டார். சற்று நிதானத்திற்கு வந்திருந்தார்; அவர் ஆபத்தில் இருப்பது இது முதல் முறை அல்ல. அவரது குரல் படகில் யாருடைய காதிலாவது விழுந்திருக்கலாம். ஆனால் அதற்கான வாய்ப்புகள் மிகவும் குறைவு. படகு முன்னே செல்ல, செல்ல அந்த வாய்ப்பு இல்லாமல் போய்க் கொண்டிருந்தது. தன்னுடைய ஆடைகளை அவிழ்த்துவிட்டு, இன்னமும் குரலெடுத்துக் கத்திப் பார்த்தார். படகின் வெளிச்சம் மங்கிக் கொண்டே வந்து, மின்மினிப் பூச்சியைப் போலத் தெரிந்தது. சில நொடிகளில் அதுவும் இரவின் இருளில் கரைந்து போனது.

ரெய்ன்ஸ்போர்ட்டிற்கு தோட்டா சத்தம் நினைவிற்கு வந்தது. அவரது வலது பக்கத்தில் இருந்து கேட்டிருந்தது. எனவே

அவர் வலதுபக்கமாக நீச்சலடிக்க ஆரம்பித்தார். நீண்ட நேரம் நீரில் இருக்க நேரிடலாம் என்பதால், மெதுவாக, தன்னுடைய சக்தியைக் குறைவாகச் செலவழிக்கும் வகையில் நீச்சல் அடித்துக் கொண்டிருந்தார். நேரம் முடிவில்லாமல் செல்வது போல இருந்தது. கடலுடனான போராட்டத்தில் அவர் ஒவ்வொரு முறைக் கையை முன்னே போடும்போதும் எண்ண ஆரம்பித்தார். இன்னமும் நூறு முறை முடியலாம் என்று நினைத்தபோது ரெய்ன்ஸ்போர்ட்டிற்கு ஒரு சத்தம் கேட்டது. இருளின் வழியே கேட்ட அந்தக் குரலின் சத்தம் மிகவும் அதிகமாக இருந்தது. பயத்திலும், பயங்கரத்திலும் அலறும் மிருகத்தின் குரல்.

அந்தச் சத்தத்தை ஏற்படுத்தும் மிருகம் எது என்று அவரால் ஊகிக்க முடியவில்லை; அவர் அதற்கு முயற்சியும் செய்யவில்லை; புதிதாகக் கிடைத்த வேகத்துடன் அவர் குரல் வந்த திசையை நோக்கி நீச்சலடிக்க ஆரம்பித்தார். மீண்டும் அதே குரல் கேட்டது; ஆனால் இந்த முறை பாதிச் சத்தத்திலேயே இன்னொரு சிறிய, விட்டுவிட்டுக் கேட்ட சத்தத்தால் முடிவிற்கு வந்தது.

“பிஸ்டல் சத்தம்” என்று ரெய்ன்ஸ்போர்ட் முணுமுணுத்து கொண்டே நீச்சலைத் தொடர்ந்தார்.

இன்னமும் பத்து நிமிடங்கள் தொடர்ந்த நீச்சலுக்குப் பின்னர் அவருக்கு இன்னொரு சத்தம் கேட்டது. இது அவருக்கு மகிழ்ச்சி தந்த சத்தம். கடல் அலைகள் கரையில் மோதும் சத்தம். அதைப் பார்ப்பதற்கு முன்பே அவர் கரையில் இருந்த பாறைகளை அடைந்து விட்டார். இன்னமும் அமைதியான இரவாக இருந்திருந்தால், அவர் பாறைகளில் வேகமாகவே மோதியிருப்பார். கூர்மையாக அங்கங்கே தெரிந்த பாறைகளைக் கவனமாகத் தவிர்த்து, அவர் மெதுவாக மேலே எழுந்து வந்து, பாறையின் மீது சமதளமாக ஓர் இடத்தைக் கண்டடைந்தார். பாறையின் மறுபுறம் அடர்ந்த கானகம் தெரிந்தது. அதன் மரங்களுக்குள்ளும், புதர்களுக்குள்ளும் என்னென்ன அபாயங்கள் காத்திருக்கின்றனவோ என்று ரெய்ன்ஸ்போர்ட் அப்போது கவலைப்படவில்லை. அவரது எதிரியான கடலில் இருந்து தப்பிவிட்டது மட்டுமே அவருக்கு அப்போது உணர்வில் இருந்தது. அதுவும், முழுமையான களைப்பும். கானகத்தின் அருகில் சென்று படுத்தவர், தன் வாழ்வின் ஆழமான தூக்கத்தைத் தூங்கினார்.

அவர் கண் விழித்தபோது, சூரியனின் நிலையை வைத்து அது மதிய நேரம் என்பதைக் கண்டு கொண்டார். நல்ல உறக்கம் அவரை உற்சாகமாக வைத்திருந்தது; அதே நேரத்தில் அவருக்குப் பசி வேகமாக எடுக்க ஆரம்பித்தது. அவரைச் சுற்றி இருந்தவற்றை உற்சாகமாகவே பார்க்க ஆரம்பித்தார்.

"எங்கே பிஸ்டல் முழங்குகிறதோ, அங்கே மனிதர்கள் இருக்க வேண்டும். எங்கே மனிதர்கள் இருக்கிறார்களோ, அங்கே உணவு இருக்க வேண்டும்" என்று நினைத்தார். ஆனால் இது போன்ற இடத்தில் என்ன மாதிரியான மனிதர்கள் இருப்பார்கள்? அவருக்கு முன்னே கடற்கரையை ஒட்டி, எந்த இடைவெளியுமில்லாமல் கானகம் இருந்தது.

அந்த மரங்களுக்கு இடையில் எந்த விதமான பாதையையும் அவரால் பார்க்க முடியவில்லை. கரையை ஒட்டி நடப்பதே எளிதானதாக இருந்தது. ரெய்ன்ஸ்போர்ட் கடலை ஒட்டியவாறே நடக்க ஆரம்பித்தார். அவர் கரை சேர்ந்த இடத்தில் இருந்து சிறிது தூரத்திலேயே நின்றார்.

ஓர் அடிபட்ட மிருகம் — பெரிய மிருகமாக இருக்க வேண்டும் — அங்கிருந்த புதர்களில் துடித்திருக்க வேண்டும்; காட்டுப்புதர்கள் எல்லாம் தரையில் நசுங்கி இருந்தன. ஓர் இடத்தில் புதரில் ரத்தம் இருந்தது. அங்கிருந்து சிறிது தொலைவில் ரெய்ன்ஸ்போர்ட்டின் கண்களுக்கு ஒரு சிறிய, ஒளிரும் பொருள் தெரிந்தது. அதை எடுத்துப் பார்த்தார். அது தோட்டாக்கள் வைக்கப்படும் சிறு பெட்டி.

"டுவென்டி—டூ" என்றார். "வினோதமாக இருக்கிறது. நல்ல பெரிய மிருகமாக இருக்க வேண்டும். அதை இது போன்ற சிறிய துப்பாக்கியை வைத்து வேட்டையாட அந்த வேட்டைக்காரனுக்கு நல்ல தைரியம் இருந்திருக்க வேண்டும். அந்த மிருகமும் போராடியிருக்க வேண்டும். அனேகமாக நான் கேட்ட முதல் மூன்று தோட்டா சத்தங்கள் அந்த மிருகத்தை வெளியே கொண்டு வரச் சுட்டிருக்க வேண்டும். கடைசி தோட்டா சத்தம் அதைத் தீர்த்துவிடச் சுட்டதாக இருக்க வேண்டும்."

தரையை நன்றாக ஆராய்ந்து, அங்கே அவர் தேடிக் கொண்டிருந்ததைக் கண்டறிந்தார். வேட்டைக்காரனின் பூட்ஸின் தடங்கள். அவர் சென்று கொண்டிருந்த திசையிலேயே அந்தத் தடங்கள் சென்றன. அவரும் அதைத் தொடர்ந்து வேகமாகச் செல்ல ஆரம்பித்தார்.

இங்கும் அங்குமாக அவர் கல்லிலோ, மரத்திலோ தட்டி, தடுமாறினாலும் அவர்முன்னே சென்று கொண்டிருந்தார்; தீவை இரவு சூழ்ந்து கொண்டிருந்தது.

கடலையும், கானகத்தையும் இருள் சூழ்ந்து மறைத்துக் கொண்டிருந்தபோதுதான் அவர் விளக்குகளைக் கண்டார். கடற்கரையில் ஒரு திருப்பத்தை அவர் தாண்டியபோது அதை முதலில் பார்த்தார். முதலில் அங்கிருந்த நிறைய விளக்குகளைக் கண்டு, அது ஒரு கிராமமாக இருக்க வேண்டும் என்று நினைத்தார். ஆனால் நெருங்க, நெருங்க அவை அனைத்தும் ஒரே ஒரு பெரிய மாளிகையில் இருந்து வருவதைக் கண்டு ஆச்சரியமடைந்தார். இருளில் கோடுகளாகத் தெரிந்த பெரிய கோபுரங்களில் இருந்தே வெளிச்சம் தெரிந்தது. அங்கிருந்த பெரிய மாளிகையையும் அவரது கண்களால் காண முடிந்தது; பெரிய குன்றின் மீதிருந்த அந்த மாளிகையின் மூன்று புறங்களிலும் கடல் ஆவேசமாகப் பாறைகளில் அடித்துக் கொண்டிருந்தது.

“கானல் நீர் போல இருக்கிறதே” என்றுதான் ரெய்ன்ஸ்போர்ட் முதலில் நினைத்தார்; அங்கிருந்த பெரிய இரும்பு வாசலைத் திறந்தபோது, அது கானல் நீர் அல்ல என்று தெரிந்து கொண்டார். கற்படிகளும் உண்மையாகவே இருந்தன; மாளிகையின் பெரும் கதவும், அதைத் தட்டுவதற்குத் தொங்கிய இரும்பு வேலைப்பாடுடைய மணியும்கூட உண்மையாகவே தெரிந்தன; ஆனால் இவை அனைத்தின் மீதும் ஒரு பொய்யுலகின் உணர்வும் இருந்தது.

அவர் அந்த பெரிய மணியை அடித்தார். அதுவரை அதை யாரும் உபயோகித்ததில்லை என்பது போல அதிலிருந்து க்ரீச் என்ற சத்தமும், அதைத் தொடர்ந்து பெரும் மணிச் சத்தமும் கேட்டது. உள்ளே காலடி சத்தம் கேட்டது போலிருந்தது; ஆனால் கதவு மூடியே இருந்தது. ரெய்ன்ஸ்போர்ட் மீண்டும் ஒருமுறை மணியை அடித்தார். இந்த முறை மணி அடித்தவுடனே, கதவு வேகமாகத் திறந்து கொண்டது. உள்ளிருந்து சட்டென்று அலையாக அடித்த தங்க நிற ஒளியில் அவரது கண்கள் கூசின. அவர் முதல் பார்த்தது ஒரு பெரிய மனிதனை — அதாவது அவர் பார்த்ததிலேயே மிகவும் பெரிய மனிதனைப் பார்த்தார். அவன் இடுப்பு வரையிலான தாடியும் வளர்த்திருந்தான். அவனது கரங்களில் ஒரு நீண்ட ரிவால்வர் இருந்தது. அது ரெய்ன்ஸ்போர்ட்டின் இதயத்தை நோக்கி நீண்டிருந்தது.

அந்த அடர்ந்த தாடியின் இடையில் இரண்டு சிறு கண்கள் அவரைப் பார்த்துக் கொண்டிருந்தன.

“பயப்படாதே” என்று ரெய்ன்ஸ்போர்ட் நட்புடன் புன்னகைத்துக் கொண்டே சொன்னார். “நான் திருடனில்லை. படகில் இருந்து விழுந்துவிட்டேன். என் பெயர் சான்கெர் ரெய்ன்ஸ்போர்ட். நியூயார்க் நகரில் இருந்து வருகிறேன்.”

ஆனாலும் அவனது கண்களில் இருந்து பயங்கரமான பார்வை மாறவில்லை. சிலையைப் போல ரிவால்வரைப் பிடித்துக் கொண்டிருந்தான். ரெய்ன்ஸ்போர்ட்டின் வார்த்தைகளைக் கேட்டது போலவோ அல்லது அதைப் புரிந்து கொண்டது போலவோ அவன் காட்டிக் கொள்ளவில்லை. கறுப்பு சீருடையில் தலையில் தொப்பியுடன் இருந்தான்.

“நான் நியூ யார்க் நகரின் சான்கெர் ரெய்ன்ஸ்போர்ட்” என்று மீண்டும் ஆரம்பித்தார். “படகில் இருந்து விழுந்துவிட்டேன். எனக்குப் பசிக்கிறது.”

அவன் பதிலுக்குத் தன்னுடைய கட்டைவிரலை ரிவால்வரின் விசையில் வைத்தான். அதே நேரத்தில் அவன் கைகளைத் தலையில் வைத்து, கால்களை ஒன்றாகச் சேர்த்து நின்று ராணுவ சல்யூட் வைத்ததை ரெய்ன்ஸ்போர்ட் பார்த்தார். பளிங்கு படிகளில் இருந்து மற்றொரு மனிதன் இறங்கி வருவதைப் பார்த்தார். மாலை நேர உடைகளில் ஓர் உயரமான, ஒல்லியான மனிதன் கீழே வந்து கொண்டிருந்தார். ரெய்ன்ஸ்போர்ட்டை நோக்கிமுன்னே வந்து, அவர் கைகுலுக்கினார்.

துல்லியமாகவும், வெளிப்படையாகவும் பேச்சில் சிறிது மாற்றத்துடன், மிகவும் நாகரிகமாக “புகழ்பெற்ற வேட்டைக்காரரான திரு சான்கெர் ரெய்ன்ஸ்போர்ட்டை என்னுடைய வீட்டிற்கு வரவேற்பதில் பெருமையும், மகிழ்ச்சியும் அடைகிறேன்” என்றார்.

ரெய்ன்ஸ்போர்ட்டும் அவரது கைகளைக் குலுக்கினார்.

“திபெத்தில் பனிச் சிறுத்தைகளை வேட்டையாடுவது பற்றிய உங்களது புத்தகத்தைப் படித்திருக்கிறேன்” என்ற அவர், “என்னுடைய பெயர் ஜெனரல் சரோப்” என்றார்.

ரெய்ன்ஸ்போர்ட் அந்த புதிய மனிதனை முதலில் மிகவும் அழகாக இருப்பதாக எண்ணினார். இரண்டாவதாக, அந்த ஜெனெரலின் முகத்தில் ஒரு புதிய, வினோதமான

தன்மை இருப்பதாக நினைத்தார். அவர் உயரமாகவும், நடுத்தர வயதைத் தாண்டியும் இருந்தார்; அவரது தலைமுடி முழுவதும் நரைத்திருந்தது; ஆனால் அவரது புருவங்களும், சுருட்டி விடப்பட்டிருந்த மீசையும் இரவைப் போலக் கருத்திருந்தது. அவரது கண்களும் கறுப்பாகவும், புத்திசாலித்தனமாகவும் இருந்தன. உயர்ந்த தாடை, கூர்மையான மூக்கு, சிறிது கறுத்த முகம் — ஆணைகளைக் கொடுத்தே பழக்கப்பட்ட, பிரபுக்களை நினைவுபடுத்தும் முகம். சீருடையில் இருந்தவனை நோக்கி, அவர் சைகை செய்தார். அவனும் பிஸ்டலை மீண்டும் வைத்துவிட்டு, சல்யூட் வைத்துவிட்டு, அங்கிருந்து நகன்றான்.

"இவான் மிகவும் பலசாலி" என்று சொன்ன ஜெனரல் "ஆனால் அவனுக்குக் காதும் கேட்காது. வாய்பேசவும் முடியாது. அவனைப் போன்றவர்களைப் போல எளிமையானவன், ஆனால் முரடன்."

"ரஷ்யனா?"

"கசாக்" என்று தன்னுடைய பற்களைக் காண்பிக்கும்படியாகச் சிரித்துக் கொண்டு ஜெனரல், "நானும் கசாக்தான்" என்றார்.

"வாருங்கள், நாம் இங்கேயே பேசிக் கொண்டிருக்க வேண்டாம். பிறகு பேசிக் கொள்ளலாம். இப்போது உங்களுக்கு உடைகள், உணவு, ஓய்வுதான் தேவை. இது ஓய்வெடுக்கச் சரியான இடம்."

இவான் மீண்டும் வந்தான். அவனிடம் சத்தம் வராமல் உதடுகளை அசைத்து ஜெனரல் பேசினார்.

"இவானைத் தொடர்ந்து செல்லுங்கள், ரெய்ன்ஸ்போர்ட்" என்ற ஜெனரல் "நீங்கள் வரும்போதுதான் நான் இரவு உணவிற்கு உட்கார்ந்தேன். இப்போது உங்களுக்காகக் காத்திருக்கிறேன். என்னுடைய உடைகள் உங்களுக்குச் சரியாக இருக்கும் என்று நினைக்கிறேன்." என்றார்.

இவான் அவரை அமைதியாக ஒரு பெரிய படுக்கையறைக்கு அழைத்துச் சென்றான். அங்கிருந்த பெரிய படுக்கையில் ஆறு நபர்கள் ஒன்றாகத் தூங்கலாம். அங்கே இவான் அவரது மாலை நேர உடையை எடுத்து வைத்தான். அவை அனைத்தும் லண்டனில் இருக்கும் ஒரு பெரிய தையல்காரரிடம் இருந்து வந்திருப்பதைக் கண்டார். அவர் சீமான்களுக்கு மட்டுமே துணியைத் தைப்பவர்.

அடுத்து இவான் அவரை அழைத்துச் சென்ற உணவருந்தும் அறை பல விதங்களில் மறக்கமுடியாததாக இருந்தது. பழங்கால மாளிகைகளின் கம்பீரம் அந்த அறையில் இருந்தது. அறை முழுவதும் ஓக் மரப் பலகைகளால் செதுக்கப் பட்டிருந்தது. அதன் பெரும் மேசையில் நாற்பது நபர்கள் ஒரே நேரத்தில் உணவருந்தலாம். அறையில் ஒரு பக்கம் பாடம் செய்யப்பட்ட மிருகங்களும் மாட்டி வைக்கப்பட்டிருந்தன. சிங்கங்கள், புலிகள், யானைகள், மான், கரடி என அனைத்தும் அவர் அதுவரை பார்த்திருந்ததைவிடப் பெரிதாகவும், மிகவும் அருமையாகவும் இருந்தன. அந்தப் பெரிய மேசையில் ஜெனரல் தனியே அமர்ந்திருந்தார்.

“ரெய்ன்ஸ்போர்ட், முதலில் காக்டெய்ல் எடுத்துக் கொள்ளுங்கள்!” என்றார். காக்டெய்ல் அருமையாக இருந்தது; மேசையில் விரித்திருந்த துணி, வெள்ளித்தட்டுகள், பீங்கான் அனைத்தும் மிகவும் உயர்தரமானவையாக இருந்தன.

அவர்கள் ரஷ்யர்களுக்கு மிகவும் பிடித்த சிவந்த போர்ஷ்ச்ட் சூப்பில் இருந்து ஆரம்பித்தார்கள். மன்னிப்பு கேட்பது போல ஜெனரல் “நாகரிகத்தின் வசதிகள் எல்லாம் இங்கே கிடைப்பதற்கு முயற்சி செய்கிறோம். எதுவும் குறையாகத் தெரிந்தால், மன்னித்து விடுங்கள். நாங்கள் தனியே இருக்கிறோம் என்பதை மறந்துவிடாதீர்கள். நீண்ட கடல் பயணத்தினால் சாம்பைனின் சுவை மாறியிருக்கிறதா?”

“கொஞ்சமும் இல்லை” என்றார் ரெய்ன்ஸ்போர்ட். ஜெனரல் மிகவும் சிந்தனைவாதியாகவும், ஒவ்வொரு சிறு விஷயத்தையும் கூர்ந்து பார்த்து நடப்பவராகவும் இருப்பதை அவர் உணர்ந்தார். ஆனால் அவரது ஒரு செய்கை மட்டுமே ரெய்ன்ஸ்போர்ட்டிற்கு சிறிது சங்கடமாக இருந்தது. தன்னுடைய தட்டில் இருந்து தலையைத் தூக்கிப் பார்க்கும் போதெல்லாம், ஜெனரல் அவரையே கூர்ந்து பார்த்துக் கொண்டிருப்பதைப் பார்த்தார்.

“ஒருவேளை, எனக்கு உங்களது பெயர் தெரிந்திருப்பதை நினைத்து நீங்கள் ஆச்சரியப்படலாம். ஆங்கிலம், பிரெஞ்சு, ரஷியன் என அனைத்து மொழிகளிலும் எழுதப்பட்டிருக்கும் வேட்டை சம்பந்தமான புத்தகங்களை நான் வாசித்திருக்கிறேன். எனக்கு வாழ்வில் இருக்கும் ஒரே விருப்பம், வேட்டைதான், ரெய்ன்ஸ்போர்ட்” என்றார் ஜெனரல்.

“ஆமாம், உங்களது வேட்டை சின்னங்களில் சில மிகவும் அற்புதமாக இருக்கின்றன” என்று நன்றாக வெந்திருந்த இறைச்சியை உண்டு கொண்டே, “நான் பார்த்ததிலேயே இங்கிருக்கும் கேப் எருமையின் தலைதான் பெரியது” என்றார்.

“ஓ. அதுவா, அது பேய்த்தனமாக இருந்தது” என்றார்.

“உங்களைத் தாக்கியதா?”

“மரத்தை நோக்கி என்னைத் தூக்கி வீசிவிட்டது” என்றார் ஜெனரல். “என் தலை உடைந்துவிட்டது. ஆனாலும் நான் அதைப் பிடித்துவிட்டேன்.”

“பெரிய மிருகங்களில் கேப் எருமைதான் மிகவும் ஆபத்தானது என்பது எனது கருத்து” என்றார் ரெய்ன்ஸ்போர்ட் .

ஒரு நொடி, ஜெனரல் எதையும் பேசவில்லை; அவரது சிவந்த உதடுகளில் புன்னகை தெரிந்தது. மெதுவாக “இல்லை, நீங்கள் சொல்வது தவறு. கேப் எருமை ஆபத்தான மிருகம் இல்லை.” தன்னுடைய வைனை ஒருமுறை குடித்தார். “என்னுடைய தீவில் நான் இன்னமும் பயங்கரமான மிருகத்தை வேட்டை ஆடுகிறேன்” என்று மெதுவாகச் சொன்னார்.

ரெய்ன்ஸ்போர்ட் ஆச்சரியமடைந்தார். “தீவில் பெரிய மிருகங்கள் இருக்கின்றனவா?”

ஜெனரல் தலையசைத்தார். “எல்லாவற்றிலும் பெரியது.”

“உண்மையாகவா?”

“ஓ, இயற்கையாகவே இங்கு இருக்கவில்லை. நான் அவற்றை வெளியிலிருந்து கொண்டு வருகிறேன்.”

“அப்படி என்ன கொண்டு வந்திருக்கிறீர்கள், ஜெனரல்?” என்ற ரெய்ன்ஸ்போர்ட் “புலிகள்?”

ஜெனரல் சிரித்தார். “இல்லை. புலிகளை வேட்டையாடுவது எனக்கு எப்போதோ சலித்து விட்டது. எல்லாவிதங்களிலும் அவற்றை வேட்டையாடிவிட்டேன். புலிகளில் இப்போது எனக்கு எந்த புதிய ஆபத்தும் இல்லை. நான் வாழ்வதே ஆபத்தை எதிர்நோக்கித்தான், ரெய்ன்ஸ்போர்ட்.”

தன்னுடைய பையில் இருந்து தங்கத்தால் செய்த சிகரெட் பெட்டி ஒன்றை எடுத்து, தன்னுடைய விருந்தாளிக்கு ஒரு கருப்பு நிற சிகரெட்டைக் கொடுத்தார். அது நறுமணத்துடன் இருந்தது.

“நீங்களும், நானும் நன்றாக வேட்டையாடப் போகிறோம். நீங்கள் என்னுடன் இருப்பது எனக்கு மகிழ்ச்சியாக இருக்கிறது.”

“ஆனால் என்ன மிருகம்?” என்று ரெய்ன்ஸ்போர்ட் ஆரம்பித்தார்.

“சொல்கிறேன்” என்றார் ஜெனரல். “ஆச்சரியப்பட்டுப் போவீர்கள். அடக்கமாகச் சொல்வது என்றால், நான் செய்திருப்பது ஓர் அரிய காரியம். புதிய உணர்வைக் கண்டறிந்திருக்கிறேன். உங்களுக்கு ஒரு கோப்பை ஊற்றவா?”

“நன்றி, ஜெனரல்.”

இரண்டு கோப்பைகளை நிரப்பிய ஜெனரல், “கடவுள் சிலரைக் கவிஞர்களாகப் படைக்கிறார். சிலரை அரசர்களாகவும், சிலரைப் பிச்சைக்காரர்களாகவும் படைக்கிறார். என்னை அவர் வேட்டைக்காரனாகப் படைத்துவிட்டார். துப்பாக்கி ஏந்துவதற்கு என்றே பிறந்தவன் நான் என்று என் தந்தை கூறுவார். அவர் மிகவும் பெரிய செல்வந்தர். கிரீமியாவில் இரண்டு லட்சம் ஏக்கர் நிலத்திற்கும் மேலே வைத்திருந்தார். அவரும் நல்ல வேட்டைக்காரர்தான். எனக்கு ஐந்து வயதானபோது, குருவிகளைச் சுட, மாஸ்கோவில் இருந்து எனக்காகச் செய்த துப்பாக்கி ஒன்றை வரவழைத்துக் கொடுத்தார். அதை வைத்து நான் சில வான்கோழிகளைச் சுட்டபோது, அதற்காக அவர் கோபிக்கவில்லை; என்னுடைய குறி வைக்கும் திறமையைப் பாராட்டினார். எனக்குப் பத்து வயதாகும்போது, என்னுடைய முதல் கரடியை காகசஸில் கொன்றேன். என் வாழ்க்கையே ஒரு நீண்ட வேட்டைதான். எல்லா பிரபுக்களின் மகன்களைப் போல நானும் ராணுவத்தில் சேர்ந்துவிட்டேன். சில காலம் கசாக் குதிரைப்படையைத் தலைமை தாங்கி நடத்தினேன். ஆனால் என்னுடைய விருப்பமெல்லாம் வேட்டையில்தான் இருந்தது. நிலத்தில் இருக்கும் எல்லா விதமான மிருகங்களையும் வேட்டையாடி இருக்கிறேன். நான் எத்தனை மிருகங்களைக் கொன்றிருப்பேன் என்று சொல்வதுகூட சாத்தியமில்லை.”

சிகரெட்டை ஒருமுறை இழுத்துக் கொண்டார்.

“ரஷ்ய புரட்சிக்குப் பின்னர் நான் நாட்டைவிட்டு வெளியேறினேன். ஜார் மன்னரின் ராணுவ அதிகாரி அங்கேயே இருப்பது முட்டாள்தனமாகும். பல பிரபுக்கள்

தங்களுடைய செல்வங்களை எல்லாம் இழந்தார்கள். ஆனால் நான், அதிர்ஷ்டவசமாக, என்னுடைய பணம் முழுவதையும் அமெரிக்காவில் முதலீடு செய்திருந்தேன். எனவே நான் மான்டே கார்லோவில் தேநீர் விடுதி நடத்தியோ அல்லது பாரிசில் வண்டியோட்டியோ என் வாழ்வை வாழ வேண்டிய தேவை ஏற்படவில்லை. எனவே நான் ராக்கி மலைகளில் பெரும் கரடிகள், கங்கையில் முதலைகள், கிழக்காபிரிக்காவில் காண்டாமிருகங்கள் என வேட்டையாடிக் கொண்டிருந்தேன். அப்போது ஆப்ரிக்காவில்தான் இந்த கேப் எருமையை வேட்டையாடினேன். அதனால் ஏற்பட்ட காயங்கள் ஆற ஆறு மாதங்கள் ஆனது. அதன் பின்னர் ஜாகுவார்களை வேட்டையாட அமேசானிற்குப் புறப்பட்டேன். அவை மிகவும் புத்திசாலி மிருகங்கள் என்று கேள்விப்பட்டிருந்தேன். ஆனால் நல்ல துப்பாக்கியும், புத்தியும் கொண்ட வேட்டைக்காரனுக்குமுன் அவை ஒன்றுமேயில்லை. எனக்கு ஏமாற்றமே கிடைத்தது. என்னுடைய கூடாரத்தில் தலைவலியோடு கிடந்தபோதுதான், அந்தப் பயங்கரமான சிந்தனை தோன்றியது. வேட்டை எனக்குச் சலிப்படைய ஆரம்பித்திருந்தது! வேட்டையாடுவதுதான் என்னுடைய வாழ்க்கை என்பதை நினைவில் வைத்திருங்கள். தங்களது வியாபாரத்தில் இருந்து விலகியவுடன், அமெரிக்க வியாபாரிகள் உடைந்துவிடுவார்கள் என்று கேள்விப்பட்டிருக்கிறேன்."

"ஆமாம்" என்றார் ரெய்ன்ஸ்போர்ட்.

ஜெனரல் புன்னகைத்தார். "அப்படி உடைந்துவிடுவதில் எனக்கு விருப்பமில்லை. ஏதாவது செய்யவேண்டும். நான் ஆராய்ந்து சிந்திப்பவன், ரெய்ன்ஸ்போர்ட். அதனால்தான் எனக்குத் துரத்தி வேட்டையாடுவது பிடித்திருக்கிறது."

"அப்படித்தான், ஜெனரல்."

"எனவே, எனக்கு ஏன் வேட்டையாடுவது சலிப்பாக இருக்கிறது என்று யோசித்தேன். நீங்கள் என்னைவிட இளையவர், ரெய்ன்ஸ்போர்ட். என்னளவிற்கு நீங்கள் வேட்டையாடியதில்லை. ஆனால் உங்களுக்குப் பதில் தெரிந்திருக்கலாம்."

"என்ன அது?"

"வேட்டையாடுவதில் இருந்த விளையாட்டு என்பது இல்லாமல் போனது. மிகவும் எளிதாக மாறிவிட்டது.

எப்போதுமே நான் வேட்டையில் வெற்றி அடைந்தேன். எப்போதுமே. அதைவிட சலிப்படையச் செய்வது எதுவுமில்லை.”

இன்னொரு சிகரெட்டைப் பற்ற வைத்தார்.

“எந்த மிருகத்தாலும் என்னிடம் இருந்து தப்பிக்க முடியாது. தற்பெருமைக்குச் சொல்லவில்லை. அதுதான் உண்மை. மிருகத்திற்கு அதன் உணர்வும், கால்களும் மட்டும்தான் இருக்கின்றன. ஆனால் அறிவிற்குமுன் உணர்வு ஒன்றுமே இல்லை. இதை நான் உணர்ந்த நேரம், எனக்கு மிகவும் வருத்தமான நேரம்.”

ரெய்ன்ஸ்போர்ட் மேசைக்குக் குறுக்கே சாய்ந்து, ஜெனரல் சொல்வதைக் கேட்டுக் கொண்டிருந்தார்.

“அப்போதுதான் நான் என்ன செய்ய வேண்டும் என்பது எனக்குத் தோன்றியது.”

“அது என்ன?”

தடையைத் தாண்டி வெற்றியடைந்தவனைப் போல ஜெனரல் சிரித்தார். “நான் வேட்டையாட ஒரு புதிய மிருகத்தைக் கண்டுபிடித்தேன்.”

“புதிய மிருகமா? விளையாடுகிறீர்களா?”

“இல்லை. வேட்டையாடுவதில் நான் விளையாடுவதேயில்லை. எனக்குப் புதிதாக ஒரு மிருகம் தேவைப்பட்டது. அதைக் கண்டு பிடித்துவிட்டேன். இந்தத் தீவையும் வீட்டையும் வாங்கினேன். இங்கேயே என்னுடைய வேட்டையை நடத்துகிறேன். என்னுடைய தேவைக்கு இந்தத் தீவு சரியாக இருக்கிறது — காடுகள், குன்றுகள், சிறு பாதைகள், சதுப்பு நிலங்கள்...”

“ஆனால் அது எந்த மிருகம், ஜெனரல்?”

“உலகிலேயே மிகவும் உற்சாகமான வேட்டையைத் தரும் மிருகம். அதனுடன் வேறெந்த மிருக வேட்டையையும் ஒப்புநோக்க முடியாது. ஒவ்வொரு நாளும் நான் வேட்டையாடுகிறேன். இப்போது எனக்கு வேட்டை சலிப்பாக இருப்பதில்லை. என்னுடைய புத்திசாலித்தனத்திற்குச் சரியான மிருகம் கிடைத்துவிட்டது.”

ரெய்ன்ஸ்போர்ட்டின் குழப்பம் அவரது முகத்தில் தெரிந்தது.

“எனக்குச் சரியான மிருகம் தேவையாக இருந்தது. ‘அப்படிப்பட்ட மிருகம் எப்படி இருக்க வேண்டும்?’ என்று யோசித்தேன். அதற்குத் தைரியம், விவேகம், எல்லாவற்றையும்விட புத்திசாலித்தனமும் இருக்க வேண்டும் என்பதுதான் பதிலாக இருந்தது.”

“ஆனால் எந்த மிருகத்தாலும் புத்திசாலித்தனமாக இருக்க முடியாது.”

“ஒன்றால் முடியும்” என்றார் ஜெனரல்.

“ஆனால் நீங்கள் சொல்வது...” என்றார் ரெய்ன்ஸ்போர்ட்.

“ஏன் இருக்கக்கூடாது?”

“உண்மையாகத்தான் சொல்கிறீர்களா? விளையாடாதீர்கள், ஜெனரல்.”

“நான் ஏன் விளையாடவேண்டும்? நான் வேட்டையைப் பற்றி சொல்லிக் கொண்டிருக்கிறேன்.”

“வேட்டையா? கடவுளே, ஜெனரல், நீங்கள் சொல்வது கொலை”

ஜெனரல் வேடிக்கையைக் கேட்டதுபோல சிரித்தார். ரெய்ன்ஸ்போர்ட்டைப் புரியாததுபோல பார்த்தார். “உங்களைப் போன்ற ஒரு நவீன, நாகரிக இளைஞன் இன்னமும் மனித உயிரைப் பற்றி பழைய கருத்துகளைக் கொண்டிருப்பது ஆச்சரியமாக இருக்கிறது. போரில் உங்களது அனுபவங்கள்...”

“என்னால் கொலையை ஆதரிக்க முடியாது” என்று உறுதியாக ரெய்ன்ஸ்போர்ட் கூறினார்.

ஜெனரல் மீண்டும் பலமாகச் சிரித்தார். “எப்படிப்பட்ட கோமாளி நீங்கள்! இப்போதெல்லாம் அமெரிக்காவில்கூட உங்களைப் போன்ற எளிமையான, பழைய நம்பிக்கைகளைக் கொண்ட இளைஞர்களைப் பார்க்க முடிவதில்லை. நாகரிக வண்டியில் மூக்குப்பொடியைப் பார்ப்பது போல இருக்கிறது. உங்களது பரம்பரையில் எல்லாம் மிகவும் கடவுள் பயம் கொண்டவர்களாக இருக்க வேண்டும். நிறைய அமெரிக்கர்கள் அப்படித்தான் இருக்கிறார்கள். என்னுடன் வேட்டைக்கு வந்தீர்கள் என்றால் எல்லாவற்றையும் மறந்துவிடுவீர்கள். ரெய்ன்ஸ்போர்ட், உங்களுக்கு ஒரு புதிய அனுபவம் காத்திருக்கிறது.”

“நன்றி, ஜெனரல், ஆனால் நான் கொலைகாரனில்லை.”

“மீண்டும் அந்த வார்த்தையைச் சொல்கிறீர்கள். ஆனால் உங்களது கவலைகளுக்கு எந்த அடிப்படையும் இல்லை என்பதை நான் காட்டுகிறேன்.”

“அப்படியா?”

“பலமானவர்களுக்கான வாழ்க்கை இது. தேவைப்பட்டால் பலமானவர்கள் எடுத்துக் கொள்ளலாம். உலகில் இருக்கும் எளியவர்கள் பலமானவர்களின் மகிழ்ச்சிக்காகவே இருக்கிறார்கள். நான் பலசாலி. நான் ஏன் அதை உபயோகிக்கக் கூடாது? நான் வேட்டையாட வேண்டுமென்றால், அதை ஏன் செய்யக் கூடாது? உலகின் பொறுக்கிகளை நான் வேட்டையாடுகிறேன் — திருடுக்கப்பல் மாலுமிகள், கறுப்பர்கள், சீனர்கள், வெள்ளையர்கள், கலப்பினத்தவர்கள் — நல்ல குதிரையோ, நாயோ இவர்களைவிட அதிக மதிப்பு வாய்ந்தவையாக இருக்கும்.”

“ஆனாலும் அவர்கள் மனிதர்கள்.”

“அதனால்தான் அவர்களை உபயோகிக்கிறேன். எனக்கு மகிழ்ச்சியைத் தருகிறது. அவர்களும் ஓரளவிற்கு சிந்திக்க முடியும். எனவே அவர்களும் ஆபத்தானவர்கள்தான்.”

“ஆனால் எங்கிருந்து வருகிறார்கள்?”

ஜெனரல் தன்னுடைய இடது கண்ணைச் சிமிட்டினார். “இந்தத் தீவின் பெயர் ஷிப்—ட்ராப். சில நேரம் கடலின் கோபத்தில் சிலர் வருகிறார்கள். விதி அவ்வளவு சரியாக இல்லை என்னும்போது, நானும் அதற்குச் சிறிது முயற்சி எடுப்பேன். இங்கே வாருங்கள்” என்று ஜன்னலுக்கு அருகே அழைத்தார்.

ரெய்ன்ஸ்போர்ட் ஜன்னலுக்கு அருகில் சென்று பார்த்தார்.

“அங்கே பாருங்கள்!” என்று சொல்லிய ஜெனரல், இரவின் வழியே சுட்டிக் காட்டினார். ரெய்ன்ஸ்போர்ட்டிற்கு வெறும் இருள்தான் தெரிந்தது. அதே நேரத்தில் ஜெனரல் ஒரு பொத்தானை அமுக்க, அங்கே சில விளக்குகள் தெரிந்தன.

ஜெனரல் சிரித்தார். “அங்கே வழியிருப்பதாக அந்த விளக்குகள் காட்டுகின்றன. ஆனால் அங்கே எதுவும் இல்லை. கூர்மையான முனைகளை உடைய பெரிய பாறைகள்தான் அங்கே பயங்கரமான பூதங்களைப் போல

இருக்கின்றன. எந்த கப்பலையும் வாதுமையை நொறுக்குவது போல நொறுக்கிவிடும்” என்று கையில் இருந்த வாதுமைக்கொட்டையை கீழே போட்டு, தன்னுடைய காலால் நசுக்கி நொறுக்கினார். எதற்கோ பதில் சொல்வது போல “ஆமாம், நாங்கள் இங்கே நாகரிகமானவர்களைப் போலவே மின்சாரமும் வைத்திருக்கிறோம்.”

“நாகரிகம்? நீங்கள் மனிதர்களைச் சுடுகிறீர்கள்?”

ஜெனரலின் முகத்தில் கோபம் ஒரு நொடி தோன்றி மறைந்தது. அன்புடன் “என்ன மாதிரியான நல்ல இளைஞர் நீங்கள்! உண்மையில் நான் அப்படி எதுவும் செய்வதில்லை என்பதைச் சொல்லிக் கொள்கிறேன். நீங்கள் சொல்வது நாகரிகமற்ற செயல். இங்கு வருபவர்களை நான் நன்றாகவே நடத்துகிறேன். அவர்களுக்கு நல்ல உணவும், உடற்பயிற்சியும் தருகிறேன். அவர்களும் நன்றாக உடல் தேறிவிடுவார்கள். நாளையே நீங்கள் பார்ப்பீர்கள்.”

“என்ன சொல்கிறீர்கள்?”

“என்னுடைய பயிற்சிப்பள்ளிக்குச் செல்வோம்” என்று ஜெனரல் சொன்னார். “அது கீழே இருக்கிறது. அங்கே இப்போது 10—12 மாணவர்கள் இருக்கிறார்கள். இங்கிருக்கும் பாறைகளில் மோதிய சான் லூக்கார் கப்பலின் மாலுமிகள் அவர்கள். மிகவும் மோசமாக இருக்கிறார்கள். அவர்கள் காட்டைவிடக் கப்பலைத்தான் விரும்புகிறார்கள்.” அவர் கைகளை உயர்த்த, இவான் அவருக்குத் துருக்கிய காபியைக் கொண்டு வந்தான். ரெய்ன்ஸ்போர்ட் எதையும் சொல்லாமல் வாயைச் சிரமப்பட்டு அடக்கிக்கொண்டார்.

“அங்கு ஒருவனிடம் நாம் வேட்டைக்குச் செல்ல வேண்டும் என்று சொல்வேன். அவனுக்கு நிறைய உணவும், நல்ல வேட்டை கத்தி ஒன்றும் தந்துவிடுவேன். அவன் சென்ற மூன்று மணி நேரம் கழித்து, அவனைத் தொடர்ந்து நான் என்னிடம் இருப்பதிலேயே சிறிய துப்பாக்கியுடன் செல்வேன். அவன் மூன்று நாள்கள் என்னிடம் இருந்து தப்பித்துவிட்டால், அவன் வெற்றிபெற்றதாக அர்த்தம். அதற்குள் அவனை நான் கண்டுபிடித்துவிட்டால்,” என்ற ஜெனரல் “அவன் தோல்வி அடைந்துவிடுவான்” என்றார்.

“அவன் உங்கள் வேட்டைக்கு மறுத்தால்?”

“ஓ” என்ற ஜெனரல் “நான் எப்போதும் அவர்களுக்கு அந்த வாய்ப்பை வழங்கிவிடுவேன். அவர்களுக்கு விருப்பமில்லை

என்றால், அவர்கள் விளையாடத் தேவையில்லை. விருப்பமில்லாதவர்களை இவானிடம் கொடுத்து விடுவேன். இவான் இதற்குமுன் ஜார் அரசரின் சித்திரவதை கூடத்தில் பொறுப்பில் இருந்தான். எனவே அவனுடைய விளையாட்டு வேறு மாதிரியாக இருக்கும். ரெய்ன்ஸ்போர்ட், அவர்களே தங்களது வேட்டையை முடிவு செய்கிறார்கள்."

"அவர்கள் வெற்றி பெற்றுவிட்டால்?"

ஜெனரலின் முகத்தில் இருந்த சிரிப்பு பெரிதானது. "இப்போது வரை நான் தோற்றத்தில்லை. நான் பெருமை பேசுவதாக எண்ணாதீர்கள், ரெய்ன்ஸ்போர்ட். பெரும்பாலானவர்கள் வெறுமனே எளிய முறையில் எதிர்ப்பார்கள். எப்போதாவதுதான் வலிமையான எதிரியை எதிர்கொள்ள வேண்டியிருக்கும். ஒருவன் கிட்டத்தட்ட வெற்றி அடைந்துவிட்டான். கடைசியில் நாய்களை உபயோகிக்க வேண்டி வந்துவிட்டது."

"நாய்களா?"

"இப்படி வாருங்கள். நானே காட்டுகிறேன்."

ஜெனரல் இன்னொரு ஜன்னலுக்கு ரெய்ன்ஸ்போர்ட்டை அழைத்துச் சென்றார். விளக்கில் இருந்து தெரிந்த ஒளியில் வெளியே பல பயங்கரமான உருவங்கள் தெரிந்தன. அதனிடையே பத்து, பன்னிரண்டு பெரும் உருவங்கள் இங்குமங்குமாகக் கருமையாக ஓடிக் கொண்டிருப்பதை ரெய்ன்ஸ்போர்ட் பார்த்தார்; அவரை நோக்கித் திரும்பியபோது, அவற்றின் கண்கள் பச்சையாக மின்னியதைப் பார்த்தார்.

"நல்ல நாய்கள்" என்ற ஜெனரல் "தினமும் மாலை ஏழு மணிக்கு அவிழ்த்துவிட்டு விடுவோம். என் வீட்டிற்குள் யாரும் நுழைய முயன்றாலோ அல்லது வெளியே செல்ல முயன்றாலோ, அவர்களுக்கு மிகவும் துக்ககரமாக எதாவது நடந்துவிடும்" என்று ஒரு பாடலை முணுமுணுக்க ஆரம்பித்தார்.

"என்னுடைய நூலகத்திற்கு வருகிறீர்களா? என்னுடைய புதிய வேட்டை தலைகளைக் காட்டுகிறேன்" என்றார் ஜெனரல்.

"இன்றிரவு நீங்கள் என்னை மன்னிக்க வேண்டும், ஜெனரல். எனக்கு உடல் சரியாகவில்லை."

“அப்படியா?” என்று சொன்ன ஜெனரல், “அதுவும் சரிதான். உங்களது நீண்ட நீச்சலுக்குப் பின்னர் களைப்பாகத்தான் இருக்கும். உங்களுக்கு நல்ல தூக்கம் தேவை. நாளை புதிய மனிதனைப்போல உணருவீர்கள். அப்போது வேட்டையாடலாம், சரியா? நல்ல புதிய ஒருவன் –” ரெய்ன்ஸ்போர்ட் அறையில் இருந்து வெளியே சென்று கொண்டிருந்தார்.

“இன்றிரவு உங்களால் வர முடியவில்லை என்று எனக்கு வருத்தமே. நல்ல உயரமான, கறுப்பான, பலசாலியான ஒருவன் இருக்கிறான். நல்ல விளையாட்டாக இருக்கும். ரெய்ன்ஸ்போர்ட், நல்ல ஓய்வு எடுத்துக் கொள்ளுங்கள்” என்று ஜெனரல் கத்தி சொன்னார்.

படுக்கை நன்றாக இருந்தது.பட்டு நூலால் ஆன இரவு உடை மென்மையாக இருந்தது. அவரது உடல் மிகவும் களைப்பாக இருந்தது. ஆனாலும் ரெய்ன்ஸ்போர்ட்டால் ஆழ்ந்து தூங்க முடியவில்லை. கண்களைத் திறந்து வைத்துக் கொண்டே கிடந்தார். அவரது அறைக்கு வெளியே காலடி சத்தம் கேட்டது போல இருந்தது. கதவைத் திறக்க முயன்றார்; கதவு திறக்கவில்லை. ஜன்னலுக்குச் சென்று பார்த்தார். அவரது அறை மாளிகையின் கோபுரம் ஒன்றின் மேலே இருந்தது. மாளிகையின் விளக்குகள் அணைந்துவிட்டன. முழுவதும் இருளாகவும், அமைதியாகவும் இருந்தது. ஒரு துண்டு நிலவு மட்டுமே வெளிச்சம் தந்து கொண்டிருந்தது. அதன் வழியே அவர் மாளிகையைச் சுற்றித் தெரிந்த உருவங்களைப் பார்த்துக் கொண்டிருந்தார். அவரது ஜன்னலின் அசைவைக் கவனித்த நாய்கள், மேலே பார்த்தன. ரெய்ன்ஸ்போர்ட் மீண்டும் படுக்கைக்குச் சென்று விழுந்தார். பலவிதங்களில் முயற்சி செய்து ஒருவழியாக அவர் அதிகாலையில் தூங்க ஆரம்பித்தார். அப்போது காட்டின் உள்ளே தொலைவில் ஒரு பிஸ்டல் துப்பாக்கி முழங்கும் சத்தம் மெலிதாகக் கேட்டது.

மதிய உணவிற்கே ஜெனரல் வந்தார். பிரபுவைப் போலச் சரியாக உடையணிந்திருந்தார். ரெய்ன்ஸ்போர்ட்டின் உடல் நலம் குறித்து விசாரித்தார்.

“என்னைப் பொறுத்தவரை, நானுமே நன்றாக இல்லை. ரெய்ன்ஸ்போர்ட், நேற்றிரவு என்னுடைய பழைய நோய் திரும்பவும் வருவது போல இருந்தது” என்றார் ஜெனரல்.

கேள்வி கேட்பது போல ரெய்ன்ஸ்போர்ட் பார்க்கவே “சலிப்பு.”

உணவை எடுத்துக் கொண்டே, ஜெனரல் பேசினார். “நேற்றிரவு வேட்டை நன்றாக இல்லை. அவனுக்கு என்ன செய்வதென்று தெரியவில்லை. காட்டில் நேராகவே சென்று கொண்டிருந்தான். அதுதான் மாலுமிகளிடம் இருக்கும் பிரச்சினை; அவர்களுக்கு மூளை இல்லை என்பது மட்டுமல்ல, அவர்களுக்குக் காடுகளுக்குள் எப்படிச் செல்வது என்பதும் தெரியாது. அங்கே முட்டாள்தனமான காரியங்களையே செய்வார்கள். எரிச்சல் தரக் கூடியது. இன்னொரு கோப்பை வைன், ரெய்ன்ஸ்போர்ட்?”

“ஜெனரல்” என்ற ரெய்ன்ஸ்போர்ட் உறுதியாக “நான் இந்தத் தீவில் இருந்து செல்ல விரும்புகிறேன்.”

ஜெனரல் புருவங்களை உயர்த்தினார். காயப்பட்டது போலத் தெரிந்தார். “ஆனால், நேற்றுதான் வந்தீர்கள். இன்னமும் வேட்டையாடவில்லை...”

“எனக்கு இன்றே செல்ல வேண்டும்” என்றார் ரெய்ன்ஸ்போர்ட். ஜெனரல் எந்த உணர்ச்சியும் இல்லாமல் பார்த்துக் கொண்டிருந்தார். சட்டென்று அவரது முகத்தில் மகிழ்ச்சி தெரிந்தது.

ரெய்ன்ஸ்போர்ட்டின் கோப்பையை மீண்டும் நிரப்பினார்.

“இன்றிரவு, நீங்களும், நானும் வேட்டைக்குச் செல்வோம்.”

ரெய்ன்ஸ்போர்ட் தலையை அசைத்தார். “இல்லை, ஜெனரல். நான் வேட்டையாடப் போவதில்லை.”

ஜெனரல் தோள்களைக் குலுக்கிக் கொண்டு, ஒரு திராட்சையை எடுத்துச் சாப்பிட்டார். “உங்கள் விருப்பம்தான். ஆனால் நான் சொல்வதெல்லாம், என்னுடைய விளையாட்டு இவானுடையதைவிட நன்றாகவே இருக்கும் என்பதைத் தெரிந்து கொள்ளுங்கள்.”

அறையின் ஒரு மூலையில் கைகளைக் கட்டிக்கொண்டு, கோபமாக நின்று கொண்டிருந்தவனைக் கண்களால் ஜெனரல் காட்டினார்.

“என்ன?” என்று நம்பமுடியாமல் கத்தினார் ரெய்ன்ஸ்போர்ட்.

“நண்பா, வேட்டையாடுவதில் நான் விளையாடுவதில்லை என்று ஏற்கெனவே சொல்லி இருக்கிறேனே? இது என்னுடைய திட்டம்தான். எனக்குச் சரிசமானமான எதிரியை நினைத்துக் குடிக்கிறேன்...” ஜெனரல் தன்னுடைய

கோப்பையை உயர்த்தினார். ரெய்ன்ஸ்போர்ட் அப்படியே வெறித்துப் பார்த்துக் கொண்டு அமர்ந்திருந்தார்.

"இந்த விளையாட்டு உங்களுக்கும் பிடிக்கும். உங்கள் மூளைக்கும், என்னுடையதிற்குமான போட்டி. உங்கள் பலம், தைரியம் எனக்கெதிராக. காட்டிற்குள் சதுரங்கம்! பரிசும் பெரியது, சரியா?"

"நான் வெற்றி பெற்றால் —" என்று ரெய்ன்ஸ்போர்ட் ஆரம்பித்தார்.

"மூன்றாம் நாள் நடுஇரவிற்குள் உங்களைக் கண்டுபிடிக்க முடியவில்லை என்றால் என்னுடைய தோல்வியை ஒப்புக் கொள்கிறேன். என்னுடைய படகு உங்களை அருகில் உள்ள துறைமுகத்திற்கு அருகே சென்று விட்டுவிடும்." ரெய்ன்ஸ்போர்ட் என்ன நினைக்கிறார் என்று ஜெனரலிற்குத் தெரிந்தது.

"என்னை நம்புங்கள்" என்றார். "வேட்டைக்காரனாகவும், பிரபுவாகவும் என்னுடைய வார்த்தையைக் கொடுக்கிறேன். அதே நேரத்தில், நீங்களும் இங்கு நடப்பதை வெளியே தெரிவிக்கக் கூடாது."

"நான் எதற்கும் ஒப்புக்கொள்ளவில்லை" என்றார் ரெய்ன்ஸ்போர்ட்.

"அப்படியானால், இப்போது எதற்கு அதைப்பற்றிப் பேசிக்கொண்டு? மூன்று நாள்கள் கழித்து, நாம் வைன் குடித்துக் கொண்டே பேசிக் கொள்ளலாம். ஒருவேளை —"

ஜெனரல் சிறிது வைன் குடித்துக் கொண்டார்.

சட்டென்று தீவிரமாக மாறினார். "இவான் உங்களது வேட்டை உடைகளைக் கொண்டு வந்து தருவான். உணவும், கத்தியும்கூட தருவான். நல்ல தோல் செருப்புகளாக அணிந்து கொள்ளுங்கள். அதிகமாகத் தடங்கள் விழாது. தீவின் தென்மேற்கில் இருக்கும் சதுப்பு நிலத்தையும் தவிர்த்து விடுங்கள். அங்கே புதைமணல் இருக்கிறது. அங்கும் ஒருவன் தப்பிச் செல்ல பார்த்தான். அதில் வருத்தம் என்ன வென்றால், லாசரஸ் அவனைத் துரத்திச் சென்றது. எனக்கு எப்படி இருந்திருக்கும் என்று நினைத்துப் பாருங்கள், ரெய்ன்ஸ்போர்ட். எனக்கு லாசரஸ் மிகவும் விருப்பமான நாய். சரி, நான் எப்போதும் மதியம் ஒரு சிறிய தூக்கம் போடுவது வழக்கம். ஆனால் உங்களுக்கு

அதற்கு நேரமிருக்காது. நீங்கள் கிளம்பலாம். நான் மாலை வரும்வரை உங்களைத் தொடர ஆரம்பிக்க மாட்டேன். பகலைவிட, இரவில் வேட்டையாடுவது சுவாரசியமாக இருக்கும், இல்லையா? பார்க்கலாம், ரெய்ன்ஸ்போர்ட், பார்க்கலாம்" என்று சொல்லிவிட்டு, குனிந்து வணங்கிவிட்டு, ஜெனரல் அங்கிருந்து சென்றார்.

இன்னொரு கதவைத் திறந்து கொண்டு இவான் வந்தான். ஒரு கையில் காக்கி உடை, உணவுப்பை, ஒரு தோலாலான உறையில் பெரிய வேட்டைக்கத்தி முதலியவையும், இன்னொரு கையைத் தன்னுடைய இடுப்பில் இருந்த ரிவால்வரிலும் வைத்திருந்தான்.

இரண்டு மணி நேரங்களாகப் புதரின் வழியே ரெய்ன்ஸ்போர்ட் சென்று கொண்டிருந்தார். "தைரியமாக இருக்க வேண்டும். தைரியமாக இருக்க வேண்டும்" என்று பற்களைக் கடித்துக்கொண்டு நினைத்துக் கொண்டார்.

மாளிகையின் கதவுகள் அவருக்குப் பின்னே மூடப்பட்டபோது, அவருக்கு நிதானம் சரியாக இல்லை. முதலில் அவர் ஜெனரலிடம் இருந்து வெகுதூரம் சென்று விட வேண்டும் என்பதுதான் அவரது எண்ணமாக இருந்தது. எனவே அவர் பதற்றத்துடன் வேகமாகச் சென்று கொண்டிருந்தார். ஆனால் இப்போது அவர் சிறிது சிந்திக்க ஆரம்பித்தார். தான் எங்கிருக்கிறோம், தனது நிலை என்ன என்று யோசித்தார். நேராகச் சென்று கொண்டிருப்பதில் பிரயோஜனமில்லை என்று தெரிந்தது; நேராக அவர் கடலை சென்றடைந்துவிடுவார். சுற்றிலும் நீர் இருக்கும் இடத்தில் இருக்கிறார். எனவே அவரது நடவடிக்கைகள் அந்த இடத்திற்குள்ளேயே இருக்க வேண்டும்.

"ஜெனரல் தொடர்வதற்கு ஒரு பாதை உருவாக்க வேண்டும்" என்று முணுமுணுத்துக் கொண்டு, ரெய்ன்ஸ்போர்ட் அதுவரை சென்று கொண்டிருந்த பாதையில் இருந்து விலகினார். நன்றாக யோசித்து பாதையைச் சுற்றித் தடங்களை உருவாக்கினார். மீண்டும் மீண்டும், சுற்றி வருவதன் மூலம் தன்னுடைய தடத்தைப் பெரிதாக்கிக் கொண்டே சென்றார். நரி வேட்டை பற்றி தனக்குத் தெரிந்ததைச் சிந்தித்து, அதில் நரி என்ன செய்யும் என்று யோசித்தார். இரவு வந்தபோது, அவரது கால்கள் வலித்தது. முகம், கைகளில் முட்கள் குத்தியிருந்தன. தனக்குச் சக்தி இருந்தாலும், இருளில் தடுமாறிக் கொண்டு செல்வது

முட்டாள்தனம் என்று அவருக்குத் தெரிந்திருந்தது. எங்காவது ஓய்வெடுக்க வேண்டும். “இதுவரை நரியைப் போல இருந்தேன். இப்போது பூனையைப் போல இருக்க வேண்டும்” என்று சொல்லிக் கொண்டார். அருகில் இருந்த பெரிய மரம் ஒன்றில், எந்தத் தடமும் இல்லாமல் ஏறி, அதில் இருந்த அகலமான கிளை ஒன்றில் ஒருமாதிரியாகப் படுத்துக் கொண்டார். ஓய்வு அவருக்குப் புதிய நம்பிக்கையைக் கொடுத்தது. சிறிது பாதுகாப்பாகவும் உணர்ந்தார். நல்ல வேட்டைக்காரரான ஜெனரல்கூட தன்னை அங்கே கண்டறிய முடியாது என்று சொல்லிக் கொண்டார். இருளில் அந்தக் குழப்பமான தடத்தைத் தொடர்ந்து வரச் சாத்தானால் மட்டுமே முடியும் என்று நினைத்தார். ஒருவேளை, ஜெனெரல்தான் சாத்தானோ...

பாம்பைப் போல இரவு மெதுவாக நகர்ந்து கொண்டிருந்தது. ரெய்ன்ஸ்போர்ட்டிற்குத் தூக்கம் வரவில்லை. காட்டில் இரவு மரணத்தின் அமைதியைப் போல இருந்தது. காலை விடியும்போது, திடீரென்று எழுந்த பறவையின் குரல் ஒன்று ரெய்ன்ஸ்போர்ட்டை அந்தப் பக்கமாகப் பார்க்கச் செய்தது. யாரோ புதர்களின் வழியே வருகிறார்கள். மெதுவாக, கவனமாக, ரெய்ன்ஸ்போர்ட் வந்த அதே பாதையில் வருகிறார்கள். கிளையில் தட்டையாகப் படுத்துக் கொண்டார். அவரைச் சுற்றி இலைகள் போர்வையைப் போல மறைத்துக் கொண்டன. பார்த்துக் கொண்டிருந்தார்... அங்கே ஒரு மனிதன் அவர் இருந்த திசையை நோக்கி வந்து கொண்டிருந்தான்.

ஜெனரல்தான். தனக்கு முன்னே இருந்த நிலத்தைக் கூர்மையாகப் பார்த்துக் கொண்டே வந்தார். கிட்டத்தட்ட மரத்திற்கு அருகில் வந்தவுடன் நின்றார். அங்கே மண்டியிட்டு, நிலத்தைப் பார்த்துக் கொண்டிருந்தார். அங்கிருந்து அப்படியே கீழே சிறுத்தையைப் போல பாய்ந்துவிடலாம் என்றுகூட நினைத்தார். ஆனால் ஜெனரலின் கைகளில் மின்னிய, சிறிய உலோகத்தைப் பார்த்தார் — பிஸ்டல்.

குழம்பியதைப் போல ஜெனரல் தலையை ஆட்டிக் கொண்டார். நிமிர்ந்து கொண்டு, தன்னுடைய சிகரெட் பெட்டியை வெளியே எடுத்தார். அதிலிருந்து நறுமணம் ரெய்ன்ஸ்போர்ட்டின் மூக்கை வந்தடைந்தது.

ரெய்ன்ஸ்போர்ட் மூச்சை பிடித்துக் கொண்டார். ஜெனரல் தரையில் இருந்து கண்களை எடுத்துக் கொண்டு, மரத்தை

அங்குலம், அங்குலமாகப் பார்த்துக் கொண்டிருந்தார். ரெய்ன்ஸ்போர்ட் அங்கேயே உறைந்து போயிருந்தார். அவரது ஒவ்வொரு சதையும் இறுகியது. ஆனால் ரெய்ன்ஸ்போர்ட் இருந்த கிளையை அடைவதற்கு முன்பே, வேட்டைக்காரனின் பார்வை நின்றுவிட்டது; அவரது முகத்தில் ஒரு புன்னகை தெரிந்தது. மீண்டும் ஒருமுறை புகையை வட்டமாக மேலே விட்டார்; மரத்தில் இருந்து திரும்பி, வந்த வழியே கவனமாகச் செல்ல ஆரம்பித்தார். அவரது காலடி சத்தம் மெதுவாகக் குறைந்துகொண்டே சென்றது.

ரெய்ன்ஸ்போர்ட்டின் நுரையீரலில் வேகமாகக் காற்று சென்றது. ஜெனரல் இரவில் தன்னுடைய தடத்தைத் தொடர்ந்து வந்திருக்கிறார் என்பதே அவருக்குப் பயங்கரமாக இருந்தது. மிகவும் கடினமான தடத்தைத் தொடர்ந்து வந்திருக்கிறார்; அவரது சக்தி மிகவும் அதிகமானது; அவர் ரெய்ன்ஸ்போர்ட்டைப் பார்க்காதது வெறும் தற்செயல்தான்.

ஆனால் அதற்கடுத்த எண்ணம் இன்னமும் பயங்கரமாக இருந்தது. அவரது உடல் நடுங்கியது. எதற்காக ஜெனரல் சிரித்தார்? எதற்காகத் திரும்பிச் சென்றார்?

ரெய்ன்ஸ்போர்ட்டின் மனது அதற்கான விளக்கத்தை நம்ப மறுத்தது. ஆனால் உண்மை அவருக்கு முன்னே நன்றாகத் தெரிந்தது. ஜெனரல் அவருடன் விளையாடுகிறார்! இன்னொரு நாள் விளையாட்டிற்காக விட்டு வைத்திருக்கிறார்! ஜெனரல்தான் பூனை; அவர்தான் எலி. அப்போதுதான் ரெய்ன்ஸ்போர்ட்டிற்கு பயங்கரத்தின் முழு அர்த்தமும் தெரிந்தது.

"தைரியத்தை இழந்துவிடக் கூடாது."

மரத்தில் இருந்து இறங்கி, மீண்டும் காட்டிற்குள் செல்ல ஆரம்பித்தார். முகத்தைத் தீவிரமாக வைத்துக் கொண்டு, யோசித்தார். அவர் மறைந்திருந்த இடத்தில் இருந்து முந்நூறு யார்டு தொலைவில் சிறிய உயிருள்ள மரத்தின்மீது ஓர் இறந்து போன மரம் சாய்ந்து இருப்பதைப் பார்த்தார். உணவுப்பையைத் தூக்கி எறிந்துவிட்டு, கத்தியை எடுத்து வேலையை ஆரம்பித்தார்.

வேலை முடிந்தவுடன், அங்கிருந்து நூறடி தொலைவில் இருந்த பாறையின்பின் ஒளிந்து கொண்டார். அவர் நீண்ட நேரம் காத்திருக்கவில்லை. எலியைத் தேடி பூனை வந்தது.

மோப்ப நாயைப் போல ஜெனரல் வந்து கொண்டிருந்தார். அவரது கண்களில் இருந்து எதுவும் தப்பவில்லை. மடங்கிய புல், உடைந்த குச்சி, சகதியில் இருக்கும் சிறிய தடம் என எதுவும் அவரை ஏமாற்றிவிட முடியாது. தடங்களைக் கவனித்துக் கொண்டே ஜெனரல், அவருக்காக ரெய்ன்ஸ்போர்ட் செய்து வைத்திருந்த பொருளின் அருகே வந்துவிட்டார். வெளியே நீட்டிக் கொண்டிருந்த சிறிய கிளையை மிதித்துவிட்டார். ஆனால் அதை மிதிக்கும் போதே அவர் அதை உணர்ந்தும் விட்டார். வேகமாகக் குரங்கைப்போலப் பின்னே தாவினார். ஆனாலும் அவர் வேகம் போதவில்லை; அங்கே சாய்ந்து இருந்த மரம் கீழே சாய்ந்து விழுந்தது. ஜெனரலின் தோளை ஓரமாக அடித்துவிட்டே விழுந்தது. அவர் நகரவில்லை என்றால், மரத்தின் அடியில் நசுங்கி இருப்பார். தடுமாறினாலும், அவர் கீழே விழவில்லை. அவரது ரிவால்வரும் கீழே விழவில்லை. அடிபட்ட தோளைத் தடவிக் கொண்டே, அங்கே நின்று கொண்டிருந்தார். இதயத்தில் பயம் பிடித்துக் கொள்ள, ஜெனரல் கேலியாகச் சிரிப்பதை ரெய்ன்ஸ்போர்ட் கேட்டுக் கொண்டிருந்தார்.

“ரெய்ன்ஸ்போர்ட்” என்ற ஜெனரல், “என் குரல் உனக்குக் கேட்கும் என்றால், உனக்கு என் வாழ்த்துகள். மனிதர்களைப் பிடிக்கும் மலாய் பொறியைப் பற்றிப் பலருக்கும் தெரியாது. ஆனால் நானும் மலேயாவில் வேட்டையாடி இருக்கிறேன். ரெய்ன்ஸ்போர்ட், நீங்கள் இன்னமும் சுவாரசியமான மனிதராக இருக்கிறீர்கள். என்னுடைய காயத்திற்குக் கட்டுப்போடச் செல்கிறேன். ஆனால் திரும்பவும் வருவேன். திரும்பவும் வருவேன்.”

அங்கிருந்து ஜெனரல் சென்றவுடன், ரெய்ன்ஸ்போர்ட் மீண்டும் தன்னுடைய ஓட்டத்தை ஆரம்பித்தார். இப்போது அது ஓட்டம்தான். நம்பிக்கையில்லாத, வேகமான ஓட்டம். சில மணி நேரங்கள் தொடர்ந்தது. மாலை வந்தது. இருள் சூழ்ந்தது. ஆனாலும் அவர் நிற்கவில்லை. அவரது தோல் செருப்பு இப்போது மென்மையான நிலத்தை மிதித்துக் கொண்டே இருந்தது; புதர்களும் இன்னமும் அடர்த்தியாக இருந்தன. பூச்சிகள் விடாமல் கடித்துக் கொண்டிருந்தன.

அவர்முன்னே சென்றபோது, கால்கள் மூழ்கின. வெளியே எடுக்க முயன்றார். ஆனாலும் பெரிய வாயைப் போல நிலம் அவரை விழுங்க முயன்றது. மிகவும் வேகமாக, தன்னுடைய

காலை எடுத்துக் கொண்டார். எங்கே இருக்கிறோம் என்று தெரிந்தது. சதுப்புநிலத்தை அடைந்துவிட்டார்.

அவரது கைகளில் இருந்து யாரோ எதையோ பிடுங்க முயல்வதைப்போல, அவர் கைகளை இறுக்கமாக மூடிக் கொண்டிருந்தார். நிலத்தின் மென்மை அவருக்கு ஒரு யோசனையைக் கொடுத்தது. புதைமணலில் இருந்து சில அடிகள் பின்னே வந்து, வேகமாகத் தோண்ட ஆரம்பித்தார்.

போரின்போது அவர் பிரான்சில் பலமுறை குழி வெட்டியிருக்கிறார். இப்போது அவர் தோண்டுவதோடு ஒப்பிட்டால், அது வெறும் விளையாட்டாகத்தான் இருக்க வேண்டும். குழி ஆழமாகிக் கொண்டே சென்றது. அவரது தோள் அளவிற்குச் சென்றவுடன், அவர் வெளியே வந்து, சில கிளைகளை வெட்டி, அவற்றைக் கூர்மைப்படுத்தி, குழியின் நடுவே நிறுத்தி வைத்தார். வேகமாகக் குழியின் மீது புதர்களையும், கிளைகளையும் போட்டு மறைத்தார். வியர்வை ஒழுக, களைப்புடன், அருகில் இருந்த மரத்தின் பின்னே ஒளிந்து கொண்டார்.

அவரைத் தொடர்ந்து ஜெனரல் வருகிறார் என்று தெரிந்திருந்தது. அவரது காலடி சத்தமும், இரவின் காற்றில் வந்த அவரது சிகரெட்டின் நறுமணமும் அவர் அருகில் இருக்கிறார் என்று தெரிவித்தன. அவர் வேகமாக வருவதாய் ரெய்ன்ஸ்போர்ட்டிற்குத் தோன்றியது. முன்பு போல, அடிஅடியாக எடுத்து வைத்து வரவில்லை. மரத்திற்குப் பின்னிருந்து அவரால் குழியையோ, ஜெனரலையோ பார்க்க முடியவில்லை. அந்த ஒரு நிமிடம் அவருக்கு ஒரு வருடம் போலிருந்தது. சட்டென்று அவர் மகிழ்ச்சியில் கத்தியிருப்பார். ஏனென்றால் கிளைகளும், குச்சிகளை உடையும் சத்தமும், பள்ளத்திற்குள் விழுந்து, கிளைகள் குத்திக்கிழித்ததில் முனகும் சத்தமும் கேட்டது. தான் மறைந்த இடத்தில் இருந்து அவர் எழுந்தார். எழுந்த வேகத்தில் மீண்டும் மறைந்தார். பள்ளத்தில் இருந்து மூன்றடியில் ஒரு மனிதன் நின்று கொண்டிருந்தான். கைகளில் ஒரு மின்சார விளக்கை வைத்திருந்தார்.

“நன்றாக வேலை செய்திருக்கிறாய், ரெய்ன்ஸ்போர்ட்” என்று ஜெனரலின் குரல் கேட்டது. “உனது பர்மா புலிப்பள்ளம் என்னுடைய நாய் ஒன்றைக் கொன்றுவிட்டது. மீண்டும் உனக்கே வெற்றி. என்னுடைய மொத்த நாய்களையும் நீங்கள்

என்ன செய்வீர்கள் என்று என்னால் யோசிக்க முடிகிறது, ரெய்ன்ஸ்போர்ட். இப்போது ஓய்வெடுக்க வீட்டிற்குச் செல்கிறேன். இன்றைய சுவாரசியமான மாலைக்கு நன்றி."

காலையில் ரெய்ன்ஸ்போர்ட் இன்னமும் சதுப்புநிலத்திற்கு அருகிலேயே இருந்தார். தூரத்தில் கேட்ட சத்தம் ஒன்று அவருக்கு மீண்டும் ஒருமுறை பயம் என்பது என்ன என்று காட்டியது. தூரத்தில் மெலிதாகக் கேட்டாலும், அவருக்குத் தெரியும். நாய்கள் மொத்தமாகக் குரைக்கும் சத்தம்.

ரெய்ன்ஸ்போர்ட்டிற்கு இரண்டு வழிகள் மட்டுமே இருந்தது. ஒன்று அங்கேயே அவர் காத்திருக்கலாம். ஆனால் அது தற்கொலைக்குச் சமானம். இல்லை, அங்கிருந்து ஓடலாம். ஆனால் அது நடக்கப்போவதைத் தள்ளிப்போடுவது மட்டுமே. அங்கே ஒரு நிமிடம் நின்று யோசித்தார். அவருக்கு ஒரு யோசனை தோன்றியது. இடுப்பைச் சிறிது இறுக்கிக்கொண்டு, சதுப்பில் இருந்து எதிர் திசையில் சென்றார்.

நாய்கள் குரைக்கும் சத்தம் அருகே கேட்டுக் கொண்டிருந்தது. வேகமாக அருகே வந்து கொண்டிருந்தது. அருகில் இருந்த மேட்டில் இருந்த மரத்தில் ஏறினார். அங்கிருந்த நீர்வழிப்பாதையில் கால் மைல் தொலைவில் சததம் கேட்டது. அங்கே புதர் அசைவது தெரிந்தது. இன்னமும் உற்றுப் பார்த்தபோது, அங்கே மெலிந்த ஜெனரலைப் பார்க்க முடிந்தது; அவருக்கு முன்னே பெரிய காட்டுப் புதர்களுக்கிடையே அகன்ற தோள்கள் தெரிந்தது. அது இவான். அவனை எதுவோ இழுத்துக் கொண்டு செல்வது போல இருந்தது. அவன்தான் நாய்களைப் பிடித்துக் கொண்டிருக்க வேண்டும் என்று ரெய்ன்ஸ்போர்ட்டிற்குத் தெரிந்தது.

அவர்கள் சில நிமிடங்களில் அங்கே வந்துவிடுவார்கள். அவரது மூளை வேகமாக வேலை செய்தது. அவர் உகாண்டாவில் கற்றுக் கொண்டிருந்த வித்தை ஒன்று நினைவிற்கு வந்தது. மரத்தில் இருந்து இறங்கினார். அங்கே வளையும் நிலையில் இருந்த செடி ஒன்றை எடுத்து, அதைத் தன்னுடைய கத்தியில் சேர்த்துக் கட்டினார். அதன் முனை வழியைப் பார்த்திருக்குமாறு வைத்தார். சிறிது கொடியை எடுத்து செடியை வளைத்துக் கட்டினார். அங்கிருந்து வேகமாக ஓட ஆரம்பித்தார். அவரது வாடையை மோப்பம் பிடித்த நாய்கள் வேகமாகக் குரைத்துக் கொண்டு ஓட

ஆரம்பித்தன. சிக்கிக் கொண்ட மிருகத்திற்கு எப்படி இருக்கும் என்று அவருக்குப் புரிந்தது.

அவர் மூச்சு விட்டுக்கொள்ளச் சிறிது நின்றார். நாய்களின் குரைப்பு சட்டென்று நின்றது. ரெய்ன்ஸ்போர்ட்டின் இதயமும் நின்றது. அவர்கள், கத்தி இருந்த இடத்தை அடைந்திருக்க வேண்டும்.

மரத்தின் மீது வேகமாக ஏறி, திரும்பிப் பார்த்தார். அவரைத் தொடர்ந்து வந்தவர்கள் நின்று விட்டார்கள். அவர் மரம் ஏறியபோது, அவருக்கு இருந்த நம்பிக்கை, இன்னமும் ஜெனரல் தூரத்தில் நிற்பதைப் பார்த்தவுடன் செத்துவிட்டது. ஆனால் இவானைக் காணவில்லை. வளைந்திருந்த செடியில் இருந்து வீசப்பட்டிருந்த கத்தி அவனைப் பலி வாங்கியிருக்க வேண்டும்.

ரெய்ன்ஸ்போர்ட் கீழே இறங்குவதற்குள் மீண்டும் நாய்களின் சத்தம் கேட்டது.

“தைரியம்!” என்று வேகமாக முன்னே சென்றார். மரங்களுக்கு இடையே நீல நிறமாகத் தெரிந்தது. நாய்களும் நெருங்கி கொண்டிருந்தன. ரெய்ன்ஸ்போர்ட் அந்த இடைவெளியின் வழியே ஓட ஆரம்பித்தார். அது கடற்கரை. அங்கிருந்து அவரால் சற்று தூரத்தில் இருந்த மாளிகையைப் பார்க்க முடிந்தது. அவர் நின்ற இடத்தில் இருந்து இருபது அடிக்குக் கீழே கடல் ஆர்பரித்துக் கொண்டிருந்தது. ரெய்ன்ஸ்போர்ட் தயங்கினார். அவருக்கு நாய்களின் சத்தம் கேட்டது. அங்கிருந்து அவர் கடலுக்குள் குதித்தார்...

ஜெனரல், தன்னுடைய நாய்களோடு அந்த இடத்தை அடைந்தவுடன் நின்றார். சில நிமிடங்கள் நின்று எதிரே தெரிந்த கடலைப் பார்த்துக் கொண்டிருந்தார். அங்கேயே உட்கார்ந்து, தன்னுடைய வெள்ளி போத்தலில் இருந்து பிராண்டியைக் குடித்துவிட்டு, சிகரெட்டைப் பற்ற வைத்தார். ஏதோ ஒரு பாடலைப் பாட ஆரம்பித்தார்.

அன்று மாலை அவரது பெரிய உணவறையில் தனியே நல்ல உணவை உண்டார். அதன் பின்னர் ஒன்றரை போத்தல்கள் வைன் குடித்தார். அவரது மாலையை முழுவதுமாக அனுபவிக்கவிடாமல் இரண்டு தொந்தரவுகள் இருந்தன. ஒன்று இவானிற்கு மாற்றாக ஒருவனைக் கண்டறிவது மிகவும் சிரமம்; இரண்டு, அவரது வேட்டை தப்பிவிட்டது. அந்த அமெரிக்கன் விளையாடவில்லை. அவரது

நூலகத்தில் அமர்ந்து மனதை அமைதிப்படுத்த அவர் புத்தகங்கள் வாசித்தார். பத்துமணிக்கு அவர் தன்னுடைய படுக்கையறைக்குச் சென்றார். கதவை பூட்டிக் கொண்டு, மிகுந்த களைப்பில் இருப்பதாகக் கருதினார். நிலவொளி இல்லாமல் இருந்தது. எனவே விளக்கைப் போடுவதற்குமுன், ஜன்னலின் அருகே சென்று, வெளியே பார்த்தார். அவரது நாய்களைக் கண்டு, “அடுத்த முறை பார்த்துக் கொள்ளலாம்” என்று சொன்னார். விளக்கைப் போட்டார்.

படுக்கையின் திரைச்சீலைகளுக்குப் பின்னால் நின்று கொண்டிருந்த மனிதன் ஒருவன் முன்னே வந்தான்.

“ரெய்ன்ஸ்போர்ட்!” என்று கத்திய ஜெனரல், “இங்கே எப்படி வந்தீர்கள்?”

“நீச்சலடித்து வந்தேன்” என்ற ரெய்ன்ஸ்போர்ட் “காட்டுவழியில் வருவதைவிட வேகமாக இருந்தது.”

மூச்சை இழுத்துக் கொண்டு, ஜெனரல் “வாழ்த்துகள்! நீங்கள் வெற்றி பெற்றுவிட்டீர்கள்!” என்றார்.

ரெய்ன்ஸ்போர்ட் சிரிக்கவில்லை. “இன்னமும் நான் வேட்டையாடப்படும் மிருகம்தான்” என்று கடுமையான ஆனால் சத்தமில்லாமல் சொன்ன அவர், “தயாராகுங்கள், ஜெனரல்” என்றார்.

ஜெனரல் மீண்டும் பணிவாக வணங்கினார். “அப்படியா, நல்லது! இன்று எனது நாய்களுக்கு நம்மில் ஒருவர் உணவாக வேண்டும். மற்றவர் இந்த அருமையான படுக்கையில் இரவைக் கழிப்பார். தயாராகுங்கள், ரெய்ன்ஸ்போர்ட்...”

அது போன்ற அருமையான படுக்கையில் அவர் உறங்கியதேயில்லை என்று ரெய்ன்ஸ்போர்ட் முடிவு செய்திருந்தார்.

வில்கி காலின்ஸ் (Wilkie Collins) (1824-1889)

ஆங்கில நாவலாசிரியர் மற்றும் நாடகாசிரியர். சொல்லக்கூடாத கதைகளைச் சொல்வதன் மூலமாக நவீன இலக்கியத்தில் தனக்கென ஓர் இடத்தைப் பிடித்துக் கொண்டவர். 'The Woman in White' இவரது புகழ்பெற்ற நாவலாகும். 'The Moonstone' துப்பறியும் நாவல்களில் ஒரு முன்னோடி நாவலாகக் கருதப்படுகிறது. காவல்துறையின் நடைமுறை, செயல்பாடுகளின் மூலமாகக் குற்றமும் குற்றவாளியும் கண்டுபிடிக்கப்படுவதை விரிவாக எழுதிய முதல் எழுத்தாளர் என்றும் அறியப்படுகிறார்.

செபேடியைக் கொன்றது யார்? (1881)

வில்கி காலின்ஸ்

முதல் வார்த்தை

நேற்றிரவு துரதிர்ஷ்டவசமாக நான் பேசிய சில வார்த்தைகளை உங்களைக் காயப்படுத்தியதை எண்ணி நான் வருந்துகிறேன். நான் இங்கே எழுதியிருப்பதை வாசித்தால், என்னுடைய கடந்த கால வாழ்வை எண்ணியதாலேயே நான் அப்படி யோசிக்காமல் பேசினேன் என்பதைப் புரிந்து கொள்வீர்கள். அப்படியே என்னை மன்னிக்கவும் செய்வீர்கள்.

I

என்னுடைய இருபத்தி ஐந்தாவது வயதில் நான் லண்டன் காவல்துறையில் இணைந்தேன். இரண்டு வருடங்கள் அங்கே சாதாரணப் பொறுப்புகள் மற்றும் மோசமான சம்பளத்துடன் வேலை செய்ததன் மூலம் கிடைத்த சாதாரண அனுபவத்துடன் இருந்தபோதுதான், என்னுடைய முதல் தீவிரமான, கொடூரமான குற்ற வழக்கில் வேலை செய்ய ஆரம்பித்தேன். அது ஒரு கொலைக் குற்றம்.

அதன் சூழ்நிலை பின்வருமாறு:—

அப்போது வடக்கு லண்டனில் இருந்த காவல் நிலையம் ஒன்றில் இருந்தேன். அதன் பெயரை என்னால் இங்கே எழுத முடியாததற்கு வருந்துகிறேன். ஒரு திங்கட்கிழமை, எனக்கு இரவு நேரத்தில்

வேலை போடப்பட்டிருந்தது. காலை நான்கு மணிவரை நிலையத்தில் அசாதாரணமாக எதுவும் நடந்துவிடவில்லை. அப்போது வசந்த காலம் என்பதால், அறையில் நெருப்பு இன்னமும் எரிந்து கொண்டிருந்ததால், அறை மிகவும் வெப்பமாக இருந்தது. எனவே கதவருகே சென்று சிறிது ஆசுவாசப்படுத்திக் கொள்ள விரும்பினேன். அப்போது நிலையத்தில் இருந்த இன்ஸ்பெக்டர், எப்போதும் குளிரை உணர்பவர், அதை ஆச்சரியமாகப் பார்த்துக் கொண்டிருந்தார். வெளியே மழை பெய்து கொண்டிருந்தது. அங்கு வீசிய குளிர்காற்று என்னை மீண்டும் அறைக்குள் அனுப்பியது. உள்ளே வந்து நாற்காலியில் அமர்ந்து ஒரு நிமிடம்கூட ஆகியிருக்காது, நிலையத்தின் கதவு வேகமாகத் திறக்கப்பட்டது. உள்ளே அலறிக் கொண்டே வந்த பெண்ணொருத்தி, “இதுதான் காவல்நிலையமா?” என்றாள்.

எங்களது இன்ஸ்பெக்டர், நல்லவர் என்றாலும், சிறிது முன்கோபம் உடையவர்.

“பெண்ணே, பார்த்தால் தெரியவில்லையா? என்ன விஷயம்?” என்றார்.

“கொலை!” என்று கத்தினாள். “என்னுடன் உடனே வாருங்கள். திருமதி, கிராஸ்கேப்பலின் விடுதிக்கு, 14, லெரோய் தெரு, இரவில் தன்னுடைய கணவனையே ஒருத்தி கொன்றுவிட்டாள்! கத்தியால் குத்திவிட்டாள். தூக்கத்தில் செய்துவிட்டதாகச் சொல்லுகிறாள்!”

இதைக் கேட்டு நான் திடுக்கிட்டேன் என்பதை ஒப்புக்கொள்ளத்தான் வேண்டும். எங்களுடன் அன்றிரவு இருந்த இன்னொரு சார்ஜென்ட்டும் அப்படியே உணர்ந்தார் என்று நினைக்கிறேன். அப்போதுதான் படுக்கையில் இருந்து எழுந்தது போன்று, உடைகளைச் சுருட்டிக் கொண்டு, பயந்த நிலையில் இருந்தாலும், அந்தப் பெண் அழகாகவே இருந்தாள். உயரமான பெண்களை எனக்கு அப்போதெல்லாம் பிடிக்கும். அவளுக்கு ஒரு நாற்காலியை எடுத்துப் போட்டு, உட்காரச் சொன்னேன். சார்ஜென்ட் நெருப்பைக் கிளறிவிட்டார். இன்ஸ்பெக்டரை எதுவும் அதிர்ச்சியடையச் செய்யாது. சாதாரணத் திருட்டை விசாரிப்பதைப்போல அவர் அமைதியாகக் கேள்விகளைக் கேட்க ஆரம்பித்தார்.

“கொலையுண்ட மனிதனைப் பார்த்தீர்களா?” என்றார்.

“இல்லை, சார்.”

“அவனது மனைவியை?”

“இல்லை, சார். அந்த அறைக்குள் செல்ல எனக்குப் பயமாக இருந்தது. கொலையைப் பற்றி மற்றவர்கள் பேசுவதைத்தான் கேட்டேன்.”

“ஓ? அப்படியா? நீங்கள் யார்? அங்கே தங்கியிருப்பவர்களில் ஒருவரா?”

“இல்லை, சார். நான் அங்கே சமையல்காரி.”

“உங்கள் விடுதி முதலாளி இருக்கிறாரா?”

“ஆமாம், சார். அவரும் பயத்தில் உறைந்துபோய் இருக்கிறார். மருத்துவரை அழைத்து வர வேலைக்காரப்பெண் சென்றிருக்கிறாள். எல்லாம் நாங்கள் வேலையாட்கள்தான் செய்ய வேண்டும். அந்த விடுதிக்கு எதற்குத்தான் சென்றேனோ!”

தலை முதல் பாதம் வரை நடுங்கிக் கொண்டே, அழ ஆரம்பித்தாள். அவள் சொன்னதை எழுதிக்கொண்ட இன்ஸ்பெக்டர், அவளை அதை வாசிக்கச் சொல்லி, அதில் அவளது கையெழுத்தை வாங்கினார். இதைச் செய்ததற்குக் காரணம், அவளை அருகில் வரவழைத்து, அவளது மூச்சை முகர்ந்து பார்க்கத்தான். அப்புறமாக என்னிடம் சொல்லும்போது “யார் வேண்டுமானாலும் எதை வேண்டுமென்றாலும் சொல்லலாம். எனவே அவர்கள் குடிக்கவில்லை என்பதை உறுதிப்படுத்திக் கொள்வது நல்லது. சில நேரங்களில் கோபமாகக்கூட இருப்பார்கள். அவர்களின் கண்களில் அதைக் காணலாம்” என்றார்.

அவளும் எழுந்து வந்து, “பிரிசில்லா வார்லி” என்று கையெழுத்திட்டாள். அவள் குடித்திருக்கவில்லை என்று இன்ஸ்பெக்டர் உறுதி செய்து கொண்டார். அவளது கண்கள், அழகான, மெல்லிய நீல கண்கள், பயத்துடன் இருந்தன; அழுததில் சிவந்து இருந்தன. ஆனால் அதில் கோபமோ, ஆத்திரமோ இல்லை. உடனடியாக அவர் வழக்கை என்னிடம் கொடுத்துவிட்டார். இன்னமும் அவர் அவள் சொல்வதை நம்பவில்லை என்று தெரிந்தது.

“அவளுடன் விடுதிக்குச் செல்” என்றவர், “வெறும் வதந்தியாக இருக்கலாம் அல்லது எதாவது கைகலப்பைப் பெரிதாக்கிச் சொல்லியிருக்கலாம். நீயே நேராகப் பார்த்துத் தெரிந்து கொள். மருத்துவர் என்ன சொல்கிறார் என்பதையும் கேட்டுக் கொள். உண்மையில் நிலைமை

மோசமாக இருந்தால், உடனடியாக இங்கே செய்தி அனுப்பு. நாங்கள் வரும வரை யாரையும் உள்ளே விடவோ, வெளியே செல்லவோ அனுமதிக்காதே. யாரும் எதையாவது சொல்ல முன்வந்தால், என்ன செய்ய வேண்டும் என்று தெரியுமல்லவா?"

"தெரியும், சார். அவர்கள் சொல்வது எழுதிக் கொள்ளப்படும் என்றும், அது அவர்களுக்கு எதிராகக்கூட உபயோகிக்கப்படும் என்றும் சொல்ல வேண்டும்."

"சரியாகச் சொன்னாய்! ஒருநாள் நீயும் இன்ஸ்பெக்டர் ஆகிவிடுவாய்! இப்போது, கிளம்பு!" என்று அவளையும் என்னுடன் அனுப்பி வைத்தார்.

லெரோய் தெரு வெகுதூரத்தில் இல்லை. நிலையத்தில் இருந்து இருபது நிமிட நடை. பிரிசில்லாவிடம் இன்ஸ்பெக்டர் கடுமையாக நடந்து கொண்டார் என்று நினைத்தேன். அவளும் அவர்மீது கோபத்துடன் இருந்தாள். "வதந்தி என்று எதைச் சொல்லுகிறார்? என்னைப் போலவே அவரும் பயந்திருக்க வேண்டும். இப்போதுதான் முதல் முறையாக நல்ல வேலையில் இருப்பதாக நினைத்தேன்!"

நான் அவளிடம் அதிகம் பேசவில்லை. உண்மையைச் சொல்ல வேண்டும் என்றால், எனக்குக் கொடுக்கப்பட்டிருந்த கடமையை நினைத்து சிறிது கவலையில் இருந்தேன். விடுதியை அடைந்தவுடன், நான் கதவைத் தட்டுவதற்கு முன்பே கதவு திறக்கப்பட்டது. உள்ளிருந்து ஒருவர் வெளியே வந்தார். மருத்துவர். என்னைக் கண்டவுடன் அப்படியே நின்றார்.

"ஜாக்கிரதையாக இருங்கள், காவலரே!" என்றவர் "அந்த மனிதன் இறந்துவிட்டான். அவனது இதயத்திற்குள் கத்தி சென்றிருக்கிறது" என்றார்.

அதைக் கேட்டவுடன், நிலையத்திற்கு உடனே செய்தி அனுப்ப வேண்டும் என்று நினைத்தேன். ஆனால் யாரை அனுப்புவது? எனவே மருத்துவரிடமே, அவர் நிலையத்திற்குச் சென்று என்னிடம் சொன்னதைச் சொல்லிவிட முடியுமா என்று கேட்டேன். அவர் செல்லும் வழியில்தான் நிலையம் இருந்தது. அவரும் அதற்கு ஒப்புக் கொண்டார்.

அவருக்குக் கதவைத் திறந்துவிட்டது விடுதியை நடத்தும் திருமதி, கிராஸ்கேப்பல். இன்னமும் இளமையுடன்

இருந்தாள்; ஆனால் கொலையால்கூட அவளை எளிதாகப் பயமுறுத்திவிட முடியாது என்று தோன்றியது. அவளது கணவன் அவளுக்குப் பின்னே நின்று கொண்டிருந்தான். அவளுக்குத் தந்தையைப் போல வயதானவனாக இருந்தான். அவன் நடுங்கிக் கொண்டிருந்ததைப் பார்த்தால், அவன்தான் கொலைகாரன் என்று நினைத்துவிடுவார்கள். கதவைப் பூட்டியவுடன், அதிலிருந்து சாவியை எடுத்துக் கொண்டேன். அந்தப் பெண்மணியிடம் "இன்ஸ்பெக்டர் வரும்வரை விடுதியைவிட்டு யாரும் வெளியே செல்லவும் கூடாது. உள்ளே வரவும் கூடாது. யாராவது உள்ளே அத்துமீறி நுழைந்திருக்கிறார்களா என்று நான் பார்க்க வேண்டும்" என்றேன்.

"இதுதான் வெளிவாசல் சாவி" என்று எனக்குப் பதில் கூறினாள். "அதை எப்போதும் பூட்டித்தான் வைத்திருப்பேன். கீழே வந்து நீங்களே பாருங்கள்" எங்களுடன் பிரிசில்லாவும் வந்தாள். அடுப்படியில் சென்று நெருப்பு மூட்டுமாறு அவளை அனுப்பி வைத்தாள். "எங்களுக்கு ஒரு கோப்பை தேநீர் தயாரித்தால் நன்றாக இருக்கும்" என்றாள் திருமதி கிராஸ்கேப்பல். அவள் எல்லாவற்றையும் எளிதாக எடுத்துக் கொள்கிறாள் என்று நான் சொன்னேன். லண்டனில் விடுதி நடத்தும் பெண், என்ன நடந்தாலும் கலங்கிவிடக் கூடாது என்று பதில் சொன்னாள்.

வெளிவாசல் பூட்டியிருந்தது. அடுப்படியில் இருந்த ஜன்னல்களும் பூட்டியிருந்தன. பின்பக்க அடுப்படியும், அங்கிருந்த கதவும்கூட பூட்டப்பட்டிருந்தது. யாரும் எங்கும் ஒளிந்திருக்கவில்லை. திரும்பவும் மேலே வந்து, முன்பக்க ஜன்னலைச் சோதித்தேன். அதுவும் அடைத்து மூடப்பட்டிருந்தது. பின்பக்க அறையில் இருந்து ஒரு கரகரப்பான குரல் கேட்டது. "என்னைப் பார்க்க மாட்டேன் என்று ஒப்புக்கொண்டால், போலிஸ்காரர் உள்ளே வரலாம்" என்றது. நான் விடுதி பெண்மணியை நோக்கி திரும்பினேன். "அது மைபஸ், அந்த அறையில் தங்கியிருப்பவள். மிகவும் மரியாதையான பெண்மணி." அறையில் நுழைந்தவுடன், படுக்கையில் எதுவோ போர்வையில் சுற்றி வைக்கப்பட்டிருந்ததைப் பார்த்தேன். செல்வி மைபஸ் தன்னைத்தானே மறைத்துக் கொண்டிருந்தாள். வீட்டின் கீழ்ப்பகுதி பாதுகாப்பாக இருப்பதாக முடிவு செய்து, சாவிகளை என்னுடைய பையில் போட்டுக் கொண்டு, மேலே செல்லத் தயாரானேன்.

மேலே செல்லும்போது, முந்தைய தினம் யாராவது அங்கே புதிதாக வந்தார்களா என்று கேட்டேன். இருவர் மட்டுமே வந்தார்கள் என்றும், அங்கே தங்கி இருந்தவர்களின் நண்பர்கள் என்றும், தானே அவர்களை வாசலுக்குச் சென்று வழியனுப்பியதாகவும் திருமதி கிராஸ்கேப்பல் தெரிவித்தாள். அடுத்து அங்கு தங்கியிருந்தவர்களைப் பற்றி கேட்டேன். கீழ்த்தளத்தில் செல்வி மைபஸ் இருந்தாள்; முதல் தளத்தில் ஒரு வணிகரிடம் வேலை செய்யும் பிரம்மசாரி திரு பார்பீல்ட் இரண்டு அறைகளையும் எடுத்திருந்தார். இரண்டாவது தளத்தில், முன்னறையில் கொலை செய்யப்பட்ட திரு ஜான் செபேடியும் அவரது மனைவியும் இருந்தார்கள். பின்னறையில், மார்டினிக் தீவில் இருந்து வந்திருக்கும், சுருட்டு வியாபாரி திரு டெலுக் இருந்தார். மேல் தளத்தில் இருந்த சிறிய முன்னறையில் கிராஸ்கேப்பல் தம்பதிகளும், அங்கிருந்த பின்னறையில், சமையல்காரியும், வேலைக்காரப்பெண்ணும் இருந்தார்கள். அவ்வளவுதான், அங்கே இருந்த அனைவரும்! வேலைக்காரர்களைப் பற்றிக் கேட்டேன். "இருவரும் மிகவும் நல்ல குணம் கொண்டவர்கள். இல்லையென்றால் என்னிடம் வேலைக்கு இருக்க முடியாது" என்றாள்.

இரண்டாவது தளத்தை அடைந்தோம். அங்கே முன்னறையின் வாசலில் வேலைக்காரப்பெண் காவல் இருந்து கொண்டிருந்தாள். சமையற்காரப் பெண்ணைப் போல நல்லவிதமாக இல்லை என்றாலும், மிகவும் பயந்து இருந்தாள். திருமதி செபேடி ஒருவேளை வெளியே வர முயற்சி செய்தால், அதைத் தடுப்பதற்காகவே அறையின் கதவைப் பூட்டிவிட்டு வெளியே நின்று கொண்டிருந்தாள். நான் வந்தவுடன் அவளது கடமை முடிவுக்கு வந்தது. என்னைக் கண்டவுடன் வேகமாகக் கீழே இருக்கும் அடுப்படிக்குச் சென்றுவிட்டாள்.

உள்ளே செல்வதற்குமுன், திருமதி கிராஸ்கேப்பலிடம் எப்போது, எப்படிக் கொலை பற்றிய செய்தி கிடைத்தது என்று கேட்டேன்.

"இன்று காலை மூன்று மணிக்கு மேல் இருக்கும். திருமதி செபேடியின் கூச்சல் என்னை எழுப்பியது. அவளை வெளியே பார்த்தேன். திரு டெலுக் அவளை அமைதிப்படுத்த முயன்று கொண்டிருந்தார். அடுத்த அறையில் இருந்ததால், அவர் எனக்கு முன்னே அவளது கூச்சலைக் கேட்டு வெளியே வந்துவிட்டார். 'என்னுடைய

ஜான் இறந்துவிட்டார்! நான்தான் கொலை செய்தேன்! தூக்கத்தில் கொன்றுவிட்டேன்!' என்று திரும்பத் திரும்பச் சொல்லிக் கொண்டே இருந்தாள். அப்படியே மயங்கி விழுந்து விட்டாள். திரு டெலுக்கும், நானும் அவளைத் திரும்ப அறைக்குள் தூக்கிக் கொண்டு சென்றோம். அவள் ஏதோ கெட்டகனவைக் கண்டுவிட்டு அலறுகிறாள் என்றுதான் நினைத்தோம். ஆனால் படுக்கைக்கு அருகே சென்றவுடன் — அங்கே! மருத்துவர் சொன்னதைக் கேட்டீர்கள், அல்லவா? அதைத்தான் பார்த்தோம். நான் மருத்துவமனையில் செவிலியாக இருந்ததால் இது போன்றவற்றைப் பார்த்துப் பழகியிருந்தேன். அதையும் தாண்டி, எனக்கு மயக்கமாகவும், நடுக்கமாகவும் வந்துவிட்டது. திரு டெலுக்கின் நிலையைக் கேட்கவே வேண்டாம். அவர்தான் அடுத்து மயக்கம் போடப்போகிறார் என்றுதான் நினைத்தேன்!"

இதைக் கேட்டவுடன், திருமதி செபேடி, விடுதிக்கு வந்ததில் இருந்து ஏதாவது வழக்கத்திற்கு மாறாகச் செய்தாளா என்று கேட்டேன்.

"அவளைப் பைத்தியம் என்றுதான் நினைப்பீர்கள்!" என்றாள். "அதுவும் தூக்கத்தில் கணவனைக் கொன்றுவிட்டேன் என்பவளை வேறெப்படி நினைப்பீர்கள்? ஆனால் இன்று காலைவரை, அவளைப் போன்ற அமைதியான, நல்ல நடத்தையுள்ள, விவேகமான பெண்ணை நான் பார்த்ததே இல்லை. இப்போதுதான் திருமணமாகியிருந்தது என்பதையும் நினைவில் வைத்துக் கொள்ளுங்கள். அவளது கணவனின்மீது மிகவும் அன்பாகவே இருந்தாள். அவர்கள் வழியில், அவர்கள்தான் ஆதர்சமான தம்பதிகள் என்றே சொல்வேன்!"

அதற்கு மேல் பேசுவதற்கு எதுவுமில்லை. அறையை நெருங்கிவிட்டதால், கதவைத் திறந்து உள்ளே நுழைந்தோம்.

II

படுக்கையில் மல்லாந்து படுத்துக் கிடந்தார் ஜான்; அவர் அணிந்திருந்த உடைகள் மார்பிற்குக் கீழே சுருண்டு இருந்தன. அவரது உடையின் இடதுபுறத்தில், இதயத்திற்குச் சற்று மேலே, துணியில் இருந்த ரத்தம் அதன் பயங்கரமான கதையைச் சொல்லிக் கொண்டிருந்தது. இறந்து கிடந்தவரின் முகத்தை நாம் விருப்பமில்லாமல் பார்த்தாலும், அவர்

உயிருடன் இருந்தபோது, மிகவும் அழகான, இளைஞனாக இருந்திருக்க வேண்டும் என்றுதான் தோன்றியது. ஆனால் அடுத்ததாக அங்கே அருகே இருந்த அவரது துயரமடைந்த மனைவியைப் பார்ப்பது என் கண்களுக்கும் மிகவும் கொடுமையாக இருந்தது. யாரையும் துயரடையச் செய்யும் காட்சி அது.

தரையில், ஒரு மூலையில் அவள் அமர்ந்திருந்தாள். சற்று மாநிறமான பெண். நன்றாக உடையணிந்திருந்தார். அவளது கருமையான முடியும், பெரிய பழுப்பான கண்களும் அவளது வெளிறிய முகத்தை இன்னமும் வெளிறியதாகக் காட்டியது. அவள் எங்களை நோக்கியே வெறித்துக் கொண்டிருந்தாலும், அவள் எங்களைப் பார்த்ததாகத் தெரியவில்லை. நாங்கள் அவளிடம் பேசியபோதும், அவள் ஒரு வார்த்தையும் பதில் சொல்லவில்லை. அவளது விரல்களைப் பிசைந்து கொண்டும், அவ்வப்போது குளிரில் நடுங்கிக் கொண்டும் இருந்திராவிட்டால், அவளையும், அவளது கணவனைப் போலவே பிணம் என்றே கருதியிருப்போம். அவளுக்கு அருகே சென்று, அவளை எழுப்ப முயன்றேன். ஆனால் அவள் கீச்சிடும் குரலில் அலறி, மீண்டும் அவளது இடத்தில் சுருங்கிக் கொண்டது என்னைப் பயமுறுத்தியது. அவளது கூச்சல் சத்தமாக இல்லை. ஆனால் அது மனிதர்களின் குரலைப் போலல்லாமல், மிருகங்களின் குரலைப் போல இருந்தது. விடுதி பெண்மணியிடம் அவள் முன்னே எப்படி நடந்து கொண்டிருந்தாலும், இப்போது அவள் தன்னிலையில் இல்லை என்று தெரிந்தது. அவளைக் கண்டு நான் பரிதாபப்பட்டேனா அல்லது அவள் மீது கோபமாக இருந்தேனா என்று தெரியவில்லை. ஆனால் அவள் குற்றமற்றவள் என்றுதான் எனக்குத் தோன்றியது; அதையே திருமதி கிராஸ்கேப்பலிடம் சொல்லவும் செய்தேன். “அவள் செய்திருப்பதாக நான் நம்பவில்லை.”

நான் சொல்லிக் கொண்டிருக்கும் போதே, கதவை யாரோ தட்டினார்கள். நான் உடனே கீழே சென்றேன். அங்கே இன்ஸ்பெக்டரையும், நிலையத்தில் இருந்து இன்னொருவரையும் உள்ளே வரச் சொன்னேன். (எனக்குச் சிறிது நிம்மதியாக இருந்தது.)

அவரிடம் நான் அதுவரை செய்திருந்ததை எல்லாம் சொன்னேன். அவரும் என்னுடைய நடவடிக்கைகள் சரியாகவே இருப்பதாகத் தெரிவித்தார். “வீட்டில் யாரோதான் இந்தக் கொலையைச் செய்திருக்க வேண்டும்”

என்று சொல்லிவிட்டு, கூட வந்தவனை அங்கேயே விட்டுவிட்டு, என்னுடன் அவரும் இரண்டாம் தளத்திற்கு வந்தார்.

அறைக்குள் நுழைந்த ஒரு நிமிடத்திலேயே, நான் கவனியாத பொருள் ஒன்றைப் பார்த்துவிட்டார்.

கொலை செய்யப் பயன்படுத்தப்பட்ட கத்தி.

மருத்துவர் வந்தபோது, உடலில் இருந்தது கத்தி. காயத்தை ஆராய வேண்டி அவர் கத்தியை வெளியே எடுத்து அதைப் படுக்கைக்கு அருகில் இருந்த மேசையில் வைத்திருந்தார். அது சாதாரண கத்தி இல்லை. அதிலேயே ரம்பம், கார்க்ஸ்க்ரூ போன்ற இன்னமும் பல விஷயங்களும் இருந்தன. கத்தி அதனுள்ளே மடித்து வைக்கும்படியாக இருந்தது ரத்தம் இருந்த இடத்தைத் தவிர, கத்தி புத்தம்புதியதாக இருந்தது. அதன் கைப்பிடியில் இருந்த சிறு உலோகத்தட்டில் என்னவோ எழுதியிருந்தது. "ஜான் செபேடிக்கு, அன்புடன்...." அதற்கு மேல் எதுவும் இல்லை.

எழுதி முடிப்பதை யார் அல்லது எது தடுத்திருக்கும்? யூகிப்பதுகூட முடியாமல் இருந்தது. ஆனாலும், இன்ஸ்பெக்டர் உற்சாகமானார்.

"இது உதவியாக இருக்கும்" என்று சொல்லிவிட்டு, திருமதி கிராஸ்கேப்பல் சொல்வதைக் கவனமாகக் கேட்டார். (மூலையில் அமர்ந்திருந்தவளிடம் இருந்து அவரது கண்கள் அகலவே இல்லை.)

விடுதி பெண்மணி பேசி முடித்தவுடன், அடுத்த அறையில் இருந்தவரை தான் பார்க்க வேண்டும் என்று கூறினார்.

திரு டெலுக் அங்கே வந்தார். ஆனால் அறையின் வாசலிலேயே, உள்ளே இருந்த கொடூரத்தைப் பார்க்க விரும்பாமல் திரும்பி நின்று கொண்டார்.

அழகான நீல நிற இரவு உடையில் இருந்தார். அது தங்க நிற இடுப்பு பட்டையும்,பட்டு வேலைப்பாடுகளும் கொண்டிருந்தது. அவரது தலையில் இருந்த சிறிது பழுப்பேறிய முடிகள் சுருள், சுருளாக இருந்தன. அவர் மஞ்சள் நிறத்தோலுடன் இருந்தார். அவரது பச்சை நிறக் கண்கள் அங்கிருந்து பிதுங்கி விழுந்துவிடுவதைப் போலப் பெரிதாகவும், வெளியேவும் இருந்தன. அவரது மீசையும், ஆட்டுத்தாடியும் எண்ணெய்விட்டுச் சீவப்பட்டிருந்தன.

அவரது உருவத்தை முழுமை செய்வது போல, வாயில் ஒரு சுருட்டை வைத்திருந்தார்.

“இந்தப் பயங்கரத்தை நான் அலட்சியமாக எண்ணிவிட்டதாக நினைக்காதீர்கள். என்னுடைய நரம்புகள் எல்லாம் நடுங்குகின்றன. காவலரே, இப்படியே நான் என்னைச் சரி செய்து கொள்ளவேண்டும். எனவே என்னை மன்னித்து, எனக்காக வருந்துங்கள்.”

இன்ஸ்பெக்டர் அவரை மிகவும் கவனமாகவும், விரிவாகவும் விசாரணை செய்தார். உருவத்தைக் கண்டு ஏமாந்துவிடுபவர் இல்லை என்றாலும், அவர் திரு டெலுக்கை நம்பவோ. விரும்பவோ இல்லை என்று தெரிந்தது. டெலுக்கிடம் நடந்த விசாரணையில் புதிதாக எதுவும் வெளிவரவில்லை. அவரது அறைக்குத் திரும்பிச் சென்றுவிட்டார்.

“எத்தனை நாள்களாக அவர் இங்கே தங்கியிருக்கிறார்?” என்று அவர் வெளியே சென்றவுடன், இன்ஸ்பெக்டர் கேட்டார்.

“கிட்டத்தட்ட ஒரு வருடம் இருக்கும்” என்றார் திருமதி கிராஸ்கேப்பல்.

“அவருக்குத் தெரிந்தவர்கள் என்று யாரையாவது சொல்லியிருக்கிறாரா?”

“ஆமாம். மிகவும் நன்றாகத் தெரிந்தவர்கள்” என்று நகரில் இருந்த புகழ்பெற்ற சுருட்டு வணிகர்களின் கடைகளின் பெயரைக் கூறினாள். இன்ஸ்பெக்டர் அவற்றைக் குறித்துக் கொண்டார்.

அதற்குப் பிறகு நடந்த மனதைக் கஷ்டப்படுத்தும் விஷயங்களைச் சொல்ல எனக்கு விருப்பமில்லைதான். அந்த துரதிர்ஷ்டமான, மனம் குழம்பியிருந்த பெண்மணியை இன்ஸ்பெக்டர் காவல் நிலையத்திற்கு வண்டியில் அனுப்பி வைத்தார். கத்தியையும், அறையில் கீழே கிடந்த ‘தூக்கத்தின் உலகம்; என்ற புத்தகத்தையும் இன்ஸ்பெக்டர் எடுத்துக் கொண்டார். அறையில் இருந்தவர்களின் பெட்டிகள் மூடப்பட்டு, அறையும் மூடப்பட்டது. அறையின் சாவி என் பொறுப்பில் கொடுக்கப்பட்டது. மீண்டும் இன்ஸ்பெக்டர் செய்தி அனுப்பும்வரை, நான் அங்கேயே இருந்து, எவரும் வெளியே சென்றுவிடாமல் பார்த்துக் கொள்ள வேண்டும் என்று உத்தரவிடப்பட்டது.

III

மரணத்தைப் பற்றிய விசாரணை தள்ளி வைக்கப்பட்டது; மாஜிஸ்திரேட்முன் நடந்த விசாரணையில் ரிமாண்டில் வைக்க முடிவு செய்யப்பட்டது. இரண்டிலும் என்ன நடக்கிறது என்று திருமதி செபேடிக்குத் தெரியவில்லை. அவள் மிகவும் அதிர்ச்சியில் இருப்பதாக மருத்துவர் சொல்லிவிட்டார். கொலை நடப்பதற்குமுன் அவளது மனநிலை சரியாக இருந்ததா என்ற கேள்விக்கும் அவர் சரி என்று பதில் சொல்ல மறுத்துவிட்டார்.

ஒரு வாரம் சென்றது. கொலை செய்த மனிதன் புதைக்கப்பட்டிருந்தார்; அவரது வயதான தந்தை மட்டும் இறுதிச் சடங்கில் கலந்து கொண்டிருந்தார். இன்னமும் சில விஷயங்களைக் கேட்டுக் கொள்வதற்காக நான் திருமதி கிராஸ்கேப்பல் மற்றும் இரண்டு வேலையாட்களிடம் அவ்வப்போது பேசிக் கொண்டிருந்தேன். வேலைக்காரப் பெண்ணும், சமையல்காரியும், கொலை நடந்த இடத்தில் வேலை செய்ய விருப்பமில்லை என்பதால், தாங்கள் வேலையைவிட்டு விலகுவதாகத் தெரிவித்துவிட்டனர். திரு டெலுக்கின் நரம்புகள் அவரை அங்கிருந்து வெளியே அனுப்பின; அவரால் கெட்ட கனவுகள் இல்லாமல் தூங்க முடியவில்லை. எனவே அவர் தன்னுடைய முன்பணத்தைக்கூட வேண்டாம் என்று சொல்லிவிட்டு, அங்கிருந்து சொல்லாமல் கிளம்பிவிட்டார். முதல் தளத்தில் இருந்த திரு பார்பீல்ட் அறையைக் காலி செய்யவில்லை. ஆனால் தன்னுடைய வேலையில் இருந்து விடுமுறை எடுத்துக் கொண்டு, கிராமத்தில் இருந்த தன்னுடைய நண்பர்களுடன் சென்று தங்கிவிட்டார். கீழ்த்தளத்தில் மைபஸ் மட்டுமே இன்னமும் அங்கிருந்தாள். “என்னுடைய வயதில், வசதியாக இருக்கும் இடத்தில் இருந்து எதுவும் என்னை நகரச்செய்யாது. இரண்டு தளங்களுக்கு மேலே நடந்த கொலை, பக்கத்து வீட்டில் நடந்த கொலை போலத்தான். தூரம்தான் காரணம்” என்றாள்.

அங்கு தங்கியிருந்தவர்கள் என்ன செய்தார்கள் என்பது எங்களுக்குப் பெரிதாகப் படவில்லை. அல்லும்பகலும் அந்த விடுதியைக் கண்காணித்துக் கொண்டிருந்தோம். வெளியே செல்லும் அனைவரையும் தொடர்ந்தோம். அவர்கள் வேறு மாவட்டங்களுக்குச் சென்றால், அங்கிருந்த காவலர்களுக்குச் செய்தி அனுப்பப்பட்டது. திருமதி செபேடியின்

வாக்குமூலத்தை எந்த விதத்திலாவது நிரூபிக்க முடியும் வரை, அந்த விடுதியில் தங்கியிருந்தவர்களைத் தப்பிக்க விடக்கூடாது என்பதுதான் எங்களது நோக்கமாக இருந்தது. அங்கு கிடைத்த கத்தியை எங்கிருந்து வாங்கினார்கள் என்ற விசாரணையும் தோல்வியில் முடிந்தது.

IV

இன்னமும் இரண்டு வாரங்களில், திருமதி செபேடி வாக்குமூலம் கொடுக்குமளவிற்குத் தேறி இருந்தாள். முன்னெச்சரிக்கை நடவடிக்கை எடுத்த பின்னர், மருத்துவரும் அவளது மனநிலை சரியாக இருக்கிறது என்று சொல்லிவிட்டார்.

அவள் வீட்டு வேலைகள் செய்வதைத் தொழிலாகக் கொண்டவள். டோர்செட்ஷைரில் இருக்கும் குடும்பம் ஒன்றில் அவள் கடைசியாக நாலு வருடங்கள் வேலை செய்திருந்தாள். அங்கிருந்தவர்களுக்கு அவளிடம் இருந்த ஒரே சிரமம், அவளது தூக்கத்தில் நடக்கும் பழக்கம்தான். அதற்காக அவளது அறையில் இன்னுமொரு வேலைக்கார பெண் தூங்க வேண்டியிருந்தது. அவள் அறையை உள்பக்கமாகப் பூட்டி, சாவியைத் தன்னுடைய தலையணைக்குக் கீழே வைத்துக் கொள்வாள். மற்ற எல்லா விதங்களிலும் அவளைப் போன்ற ஒரு பணியாளைப் பார்த்ததில்லை என்று அந்த வீட்டுப் பெண்மணி தெரிவித்தாள்.

அவள் அங்கு வேலை செய்த கடைசி ஆறு மாதங்களில், அங்கே பணியாளாக ஜான் செபேடி என்ற இளைஞன் சேர்ந்தான். சேர்ந்தவுடன் அவள்மீது காதல் கொண்டான். அவளும் அவனை விரும்பினாள். அவர்களது ஏழ்மை நிலை சிறிது மாறும் வரை திருமணம் செய்ய அவர்கள் காத்திருந்திருப்பார்கள். ஆனால் செபேடியின் மாமா ஒருவர் இறக்கும்போது, அவரது இரண்டாயிரம் பவுண்டுகளை அவனுக்கு விட்டுச்சென்றார். எனவே ஓரளவிற்குப் பணம் அவர்களுக்குக் கிடைத்துவிடவே, அவர்கள் வேலை செய்த வீட்டிலேயே அவர்களது திருமணமும் நடந்தது. அவர்கள் வேலை செய்த பெண்மணியின் சிறு பெண் குழந்தைகள் மணமகளின் தோழியாக இருந்தார்கள்.

ஜான் செபேடி ஒரு கவனமான மனிதன். தனக்குக் கிடைத்திருக்கும் பணத்தை நல்ல முறையில் செலவு

செய்ய விரும்பினான். எனவே செம்மறியாடுகள் வளர்க்க ஆஸ்திரேலியா செல்லலாம் என்று முடிவு செய்தான். அவனது மனைவிக்கும் எந்தத் தடையும் இல்லை; அவன் எங்கு செல்ல விரும்புகிறானோ, அங்கே செல்லவே அவளும் விரும்பினாள்.

எனவே தேனிலவிற்கு லண்டன் செல்ல முடிவு செய்தார்கள். அப்போதே ஆஸ்திரேலியா செல்லத் தேவையான பயண ஏற்பாடுகளைச் செய்து கொள்ளலாம் என்பதுதான் அவர்களது திட்டம். செபேடியின் மாமா எப்போதும் திருமதி கிராஸ்கேப்பலின் விடுதியில்தான் தங்குவார் என்பதால் அங்கேயே அவர்களும் தங்கினார்கள். அவர்களது பயணத்திற்கு இன்னமும் பத்து நாள்கள் இருந்தன. அந்த நாள்களில் லண்டனில் தங்களது நாள்களை இனிமையாகக் கழிக்க முடிவு செய்தார்கள்.

லண்டனில் முதல் நாள் மாலை அவர்கள் நாடகத்திற்குச் சென்றார்கள். ஆனால் இருவரும் கிராமங்களின் நல்ல காற்றிற்குப் பழகி இருந்ததால், அவர்களுக்கு அரங்கின் வெப்பமும், சூடான காற்றும் மூச்சையடைப்பதாக இருந்தது. ஆனாலும் அவர்களுக்குப் புதிதாக இருந்த அந்தக் கேளிக்கையை அவர்கள் விரும்பியதால், மறுநாள் மாலையும் வேறொரு நாடகத்திற்குச் செல்ல முடிவு செய்திருந்தார்கள். இரண்டாம் முறையும், ஜான் செபேடியால் வெப்பத்தைத் தாங்க முடியவில்லை. எனவே அவர்கள் அரங்கில் இருந்து வெளியேறி, இரவு பத்து மணிக்குத் தங்களது விடுதிக்கு வந்து சேர்ந்தார்கள்.

அப்போது நடந்ததை திருமதி செபேடியின் வார்த்தைகளில் கேட்போம்.

“அறையில் சிறிது நேரம் அமர்ந்து பேசிக் கொண்டிருந்தோம். ஜானின் தலைவலி மோசமாகிக் கொண்டே இருந்தது. எனவே அவரை தூங்கச் சொல்லி வற்புறுத்தினேன். அவர் வேகமாக உறங்க, அறையில் இருந்த மெழுகுவர்த்தியை அணைத்துவிட்டேன். (எரிந்து கொண்டிருந்த நெருப்பு நான் உடைமாற்றப்போதுமானதாக இருக்கும்) ஆனால் அவருக்குத் தூக்கம் வரவில்லை. அவருக்கு எதையாவது வாசித்துக் காட்டச் சொன்னார். புத்தகங்கள் வாசிப்பது அவருக்குத் தூக்கத்தை வரவழைக்கும்.

நானும் இன்னமும் உடை மாற்றவில்லை. எனவே மீண்டும் மெழுகுவர்த்தியை ஏற்றினேன். என்னிடம் இருந்த ஒரே

புத்தகத்தைத் திறந்தேன். ‘தூக்கத்தின் உலகம்’ என்ற அந்தப் புத்தகத்தை ஜான் ரயில் நிலையக்கடையில் பார்த்தார். நான் தூக்கத்தில் நடப்பேன் என்பதால் அதை அவர் கேலி செய்வார்; ‘இந்தப் புத்தகம் உனக்குப் பிடிக்கும்’ என்று எனக்கு அந்தப் புத்தகத்தைப் பரிசாகக் கொடுத்திருந்தார்.

அதை அரைமணி நேரம் வாசிப்பதற்குள் அவர் தூங்க ஆரம்பித்துவிட்டார். ஆனால் எனக்குத் தூக்கம் வரவில்லை என்பதால், நான் வாசித்துக் கொண்டே இருந்தேன்.

அந்தப் புத்தகம் சுவாரசியமாக இருந்தது. அதில் இருந்த பயங்கரமான கதை ஒன்று இன்னமும் நினைவில் இருக்கிறது — தூக்கத்தில் கனவில் நடப்பதாகத் தன்னுடைய மனைவியைக் கொன்ற கணவனின் கதைதான் அது. அதை முடித்தவுடன் புத்தகத்தைக் கீழே வைத்துவிட நினைத்தேன். ஆனாலும் வாசிக்க ஆரம்பித்தேன். ஆனால் மற்ற அத்தியாயங்கள் அவ்வளவு சுவாரசியமாக இல்லை; நாம் ஏன் தூங்குகிறோம், நமது மூளை அப்போது என்ன செய்கிறது என்று அறிவியல் பூர்வமாகச் சொல்லிக் கொண்டிருந்தது. வாசித்துக் கொண்டே, நானும் நெருப்பிற்கு அருகே இருந்த நாற்காலியிலேயே தூங்கிவிட்டேன்.

எத்தனை மணிக்குத் தூங்கினேன் என்றோ, எவ்வளவு நேரம் தூங்கினேன் என்றோ நினைவில்லை. எதுவும் கனவு வந்ததா என்றும் நினைவில்லை. மெழுகுவர்த்தி அணைந்துவிட்டது. நான் விழித்தபோது இருளாக இருந்தது. எதனால் எழுந்தேன் என்றும் நினைவில்லை. ஒருவேளை அறை மிகவும் குளிராக இருந்திருக்கலாம்.

புகைபோக்கியில் இன்னொரு மெழுகுவர்த்தி இருந்தது. அருகிலேயே தீப்பெட்டியும் இருந்தது. விளக்கை ஏற்றினேன். அப்போதுதான் படுக்கையை நோக்கி முதல் முறையாகத் திரும்பினேன்; அங்கே நான் பார்த்தது…”

அந்தப் பயங்கரத்தை நினைத்த மாத்திரமே அவள் மயங்கினாள். இதயத்தில் கத்தியுடன் அவளது கணவன் இறந்து கிடந்தான். அத்துடன் அன்றைய விசாரணை முடிவிற்கு வந்தது; அவளுக்குத் தேவையான உதவிகள் செய்யப்பட்டன. அவளது உடல்நிலையை மருத்துவருடன், பாதிரியும் பார்த்துக் கொண்டார்.

விடுதி பெண்மணியும், மற்ற வேலையாட்களின் வாக்குமூலத்தைப் பற்றி நான் எதுவும் சொல்லவில்லை.

அதெல்லாம் வெறும் சம்பிரதாயமாகவே நடந்தது. அவர்களுக்குத் தெரிந்த எதுவும் திருமதி செபேடியின் குற்றத்தை நிரூபிக்கவில்லை. தன்னையே குற்றஞ்சாட்டிக் கொண்டிருந்த அவளுக்குச் சாதகமாகவும் எந்தச் சாட்சியும் காவலர்களிடம் இல்லை. அவள் கடைசியாக வேலை செய்த வீட்டின் தம்பதிகளும், அவளைக் குறித்து உயர்வாகவே சொன்னார்கள். விசாரணை முட்டுச்சந்தில் வந்து நின்றது.

திரு டெலுக்கைச் சாட்சியாக அழைத்து அவரை ஆச்சரியப்படுத்த வேண்டாம் என்று முடிவு செய்யப்பட்டிருந்தது. ஆனால் அவர்களுக்குக் கிடைத்த ஒரு துப்பு, விசாரணையை வேகப்படுத்தியது.

திருமதி செபேடியிடம் இரண்டு முறை தனியே பார்த்து, பேசியதில் பாதிரி, அவளுக்கும் அவளது கணவனின் கொலைக்கும் இடையே எந்தச் சம்பந்தமும் இல்லை என்ற முடிவிற்கு வந்திருந்தார். ஆனால் தன்னிடம் தனியே, நம்பிக்கையோடு சொல்லப்பட்ட விஷயத்தை அவர் எங்களிடம் தெரிவிக்கவில்லை என்றாலும், அடுத்த விசாரணைக்கு திரு டெலுக்கை அழைக்கும்படியாக மட்டும் கேட்டுக் கொண்டார். அவரது பரிந்துரை உடனடியாக ஏற்கப்பட்டது.

விசாரணை மீண்டும் ஆரம்பித்தபோது, எங்களிடம் திருமதி செபேடிக்கு எதிராக எந்த சாட்சியமும் இல்லை. எனவே எங்களுக்கு உதவும் பொருட்டு, அவளைச் சாட்சியாக அறிவித்தோம். காலை நேரத்தில் அவளது கொலை செய்யப்பட்ட கணவனை அவள் மெழுகுவர்த்தி வெளிச்சத்தில் பார்த்ததை உடனடியாகக் கேட்டு முடித்தோம். அவளிடம் மூன்று முக்கியமான கேள்விகள் மட்டுமே கேட்கப்பட்டன.

ஒன்று — கத்தியை அவளிடம் காட்டினோம். அதை அவளது கணவனிடம் எப்போதாவது அவள் பார்த்திருக்கிறாளா? இல்லை. அதைப் பற்றி எதாவது தெரியுமா? ஒன்றும் இல்லை.

இரண்டு — அவளோ அல்லது அவளது கணவனோ, நாடக அரங்கில் இருந்து திரும்பியவுடன் அறையைத் தாழ் போட்டார்களா? இல்லை. அவள் நாற்காலியில் தூங்க ஆரம்பிப்பதற்குமுன் அவள் அறையைத் தாழிட்டாளா? இல்லை.

மூன்று — அவளது கணவனைத் தூக்கத்தில் கனவுடன் நடக்கும்போது கொலை செய்ததாக அவள் நினைப்பதற்கு ஏதாவது குறிப்பிட்ட காரணம் இருக்கிறதா? அவள் தன்னிலையில் இல்லை என்பதையும், அந்தப் புத்தகத்திலேயே அவள் அதை வாசித்தாள் என்பதையும் தவிர வேறு ஒரு காரணமும் இல்லை.

அப்போது நீதிமன்றத்தில் இருந்த மற்றவர்கள் வெளியே அனுப்பப்பட்டார்கள். பாதிரி எங்களிடம் சொல்லிய விஷயம் இப்போது வெளியே வந்தது. அவளுக்கும், திருமதி செபேடிக்கும் இடையே ஏதாவது விரும்பத்தகாதச் சம்பவம் நடந்ததா என்ற கேள்வி கேட்கப்பட்டது.

ஆமாம். விடுதியின் படிக்கட்டில் அவளை அவர் தனியாகச் சந்திக்க நேர்ந்தது. அப்போது அவளைக் கட்டி அணைக்கவும், முத்தம் கொடுக்கவும் அவர் முயற்சி செய்தார். கோபமடைந்த திருமதி செபேடி அவரைக் கன்னத்தில் அறைந்து, இன்னொரு முறை அவர் அது போல நடந்து கொண்டால், தன்னுடைய கணவனிடம் தெரிவித்து விடுவேன் என்றும் சொன்னாள். அவள் அறைந்ததால் மிகவும் கோபமடைந்த டெலுக் "மேடம், இதற்காக வருத்தப்படுவீர்கள்" என்று சொல்லிவிட்டுச் சென்றார்.

எங்களுக்குள் ஆலோசனை செய்த பின்னர், இன்ஸ்பெக்டரின் வேண்டுகோளுக்கு இணங்கி, இப்போதைக்கு டெலுக்கிடம் திருமதி செபேடியின் வாக்குமூலம் குறித்துக் கேட்பதில்லை என்று முடிவு செய்யப்பட்டது. அவரைச் சாட்சியாக அழைத்தபோது, ஏற்கெனவே அவர் இன்ஸ்பெக்டரிடம் தெரிவித்திருந்த அதே விஷயங்களையே திரும்பவும் கூறினார். கத்தியைப்பற்றி ஏதாவது தெரியுமா என்று கேட்கப்பட்டது. முகத்தில் எந்தக் குற்ற உணர்வும் இல்லாமல், தனக்கு எதுவும் தெரியாது என்று அவர் உறுதியாகக் கூறினார். மீண்டும் விசாரணை துவங்கியது. ஆனாலும் புதிதாக எதுவும் தெரியவில்லை.

இருந்தாலும் நாங்கள் திரு டெலுக்கின் மீது ஒரு கண் வைத்திருந்தோம். அடுத்து, கத்தியை வாங்கியதுடன் அவரை எப்படியாவது தொடர்பு படுத்துவதில் எங்களது முயற்சி சென்றது.

இதிலும் நாங்கள் எந்த உருப்படியான முடிவையும் எட்ட முடியவில்லை (இந்த வழக்கின் மீது ஏதோ சாபம் இருக்கிறது போல) கத்தியில் இருந்த முத்திரையை வைத்து, அதைத்

தயாரித்த மொத்த வியாபாரிகளை ஷெபீல்ட் நகரில் கண்டறிவது எளிதாகத்தான் இருந்தது. ஆனால் அவர்கள் அது போன்ற கத்திகளை ஆயிரக்கணக்கில் தயாரித்தார்கள். அவற்றை இங்கிலாந்தின் எல்லாப் பகுதிகளிலும் இருக்கும் விற்பனையாளர்களுக்கு அனுப்பினார்கள். வெளிநாடுகளுக்கும்கூட. அதில் இருந்த முடிவடையாத வார்த்தைகளை யார் எழுதினார்கள் என்று (அதை எங்கே, யார் வாங்கினார்கள் என்பதைத் தெரிந்து கொள்ளாமல்) தேடுவது, வைக்கோல்போரில் ஊசியைத் தேடுவது போலவே இருந்தது. இறுதியாக, கத்தியை அதில் இருந்த எழுத்துகளோடு புகைப்படம் எடுத்து, நாட்டில் இருந்த அனைத்துக் காவல் நிலையங்களுக்கும் அனுப்பினோம்.

அதே நேரத்தில், டெலுக்கின் கடந்த காலத்தைப் பற்றிய விசாரணைகளும் தொடர்ந்தன. ஒருவேளை கொலை செய்யப்பட்ட மனிதரும், அவரும் முன்பே ஒருவரையொருவர் அறிந்திருக்கலாம், அவர்களிடையே சண்டையோ அல்லது எதாவது பெண் குறித்த தகராறுகளோ இருந்திருக்கலாம் என்றும் விசாரித்துப் பார்த்தோம். அப்படியாக எதுவும் தெரிந்து கொள்ள முடியவில்லை.

டெலுக் மிகவும் மோசமான வாழ்க்கையை வாழ்ந்து கொண்டிருந்தார். மோசமானவர்களுடன் அவருக்குத் தொடர்பு இருந்தது. ஆனாலும் அவர் சட்டத்தை எதிர்த்து எதுவும் செய்ததாகத் தெரியவில்லை. ஒரு மனிதன் ஊதாரியாக, ஊர் சுற்றியாக இருக்கலாம்; பெண்களை அவமானப்படுத்தவும் செய்யலாம்; அவளிடம் பயமுறுத்தும் வகையில் நடந்து கொண்டிருக்கலாம்; கன்னத்தில் பல அறைகளும் வாங்கியிருக்கலாம் — ஆனால் ஒருவனின் மீதுள்ள இந்தக் கறைகளால், நடுராத்திரியில் அந்தப் பெண்ணின் கணவனைக் கொலை செய்துவிடுவான் என்று நினைக்க முடியாது.

மீண்டும் ஒருமுறை, விசாரணை குறித்து அறிக்கை அளிக்க நாங்கள் அழைக்கப்பட்டபோது, எங்களிடம் புதிதாக எதுவும் இல்லை. கத்தியின் புகைப்படங்கள் எந்த புதிய துப்பையும் கொடுக்கவில்லை. திருமதி செபேடி , அழைக்கும்போது வர வேண்டும் என்ற நிபந்தனையுடன் தன்னுடைய நண்பர்களிடம் செல்ல அனுமதி வழங்கப்பட்டது. இன்னமும் எத்தனை கொலைகள் காவலர்களைத் திகைக்க வைக்கப் போகின்றன என்று பத்திரிகைகள் எழுதின. துப்பு கொடுப்பவர்களுக்கு நூறு பவுண்டுகள் கொடுக்கப்படும்

என்றும் அறிவிப்பு செய்யப்பட்டது. வாரங்கள் சென்றன. எவரும் முன்வரவில்லை.

ஆனால் எங்கள் இன்ஸ்பெக்டர் எளிதாக எதையும் விட்டுவிடுபவர் அல்ல. இன்னமும் விசாரணைகளும், கேள்விகளும் தொடர்ந்தன. அவற்றைப்பற்றி எதுவும் சொல்லாமல் இருப்பது நல்லது. ஆனால் நாங்கள் தோல்வி அடைந்துவிட்டோம் — காவலர்களையும், பொதுமக்களையும் பொறுத்தவரை அப்படித்தான் இருந்தது.

மற்ற தீர்வு காணப்படாத கொலை வழக்குகளைப் போலவே, இந்த இளைஞனின் கொலை வழக்கும் அனைவரின் கவனத்தில் இருந்தும் விலகியது. ஆனாலும், யாருக்கும் தெரியாத ஒரு மனிதன் மட்டும் முட்டாள்தனமாக, தன்னுடைய ஓய்வு நேரங்களில், செபேடியைக் கொன்றது யார்? என்ற கேள்விக்குப் பதில் கண்டறிய முயன்று கொண்டிருந்தான். அவனுடைய துறையில் மற்றவர்கள் தோல்வியடைந்த நிலையில், தான் அந்த வழக்கைத் துப்புத் துலக்குவதுத் தன்னைக் காவல்துறையில் உயர்ந்த நிலைக்குக் கொண்டு செல்லும் என்று நினைத்தான். எல்லோரும் அவனைக் கேலி செய்தாலும், அவனது முயற்சியை அவன் நிறுத்தவில்லை. இன்னமும் தெளிவாகச் சொல்ல வேண்டும் என்றால், நான்தான் அந்த மனிதன்.

V

என்ன எழுதுகிறோம் என்று தெரியாமல், நான் நன்றியில்லாமல் எழுதிவிட்டேன். தனியாகப் புலனாய்வைத் தொடர்வது என்ற எனது முடிவை இருவர் ஆதரித்தனர். ஒருவர் மைபஸ். மற்றொருவர், சமையல்காரி பிரிசில்லா வார்லி.

காவல்துறை தன்னுடைய தோல்வியை ஒப்புக் கொண்டதை மைபஸால் ஒத்துக்கொள்ள முடியவில்லை. சிறிய, பிரகாசமான கண்களைக் கொண்ட அவள், தன்னுடைய மனதில் இருப்பதை வெளிப்படையாகப் பேசிவிடுவாள்.

"லண்டனில் கடந்த ஒன்று அல்லது இரண்டு ஆண்டுகளில் நடந்தது எல்லாம் எனக்கு நினைவிற்கு வருகிறது. உஸ்டன் ஸ்கயரில் ஒரு வீட்டில், வயதான பெண் ஒருத்தியின் எலும்புக்கூடு கிடைத்தது. அவளது உடலை அங்கே மறைத்து வைத்தவன் இன்னமும் பிடிக்கப்படவில்லை.

ஹார்லி தெருவில் இன்னொரு வீட்டில், இன்னொரு கிழவி கொலை செய்யப்பட்டுக் கிடந்தாள். அங்கும் கொலைகாரன் கண்டு பிடிக்கப்படவில்லை. நானும்கூட வயதான கிழவிதான்; அடுத்து என்னுடைய முறையா என்று எனக்குத் தோன்றுகிறது. நீ நல்ல பிள்ளையாக இருக்கிறாய்; உன்னுடைய விடாமுயற்சி எனக்குப் பிடித்திருக்கிறது. உனக்குத் தேவைப்படும் போதெல்லாம் இங்கே வரலாம்; உள்ளே விட மறுத்தால், என்னுடைய விருந்தாளி என்று சொல்லிவிடு. இன்னமும் ஒன்று! எனக்குச் செய்வதற்கு எதுவுமில்லை என்றாலும், நான் ஒன்றும் முட்டாள் இல்லை. இங்கிருந்து, விடுதிக்குள் யார் வருகிறார்கள், யார் வெளியே செல்கிறார்கள் என்றெல்லாம் எனக்குத் தெரியும். உனது முகவரியைக் கொடுத்துவிட்டுச் செல் — எனக்கு ஏதாவது செய்தி தெரிந்தால் சொல்கிறேன்."

பிரிசில்லாவும் அது போலவே, ஆனால் இன்னமும் நன்றாக எனக்கு உதவ முடிந்தது. அவளது விருப்பப்படி பல இடங்களுக்குச் செல்லும் சுதந்திரமும் அவளுக்கு இருந்தது.

அவளுடன் இருந்த மற்றொரு வேலைக்காரப் பெண், லண்டனைச் சேர்ந்தவள். எனவே விடுதியில் இருந்து வெளியேறியவுடன், ப்ளூம்ஸ்பெர்ரி மாவட்டத்தில் ஒரு வேளையில் சேர்ந்துவிட்டாள். ஆனால் பிரிசில்லா அவ்வளவு அதிர்ஷ்டம் செய்யவில்லை. விடுதிகளில் வேலை செய்வதற்கு அவளுக்கு விருப்பமில்லை. பெரிய மனிதர்களின் வீடுகளில் சமையல் செய்யும் அளவிற்கான அனுபவமும் அவளுக்கு இல்லை. முன்கோபியாக வேறு இருந்ததால், யாரோ ஒருவரின் கீழே அடுப்படியில் வேலை செய்தால், தன்னால் தொடர்ந்து அங்கேயே வேலை செய்ய முடியுமா என்ற சந்தேகமும் இருந்தது. ஒரு வழியாக இன்னொரு இடத்தில், ஓர் அறை எடுத்துக் கொண்டு, அங்கே தையல் வேலை செய்து தற்காலிகமாக நாள்களை ஓட்டிக் கொண்டிருந்தாள்.

தையல் வேலை நன்றாகவே சென்று கொண்டிருந்தது. அவளுக்கு அந்த வேலை பிடிக்கவில்லை என்றாலும், பிரிசில்லா நல்ல உழைப்பாளி; அவள் லண்டன் வருவதற்குமுன், அவளுக்கு அவளது மறைமாவட்டத்தின் பாதிரி எழுதிக் கொடுத்த சிபாரிசு கடிதத்தை இங்கே கொடுக்கிறேன். அது அவளது கதையை எளிமையாகவும், சுருக்கமாகவும் சொல்கிறது.

‘பிரிசில்லா வார்லியை எந்த வேலைக்கும் நியமித்துக் கொள்ள நான் சிபாரிசு செய்கிறேன். அவளது பெற்றோர் இருவரும் மிகவும் வயதான, உடல் நலமில்லாதவர்கள்; அவர்களது வருமானம் இப்போது குறைந்துவிட்டது. அவர்களுக்கு இன்னமும் ஒரு சிறு பெண்ணும் இருக்கிறாள். அவளது பெற்றோருக்குப் பாரமாக இருப்பதைத் தவிர்க்க, பிரிசில்லா லண்டனிற்கு வேலை தேடி வருகிறாள். அவளுடைய வருமானம் அவளது பெற்றோருக்கு உதவும். இந்தச் சூழ்நிலையே அவளைப்பற்றித் தெளிவாகச் சொல்லும். அவர்களது குடும்பத்தை எனக்குப் பல ஆண்டுகளாகத் தெரியும்; என்னுடைய ஒரே வருத்தம், அவளுக்குக் கொடுக்க என்னிடத்தில் நல்ல வேலை இல்லை என்பது மட்டும்தான்.’

(ஒப்பம்)
ஹென்றி டெரிங்டன்.
பாதிரி, ராத்.

பிரிசில்லா கேட்டுக் கொண்டதற்கு இணங்கவே நான் இந்தக் கடிதத்தைப் பிரதி எடுத்துக் கொண்டேன். என்னுடைய ஓய்வு நேரம் முழுவதையும் கொலைகாரனைத் தேடுவதில் செலவழிக்கப் போகிறேன் என்று அவளிடம் சொன்னதன் காரணமாகவே இது நடந்தது. “திருமதி கிராஸ்கேப்பலின் விடுதியில் இருந்தவர்களின் நடவடிக்கைகள் இன்னமும் சரியாக விசாரிக்கப்படவில்லை என்பதுதான் என் எண்ணம். டெலுக்தான் கொலை செய்திருக்க வேண்டும் என்று நினைக்கிறேன். எனவே அங்கே தங்கியிருந்தவர்களுக்கு அவருடன் என்ன விதமான உறவில் இருந்தார்கள் அல்லது அவருடைய கையாளாக யாரும் இருந்தார்களா என்று கண்டுபிடிக்க விரும்புகிறேன்” என்றேன்.

“உங்கள் திட்டம் நன்றாக இருக்கிறது. முதலில் அங்கே வேலைக்கு இருந்தவர்களை முதலில் விசாரித்து முடித்து விடுங்கள். முதலில் என்னுடைய பழைய வாழ்க்கையைத் தெரிந்து கொள்ளுங்கள்” என்று சொல்லிவிட்டு, என்னுடைய கைகளில் பாதிரியின் கடிதத்தை வைத்தாள்.

முதலில் வேடிக்கையாகச் சொல்கிறாள் என்று நினைத்தேன். ஆனால் அவள் உண்மையாகவே அவளை விசாரிக்க விரும்பினாள். எனவே எனக்காக அந்தக் கடிதத்தின் பிரதி ஒன்றையும் கொடுத்தாள்.

எனவே, நான் அங்கே வேலை செய்த மற்றொரு பெண்ணைப் பற்றியும் அவளிடம் பேசினேன். அந்த

வேலைக்காரப்பெண்ணிற்கும், டெலுக்கிற்கும் எந்த விதத்திலாவது உறவு இருந்ததா என்று கேட்டேன். அவள் பதில் சொல்ல தயங்கினாள். "ஒரு நிரபராதி மீது நான் குற்றம் சாட்ட விரும்பவில்லை" என்றவள், "அது போக, அவளுடன் நானும் சிறிது காலம் வேலை செய்திருக்கிறேன்..."

நான் குறுக்கிட்டேன். "நீயும், அவளும் ஒரே அறையில் இருந்திருக்கிறீர்கள்" என்றேன். "எனவே அவள் மற்றவர்களிடம் எப்படி நடந்து கொண்டாள் என்று நீயும் பார்த்திருக்கக்கூடும். இப்போது போல, உன்னை விசாரணை செய்யும்போது கேட்டிருந்தால், நீயும் உண்மையாகப் பதில் சொல்லி இருப்பாய்."

அவளும் அதை மெதுவாக ஒப்புக்கொண்டாள். அவள் சொன்ன சில குறிப்பிட்ட விவரங்கள், டெலுக் பற்றியும், வழக்கைப் பற்றியும் புதிய வெளிச்சத்தைக் காட்டியது. அதன் பேரில் நான் நடவடிக்கை எடுத்தேன். எனக்கு ஓய்வு நேரம் சிறிதே இருந்ததால், புலனாய்வு மெதுவாகவே நடந்தது. ஆனாலும் நான் வழக்கின் முடிவை நோக்கியே நகர்ந்து கொண்டிருந்தேன். எனவே, விடுதியில் வேலை செய்த பெண்ணொருத்தியைப் பற்றி நான் ஏன் இங்கே எழுதிக் கொண்டிருக்கிறேன் என்று உங்களுக்குத் தெரிந்திருக்கும். பிரிசில்லாவின் உதவி இல்லாமல் என்னால் செபேடியைக் கொன்றது யார் என்று கண்டறிந்திருக்க முடியாது.

இது தவிர, திருமதி கிராஸ்கேப்பலின் அழகான சமையல்காரிக்கு நான் இன்னொரு விதத்தில் கடமைப்பட்டிருக்கிறேன். எப்படியும் இதை நான் ஒப்புக்கொள்ளத்தான் வேண்டும். பிரிசில்லாவின் மூலமே நான் காதல் என்றால் என்ன என்று முதலில் தெரிந்து கொண்டேன். பிரிசில்லாவின் காரணமாகவே எனக்கு இனிமையான முத்தங்கள் கிடைத்தது. என்னைத் திருமணம் செய்து கொள்ள விருப்பமா என்று கேட்டதற்கு, அவள் மறுக்கவில்லை. கொஞ்சம் சோகமாகப் பார்த்துக் கொண்டு, அவள் "நம்மை போன்ற இரண்டு ஏழைகள் என்ன நம்பிக்கையில் திருமணம் செய்து கொள்ள முடியும்?" என்றாள். அவளுக்கு நான் கூறிய பதில், "என்னுடைய இன்ஸ்பெக்டர் கண்டுபிடிக்க முடியாத துப்பை நான் கண்டறியும்போது, என்னால் உன்னைத் திருமணம் செய்து கொள்ள முடியும், அன்பே. அந்த நேரம் வரும்."

என்னைப் போலவே அவளும் தன்னுடைய எதிர்காலத்தை நம்பிக்கையுடன் நோக்கினாள். எங்களுடைய அடுத்த

சந்திப்பில், அவளது பெற்றோரைப் பற்றி பேசினோம். நான் அவளது வருங்காலக் கணவன். என்னுடைய நிலையில் இருந்த மற்றவர்களை நோக்கும்போது, நான் அவளது பெற்றோரைச் சந்திப்பதுதான் சரியானது என்று தோன்றியது. அவளுக்கு ஒப்புக்கொண்டு, நாங்கள் அந்த வார இறுதியில் அவர்களைச் சந்திக்க வருவதாக, அன்றே அவளது பெற்றோருக்கு எழுதினாள்.

முந்தைய இரவு ஷிப்ட்டை எடுத்துக் கொண்டதால், மறுநாள் எனக்கு இன்னமும் சிறிது அதிக நேரம் கிடைத்தது. என்னுடைய புலனாய்வை நிறுத்த வேண்டியிருந்தாலும், சரியான காரணத்திற்காகவே அதை நான் செய்கிறேன் என்றும் தோன்றியது. நல்ல உடைகளை அணிந்து கொண்டு, நாங்கள் அவளது பெற்றோர் இருந்த கிராமத்திற்கு அருகில் இருந்த ஹைகம் ரயில் நிலையத்திற்கு, கென்ட் ரயிலில் பயணச்சீட்டு எடுத்துக் கொண்டோம்.

VI

கிரேவ்செண்டில் வழக்கம் போல ரயில் நின்றது. இரவில் வெகு நேரம் வேலை செய்ததால், பிரிசில்லா களைத்து இருந்தாள். தாகமாக இருக்கிறது என்று சொன்னதால், சோடா வாங்குவதற்காக இறங்கினேன். கடையில் இருந்த முட்டாள் பெண்ணினால் சோடாவை உடைக்க முடியவில்லை. என்னையும் அவளுக்கு உதவி செய்ய விடவில்லை. இறுதியில் பொறுமையிழந்து, நான் அவளது கைகளில் இருந்து சோடாவைப் பிடுங்கி, அதை உடைத்தேன். அதே நேரத்தில் ரயில் மணி அடித்தது. கோப்பையில் சோடாவை ஊற்றும் வரையே அங்கிருந்தேன். ஆனால் நான் வெளியே வருவதற்குள் ரயில் நகர ஆரம்பித்துவிட்டது. ரயிலில் ஓடி போய் ஏற முயன்ற என்னை அங்கிருந்தவர்கள் தடுத்துவிட்டார்கள்.

என்னுடைய கோபம் தணிந்தவுடன், நான் ஹைகமிற்கு தந்தி கொடுத்தேன். அங்கே பிரிசில்லாவை எனக்காகக் காத்திருக்கவும், இல்லையென்றால் அவளது கிராமத்திற்குச் செல்வதற்கான வழியை அங்கே கொடுத்துவிட்டுச் செல்லுமாறும் அதில் சொல்லியிருந்தேன். நாங்கள் கிரேவ்செண்ட்டிற்கு மதியம் ஒரு மணி ஐந்து நிமிடங்களுக்கு வந்திருந்தோம். அடுத்த ரயில் ஒரு மணி நாற்பத்து நான்கு நிமிடங்களுக்கு இருந்தது. அடுத்த நிலையம் ஹைகம்

என்றாலும், அங்கே நடந்து செல்லும் நேரம் அதிகமாக இருக்கும் என்பதால், அடுத்த ரயிலுக்காகக் காத்திருப்பது என்று முடிவு செய்தேன். அதுவரை வெளியே சென்று நகரைச் சுற்றி வரலாம் என்று கிளம்பினேன்.

கிரேவ்செண்ட் மிகவும் மந்தமான நகராக இருந்தது. முதலில் ஒரு தெருவில் சென்று, இன்னொரு தெருவின் வழியே வந்தேன். அதில் இருந்த ஒரு கடை என்னுடைய கவனத்தை ஈர்த்தது. ஆனால் நான் நின்றதன் காரணம், அங்கிருந்த பொருட்களின் காரணமாக அல்ல. அந்தத் தெருவில் மூடியிருந்த ஒரே கடை அது மட்டும்தான்.

அதன் வெளியே அந்த இடம் வாடகைக்கு என்று ஒரு தட்டி இருந்தது. அந்தக் கடையைக் காலி செய்து போகும் வணிகர்களின் பெயர் இன்னமும் அங்கேயே இருந்தது — ஜேம்ஸ் வைகாம்ப் பாத்திர வியாபாரம்.

நாங்கள் கத்தியின் புகைப்படங்களை நாடெங்கிலும் அனுப்பியபோது, சில வணிகர்கள் விடுபட்டு இருக்கலாம். அதாவது கத்தியை விற்ற கடைக்காரர்கள், நாங்கள் தேட ஆரம்பித்த நேரத்தில் கடையை மூடிவிட்டுச் சென்றிருக்கலாம் அல்லது கடை மூழ்கியிருக்கலாம். அந்தக் கடையைப் பார்த்தவுடன் எனக்கு அதுதான் தோன்றியது. என்னிடம் இன்னமும் அந்தக் கத்தியின் புகைப்படம் இருந்தது. “இதோ, இந்தக் கத்தியை டெலுக் வாங்கியதாக நிரூபிக்க ஒரு சிறு வாய்ப்பு!” என்று நினைத்துக் கொண்டேன்.

நான் மணியடித்தவுடன், கடையின் உரிமையாளர் திறந்தார். மிகவும் வயதானவராகவும், காது கேட்காமலும், அழுக்காகவும் இருந்த அவர் “மேலே சென்று திரு ஸ்கோரியரிடம் பேசுங்கள்” என்றார்.

நான் மேலே சென்றபோது, ஸ்கோரியர் ஒரு வெண்கலத் தட்டில் எழுத்துகளைப் பொறித்துக் கொண்டிருந்தார். நடுத்தர வயதான அவரது கண்களில் எந்த உயிரும் இல்லை. அவரது முகமும் உணர்ச்சிகள் இல்லாமல் இருந்தது. அறிமுகம் செய்து கொண்டபின்னர், நான் வைத்திருந்த புகைப்படத்தைக் காட்டினேன்.

“இந்தப் புகைப்படத்தில் இருக்கும் கத்தியில் எழுதப்பட்டிருக்கும் எழுத்துகளைப் பற்றி உங்களுக்கு ஏதாவது தெரியுமா?” என்று கேட்டேன்.

அவரது பூதக்கண்ணாடியை வைத்து புகைப்படத்தைப் பார்த்தார்.

“ஆச்சரியமாக இருக்கிறது” என்ற அவர், “எனக்கு இந்த வினோதமான பெயர் நினைவில் இருக்கிறது — செபேடி. ஆமாம், நான்தான் இந்த எழுத்துகளை எழுதினேன். எதனால் இதை நான் முடிக்காமல் விட்டிருக்கிறேன் என்று தெரியவில்லையே?” என்றார்

செபேடி என்ற பெயரும், அந்தக் கத்தியில் இருந்த எழுத்துகளும் ஒவ்வொரு ஆங்கில பத்திரிகையிலும் வந்திருந்தது. அவர் கொஞ்சமும் அலட்டிக் கொள்ளாமல் பதில் சொன்னதை எப்படி எடுத்துக் கொள்வது என்று எனக்குத் தெரியவில்லை. ஒருவேளை அவர் கொலை பற்றிய விவரங்களை ஏற்கெனவே படித்திருக்க மாட்டாரரோ? அல்லது தன்னுடைய உணர்வுகளைக் காட்டிக் கொள்ளாதவாறு அனாயாசமான சக்திகளைக் கொண்டிருக்கும் கொலைக்கு உடந்தையானவரா?

“நீங்கள் பத்திரிகைகள் வாசிப்பதில்லையா?” என்று கேட்டேன்.

“இல்லை! என் கண்கள் மங்கிவிட்டன. எனவே என்னுடைய வேலைக்காக நான் வேறெதையும் வாசிப்பதில்லை.”

“பத்திரிகைகளை வாசிப்பவர்கள் செபேடி என்ற பெயரைச் சொல்வதைக் கேட்டிருக்கிறீர்களா?”

“இருக்கலாம்; ஆனால் கவனித்திருக்க மாட்டேன். என்னுடைய வேலை முடிந்தவுடன், நான் நடைப்பயிற்சிக்குச் செல்வேன். அங்கிருந்து இரவு உணவு உண்டுவிட்டு, சிறிது மது அருந்திவிட்டு, புகை பிடிப்பேன். அதன்பின்னர் படுக்கைக்குச் சென்றுவிடுவேன். எந்த சுவாரசியமும் இல்லாத வாழ்வுதான். ஆனால் என்னுடைய இளவயதில் நான் மிகவும் கஷ்டப்பட்டிருக்கிறேன். கல்லறையில் நிரந்தரமாக உறங்கும் வரை, சிறிது உணவும், ஓய்வும் மட்டுமே நான் விரும்புவது. உலகம் என்னைத் தாண்டி எப்போதோ சென்றுவிட்டது. அதுவும் நல்லதுக்குத்தான்.”

அவர் உண்மையாகத்தான் பேசினார். அவரைச் சந்தேகப்பட்டதற்கு நான் வெட்கமடைந்தேன். மீண்டும் கத்திக்கு வந்தேன்.

“இதை யார், எங்கே வாங்கினார்கள் என்று தெரியுமா?”

“எனக்கு ஞாபக மறதி அதிகம். ஆனால் உங்களுக்கு உதவும் ஒன்று என்னிடம் இருக்கிறது. உங்களுக்குச் சொல்லமுடியும் என்று நினைக்கிறேன்” என்றார்.

அலமாரியில் இருந்து மிகவும் பழையதான ஒரு சிறு புத்தகத்தை எடுத்தார். அதில் சில தாள்கள் ஒட்டி இருந்தது. அவற்றில் எழுதவும் செய்யப்பட்டிருந்தது. அவர் அதில் ஒரு பக்கத்தை எடுத்து எதையோ பார்த்தார். அதை வைத்து இன்னொரு பக்கத்திற்குத் திருப்பினார் அவரது உணர்வில்லாத முகத்தில், உணர்வு போல ஏதோ ஒன்று தோன்றியது.

“ஹா! எனக்கு ஞாபகம் வருகிறது!” என்றவர், “கத்தி கீழே இருந்த என்னுடைய மறைந்த சகலையின் கடையில் வாங்கப்பட்டது. அதில் அந்த எழுத்துகளைப் பொறித்துக் கொண்டிருந்தபோது, ஒரு பயங்கரமான மனிதன் இந்த அறைக்குள் வேகமாக வந்து, என்னிடமிருந்து பிடுங்கி விட்டான்!”

உண்மைக்கு அருகில் வந்தது போல உணர்ந்தேன். “நீங்கள் கையில் வைத்திருக்கும் நோட்டு புத்தகத்தை நானும் பார்க்கலாமா?” என்றேன்.

“கட்டாயம். என்னுடைய தொழிலே இந்த எழுத்துகளைப் பொறிப்பதுதான். இந்தப் புத்தகத்தில் எனக்குக் கொடுக்கப்படும் வேலை பற்றிய விவரங்களையும், முகவரிகளையும் குறித்து வைத்துக் கொள்வேன். ஒன்று, புதிய வாடிக்கையாளர்களுக்கு அது ஓர் உதாரணமாக இருக்கும். இரண்டாவது, எனது ஞாபக மறதிக்கு உதவுகிறது.”

புத்தகத்தை என்னை நோக்கித் திருப்பி, அதில் கீழ்ப்பக்கம் ஒட்டப்பட்டிருந்த சிறிய தாளைக் காட்டினார்.

செபேடியின் கொலைக்குக் காரணமான கத்தியில் பொறிக்கப்படவிருந்த முழு வார்த்தைகளையும் வாசித்தேன்.

“ஜான் செபேடிக்கு. அன்புடன் பிரிசில்லா வார்லி.”

VII

பெயர்களையும், இடங்களையும் மாற்றியது தவிர, இந்த வாக்குமூலம் முழுவதும் நான் உண்மையை மட்டுமே சொல்லி இருக்கிறேன். அந்தத் தாளில் பிரிஸில்லாவின் பெயர், அவளது குற்றத்தின் அடையாளமாக இருந்ததைப் பார்த்தபோது எப்படி உணர்ந்தேன் என்பதை என்னால் சொல்லவும் முடியாது என்று எழுதும்போதும் நான் உண்மையைத்தான் சொல்கிறேன். மீண்டும் தன்னிலைக்கு

வர எவ்வளவு நேரம் ஆனது என்று எனக்கு நினைவில்லை. எனக்கு நினைவிருப்பதெல்லாம், அந்த வயதான மனிதரை நான் பயமுறுத்திவிட்டேன் என்பதுதான்.

முதலாவதாக அவரிடம் இருந்த அந்தத் தாளைப் பெறவேண்டும் என்பதே என் எண்ணமாக இருந்தது. என்னிடம் இருந்து சிறிது பணத்தையும் அவருக்குக் கொடுத்தேன். ஆனால் அதை அவர் வாங்கவில்லை. "ஒன்றும் தேவையில்லை. ஆனால் இனி இங்கே வரவேகூடாது" என்று அவரது நடுங்கும் கரங்களால் அந்தத் தாளை வெட்ட முயன்றார். அவரிடம் இருந்து வாங்கி, நானே அதை வெட்டி எடுத்துக் கொண்டேன். அவருக்கு நன்றி சொல்ல முயன்றேன். ஆனால் எதையும் கேட்காமல், "போய்விடுங்கள்! உங்களது முகத்தைப் பார்க்கவும் சகிக்கவில்லை!" என்றார்.

ஆனால் இந்த ஒரு சாட்சியை வைத்துக் கொண்டு அந்தப் பெண்ணின் குற்றத்தை உடனடியாக நான் முடிவு செய்தது தவறு என்றுகூட நினைக்கலாம். அவள் அந்தக் கத்தியை வாங்கியபின்னர், அதில் இருந்த எழுத்துகளைப் பொறிக்கும்போது, அந்தக் கத்தி அவளிடம் இருந்து திருடப்பட்டு, கொலைக்கு உபயோகப்பட்டிருக்கலாம். எல்லாம் உண்மைதான். ஆனால் அந்தத் தாளில் எழுதப்பட்டிருந்ததை வாசித்ததில் இருந்து என்னுடைய நிம்மதி எல்லாம் போய்விட்டது.

மீண்டும் ரயில் நிலையத்திற்கு எந்தத் திட்டமும் இல்லாமல் சென்றேன். அவளைப் பின்தொடர்ந்து செல்ல நான் உத்தேசித்திருந்த ரயில் கிரேவ்செண்ட்டில் இருந்து சென்றுவிட்டது. அடுத்த வந்த ரயில் லண்டன் செல்ல வேண்டியது. எதையும் யோசிக்காமல், அதில் நான் ஏறிவிட்டேன்.

சேரிங் கிராஸ்ஸில் என்னைச் சந்தித்த நண்பன் ஒருவன் "மிகவும் நோய் வந்தது போல இருக்கிறாய். வா, சென்று சிறிது குடிக்கலாம்."

அவனுடன் சென்றேன். எனக்கு சாராயம்தான் தேவைப்பட்டது. என்னை மீண்டும் தூக்கி நிறுத்தி, என்னுடைய தலையை மீண்டும் சரியாக்கியது. அங்கிருந்து, நாங்கள் எங்கள் வழிகளில் சென்றுவிட்டோம். அதன்பின்னரே என்ன செய்யவேண்டும் என்று நான் முடிவு செய்தேன்.

முதலில் காவல்துறையில் இருந்து என்னுடைய வேலையை விட்டுவிட முடிவு செய்தேன். அதன் காரணத்தை அடுத்து சொல்கிறேன். இரண்டாவதாக, ஒரு விடுதியில் சென்று தங்கினேன். அவள் கட்டாயம் லண்டன் திரும்பி, நான் ஏன் அவளது பெற்றோரைக் காண வரவில்லை என்று கேட்க என்னுடைய இடத்திற்குச் செல்வாள். நான் உயிருக்கு உயிராகக் காதலித்த பெண்ணை நீதிக்குமுன் நிறுத்துவது, என்னைப் போன்ற சாதாரணமானவனுக்கு மிகவும் கொடூரமான வேலையாக இருந்தது. எனவேதான் நான் காவல்துறையைவிட்டு விலகினேன். இன்னொரு புறம், நான் இன்னமும் என்னுடைய உணர்வுகளைக் கட்டுப்பாட்டில் கொண்டு வருவதற்குள் அவளைப் பார்க்க நேர்ந்தால், நானே அவளைக் கொலை செய்துவிடும் சாத்தியமும் இருந்தது. அந்தச் சாகசக்காரி என்னை ஏமாற்றி திருமணம் செய்து கொள்ள முயன்றதும் இல்லாமல், ஒரு பாவப்பட்ட வேலைக்காரப் பெண்ணின் மீது அந்தப் பழியைப் போடவும் முயன்று இருக்கிறாள்.

அன்றிரவே என்னுடைய மனதில் இன்னமும் இருந்த சில சந்தேகங்களைத் தீர்த்துக் கொள்ளும் வழியைக் கண்டுபிடித்தேன். ராத் கிராமத்தின் பாதிரிக்கு, எனக்கும் அவளுக்கும் திருமணம் நிச்சயம் ஆகிவிட்டது என்றும், எனவே அவளுக்கும், ஜான் செபேடிக்கும் இடையிலான உறவைப் பற்றி தெரிவிக்கும்படியும் எழுதினேன்.

மறுநாளே பதில் வந்தது.

“ஐயா — உங்களது நன்மைக்காக, பிரிசில்லாவின் நண்பர்களும், உறவினர்களும் ரகசியமாக வைத்திருந்ததை நான் தெரிவிக்கக் கடமைப்பட்டிருக்கிறேன்.

இந்தப் பகுதியில் செபேடி வேலை செய்து வந்தார். மிகவும் மோசமான முடிவை அடைந்த ஒரு நபரைப் பற்றி இப்படி சொல்வது சிரமமாக இருக்கிறது. ஆனால் அவர் பிரிசில்லாவிடம் நடந்து கொண்ட விதம், அவர் ஒரு கெட்ட எண்ணம் கொண்ட, இதயமற்ற மனிதர் என்பதைக் காட்டும். அவர்கள் திருமணம் செய்து கொள்ள நிச்சயமாகி இருந்தது, ஆனால், திருமணத்திற்கு முன்பே, இதை நான் கோபத்துடன் சொல்கிறேன், பிரிசில்லாவை மயக்கி படுக்கைக்கு அழைத்தார். ஆனால் அவள் அவரைத் தவிர்த்துவிட்டாள். அவர்களது திருமண நாளும் எனது தேவாலயத்தில் அறிவிக்கப்பட்டது. மறுநாள் செபேடி

காணாமல் போய்விட்டார். அவளைக் கைவிட்டுவிட்டார். அவர் நல்ல வேலையாள்தான்; வேறிடத்தில் வேலை கிடைத்துவிட்டது என்று நினைக்கிறேன். இந்தத் துரோகத்தை அந்தப் பெண் எப்படியாக உணர்ந்திருப்பாள் என்பதை உங்களது கற்பனைக்கே விட்டுவிடுகிறேன். என்னுடைய சிபாரிசு கடிதத்துடன் லண்டன் சென்ற அவள், தனக்குக் கிடைத்த முதல் வேலையில் சேர்ந்துவிட்டாள். ஆனால் அவள் சேர்ந்த அதே விடுதியில் (நான் பத்திரிகைகளில் படித்தேன்.) துரதிர்ஷ்டவசமாக செபேடி, பிரிசில்லாவைக் கைவிட்டபின்னர் திருமணம் செய்திருந்த பெண்ணுடன் தங்கியிருந்தான். மற்றபடி, நீங்கள் ஓர் அருமையான பெண்ணைத் திருமணம் செய்ய போகிறீர்கள் என்பதில் எந்தச் சந்தேகமும் வேண்டாம். உங்களது மகிழ்ச்சிக்கு என்னுடைய வாழ்த்துகள்."

இதிலிருந்து பாதிரியோ அல்லது அவளது பெற்றோரோ, நண்பர்களோ அவள் கத்தியை வாங்கியதை அறிந்திருக்கவில்லை என்று தெரிந்தது. அந்த உண்மையைத் தெரிந்த ஒரே மனிதன், அவளைத் திருமணம் செய்து கொள்ள நினைத்திருந்தவன்தான்.

நானும் அவளைக் கைவிட்டுவிட்டேன் என்று அவள் நினைத்துவிடக் கூடாது என்றும் நானே நினைத்துக் கொண்டேன். எவ்வளவு பயங்கரமாக இருந்தாலும், இன்னமும் ஒருமுறை, கடைசி முறை, அவளைப் பார்க்கத்தான் வேண்டும்.

அவளது அறைக்குச் சென்றபோது, அவள் வேலையாக இருந்தாள். நான் கதவைத் திறந்தவுடன், எழுந்து நின்ற அவளது கன்னங்கள் சிவந்திருந்தன. அவளது கண்களில் கோபம் இருந்தது. நான் முன்னே சென்றவுடன், அவள் என்னுடைய முகத்தைப் பார்த்தாள். என்னுடைய முகம் அவளை அமைதியாக்கியது.

சுருக்கமாக நான் சொல்ல வந்ததைச் சொன்னேன்.

"கிரேவ்செண்ட்டில் கத்திகள் விற்கும் கடை ஒன்றிற்குச் சென்றேன். இதோ, உன்னுடைய கையெழுத்தில் கொலை செய்த கத்தியில் இருந்த எழுத்துகளின் முழுமையான வடிவம். என்னுடைய ஒரு வார்த்தை உன்னைத் தூக்கில் ஏற்றிவிடும். ஆனால், என்னால் அந்த வார்த்தையைச் சொல்ல முடியாது."

அவளுடைய பிரகாசமான முகம், இருண்டது. அவளது கண்கள் அப்படியே வெறித்துக் கொண்டிருந்தன. என் முன்னே அமைதியாகவும், அசையாமலும் நின்று கொண்டிருந்தாள். எதுவும் சொல்லாமல், அந்தத் தாளை நான் நெருப்பில் இட்டேன். அப்படியே அங்கிருந்து எதுவும் சொல்லாமல், கிளம்பினேன்.

அவளை அதற்குப்பின் நான் பார்க்கவே இல்லை.

VIII

சில காலத்திற்குப்பின் அவளைப் பற்றிக் கேள்விப்பட்டேன்.

எனக்கு ஒரு சீலிடப்பட்ட கடிதத்தை விட்டுவிட்டு, அவள் இறந்து போனாள். அந்தக் கடிதத்தையும் நான் எரித்துவிட்டேன்.

பாதிரி என்னிடம் தெரிவித்திருந்தவைதான் அதிலும் இருந்தன. மேலும், செபேடி தொலைத்துவிட்ட கத்தி ஒன்றிற்காகவே அவள் அந்தக் கத்தியை வாங்கியிருக்கிறாள். சனிக்கிழமை அவள் கத்தியை வாங்கி, அதில் எழுத்துகளைப் பொறிக்க சொல்லிவிட்டுச் சென்றிருக்கிறாள். ஞாயிற்று கிழமை தேவாலயத்தில் அவர்களது திருமணம் அறிவிக்கப்பட்டது. திங்கட்கிழமை அவள் கைவிடப்பட்டாள். அன்றே வேலை செய்து கொண்டிருந்தவரிடம் இருந்து அவள் கத்தியைப்பறித்துக் கொண்டு சென்றுவிட்டாள்.

அவள் வேலை செய்த விடுதிக்கு செபேடி தன்னுடைய மனைவியுடன் வந்தபோது, அவன் தன்னை அவமானப்படுத்துவதாக உணர்ந்தாள். அவள் சமையல் காரியாக இருந்ததால், செபேடி அவளைப் பார்க்கவே இல்லை. அவளது கடிதத்தின் கடைசி வரிகள் இன்னமும் நினைவில் இருக்கின்றது: “அவர்கள் அறை கதவு தாழிடப்படாமல் இருந்ததைப் பார்த்தபோது எனக்குள் சாத்தான் புகுந்தது. அணைந்து கொண்டிருந்த மெழுகுவர்த்தியின் வெளிச்சத்தில் ஒருவர் படுக்கையிலும், இன்னொருவர் நாற்காலியிலும் தூங்குவதைப் பார்த்தேன். என்னுடைய கையில் கத்தி இருந்தது. அப்போது கொலை செய்துவிட்டால், அவளைத் தூக்கில் போடுவார்கள் என்று நினைத்தேன். ஆனால் குத்திய பின்னர் என்னால் கத்தியை வெளியே எடுக்க முடியவில்லை. ஆனால், இதைத் தெரிந்து கொள்ளுங்கள். நான் உங்களை உண்மையிலேயே

விரும்பினேன். செபேடியைக் கொன்றது யார் என்று தெரிந்துவிட்டால், உங்கள் மனைவியைக்காட்டி கொடுக்க மாட்டீர்கள் என்பதற்காக அல்ல."

கடைசி வார்த்தை

நேற்றிரவு நீங்கள் என்னிடம், இரண்டு வாரங்களே பழகியிருந்த ஒரு பெண்ணைத் திருமணம் செய்ய போவதாக தெரிவித்தீர்கள். நான் 'அவசர கல்யாணம், நிரந்தர வருத்தம்' என்று சொல்லி உங்களைக் காயப்படுத்தினேன். நான் எதை நினைத்து சொன்னேன் என்று இப்போது உங்களுக்கு தெரிந்திருக்கும்!

எட்கர் வாலஸ் (Edgar Wallace) (1875-1932)

ஆங்கில எழுத்தாளர். துப்பறிதல், சாகசம், அறிவியல் புனைவுகளை எழுதியவர். இந்த வகைக் கதைகளில் பல்வேறு உத்திகளைப் புதிதாகப் பரிசோதனை செய்தவர். புகழ்பெற்ற எழுத்தாளர் என்றாலும் தனது கொள்கைகளுக்காக இனவெறியர் என்றும், ஃபாசிஸ்ட் என்றும் கடுமையாக விமர்சிக்கப்பட்டார். இவரது கதைகளின் நாயகர்கள், எதிரிகள், மயக்கும் நாயகிகள், துரத்தும் காவலர்கள், வேடிக்கையான வேலைக்காரர்கள் என அனைவரும் இவரது எல்லாக் கதைகளிலும் மாற்றமில்லாமல் வருவார்கள். அதிக விற்பனை, தொடர்ந்து வெளியீடு என்று இவரது *170* நாவல்களும், கிட்டத்தட்ட *1000* சிறுகதைகளும், வெகுஜன வாசகர்களைக் குறிவைத்து எழுதப்பட்டதால் இவரது படைப்புகளுக்கு இலக்கிய அந்தஸ்து கிடைக்கவில்லை என்பதும் உண்மை.

புதையல் வேட்டை (1924)

எட்கர் வாலஸ்

கடைநிலையில் இருக்கும் துப்பறியும் அதிகாரிகூட மிகவும் பணம் படைத்தவராக இருப்பார் என்று குற்றவாளிகள் தங்களிடையே பேசிக்கொள்வது உண்டு. அதுவும் அவர்களது செல்வம் திருட்டு, லஞ்சம், மிரட்டல் போன்ற வழிகளில் சம்பாதித்தது என்றும் அவர்கள் சொல்வதுண்டு. உயர்ந்த இடத்தில் இருக்கும் துப்பறியும் அதிகாரிகள் பெரிய அளவில் சொத்து சேர்த்துவிட்டதால், அவர்கள் வேலையைப் பொழுதுபோக்காகவே செய்கிறார்கள். அவர்களது சம்பளம் அவர்களது செல்வத்தில் மிகவும் குறைவான அளவு மட்டுமே. நாட்டில் உள்ள ஐம்பது சிறைகள், மூன்று குற்றவாளிகள் தங்குமிடங்களில் இருக்கும் கல்லுடைக்கும் இடங்கள், தையல் வேலை செய்யும் இடங்கள், துணி துவைக்கும் இடங்கள், சமையற்கூடம் போன்ற இடங்களில் இருக்கும் குற்றவாளிகள் மேலே சொன்னவற்றையே தங்களுக்குள் பேசிக்கொண்டார்கள்.

திரு ஜே.ஜி. ரீடர் இருபது வருடங்களாகக் குற்றவாளிகள் உலகின் பிரபுக்களும், முதலாளிகளுமான வங்கி கொள்ளைக்காரர்களையும், ஏமாற்று பேர்வழிகளையும் துப்பறிந்து வந்ததால், அவருக்குப் பல இடங்களில் வீடுகளும் ரகசியப் பணமூட்டைகளும் இருப்பதாகக் கதை சொல்லப்பட்டது. அதற்காக அவருக்கு வங்கியில் நிறையப் பணம் இருக்கும் என்று நினைக்கக்கூடாது. தன்னுடைய துறையில் இருப்பவர்களிடம் மாட்டிக்கொள்ளும் அளவிற்கு

அவர் முட்டாளில்லை. இல்லை, அது எங்கோ ஓரிடத்தில் ஒளித்து வைக்கப்பட்டிருக்கிறது; அந்தப் புதையலை என்றாவது கண்டுபிடித்து, வாழ்க்கையில் நிம்மதியாக இருக்கவேண்டும் என்பதுதான் நூற்றுக்கணக்கான குற்றவாளிகளின் கனவாக இருந்தது. அவர் ஐம்பது வயதிற்கும் மேற்பட்ட வயதுடையவர் என்பதாலும் தங்கம் வெப்பத்தில் உருகிவிடும் என்பதாலும் பங்குகள் ஆஸ்பெஸ்டாஸ் தாள்களில் பதிப்பிக்கப்படுவதில்லை என்பதாலும் அவரால் தனது பணத்தைக் கையில் எடுத்துக் கொண்டு எங்கும் செல்ல முடியாது என்பதை அனைத்துக் கைதிகளும் ஒப்புக்கொண்டனர்.

அரசாங்க வழக்கறிஞர்கள் துறையின் இயக்குநர், அந்தச் சனிக்கிழமை அன்று, நீதிபதி ஒருவருடன் தன்னுடைய கிளப்பில் மதிய உணவருந்திக் கொண்டிருந்தார். நீதிபதி நன்றாக உணவருந்தும் இரண்டு நாள்களில் சனிக்கிழமையும் ஒன்று. அவர்களது உரையாடல், துறையின் துப்பறிவாளர்களின் தலைமை அதிகாரியான ஜே.ஜி. ரீடர் பக்கம் திரும்பியது.

“அவர் திறமையானவர்தான்” என்று தயக்கத்துடன் ஒப்புக் கொண்டார். “ஆனால் எனக்கு அவரது தொப்பி பிடிப்பதில்லை. அது போலவேதான் அவரும் அணிந்திருப்பார்.” (ஒரு பிரபல அரசியல்வாதியின் பெயரைக் கூறினார்.) “அவரது கறுப்பு மேல் சட்டையை இன்னமும் வெறுக்கிறேன். அதைப் பார்ப்பவர்கள், தாங்கள் மரண விசாரணை அலுவலகத்திற்கு வந்துவிட்டதாக எண்ணுகிறார்கள். ஆனால் அவர் திறமையானவர்தான். அவரது கிருதாவைப் பார்க்கவே முடியாது. அவரிடம் சத்தமாகப் பேசினால் அழுதுவிடுவாரோ என்றுகூட பயந்திருக்கிறேன். அவ்வளவு மென்மையானவர். நாங்கள் செய்யும் வேலைக்குத் தேவையான அளவிற்கும் அதிகமாகவே மென்மையானவர். ஒவ்வொரு முறை நான் அவரை அழைத்து வர ஆள் அனுப்பும்போதும், அவனிடம் மன்னிப்பு கேட்டுக்கொள்கிறார்.”

மனிதர்களைப்பற்றி ஓரளவிற்குத் தெரிந்திருந்த நீதிபதி, முகத்தில் உறைந்த சிரிப்புடன் பதில் கூறினார்.

“நீங்கள் சொல்வதைப் பார்த்தால் அவர் ஒரு கொலைகாரராக இருக்கும் சாத்தியம் அதிகம் என்று எனக்குத் தோன்றுகிறது” என்று கேலியாகக் கூறினார்.

ஆனால் இங்கே அவர் ஜே.ஜி. ரீடரைப் பற்றி உயர்வாகப் பேசுவது போல இருந்தாலும், அவர் பேசியது ஜே.ஜி. ரீடருக்கு அநீதி இழைப்பதாகும்.ஏனென்றால், ரீடரால் சட்டத்தை மீறி எதுவும் செய்ய முடியாது. அதே நேரத்தில் ஜே.ஜியின் இந்த மென்மையைக் குறித்து முற்றிலும் தவறான பார்வையைக் கொண்டிருந்தார்கள். அவர்களில் ஒருவன்தான் லீவ் கோல். கள்ளநோட்டு அடிப்பதும் சின்னச்சின்ன கொள்ளைகள் செய்வதும்தான் அவனது வேலை.

மிரட்டப்படும் மனிதர்கள் அதிக நாள் வாழ்வார்கள் என்று சாதாரணமாகச் சொல்வார்கள். எல்லாச் சாதாரண வார்த்தைகளைப் போலவே இதுவும் உண்மைதான். பல வழக்குகளில், சாட்சி கூண்டில் இருந்து ஜே.ஜி. ரீடர் இறங்கும்போது, குற்றவாளிக் கூண்டில் இருப்பவனின் கண்களைப் பார்த்துக்கொண்டு, அவன் வெளியே வந்தவுடன் என்ன நடக்கப்போகிறது என்று அவரை மிரட்டுவதைச் சிறிது ஆர்வத்துடன் கேட்டுக் கொள்வார். கள்ளநோட்டுகளைக் கண்டறிவதில் அவர் மிகவும் திறமை வாய்ந்தவராக இருந்ததால், அது போன்ற பலரை அவர் சிறைக்கு அனுப்பியிருக்கிறார்.

யாருக்கும் தீங்கு நினைக்காத திரு ரீடர், பல குற்றவாளிகள் தங்களது வாயில் நுரை பொங்க, முகம் வெளுத்து, கோபத்துடன் அவரை நோக்கி சாபங்களை விடுவதைக் கேட்டிருக்கிறார். அதே குற்றவாளிகள் சிறையில் இருந்து வெளியே வந்தவுடன், அவர்களது முந்தைய மிரட்டல்களையும் கோபத்தையும் அவர்கள் பாதி அவமானத்துடனும் மீதி வேடிக்கையாகவும் எண்ணி அவருடன் நட்புடன் இருப்பதையும் அவர் தெரிந்திருந்தார்.

1914ம் ஆண்டின் ஆரம்ப காலங்களில், லீவ் கோல்லிற்குப் பத்து வருடச் சிறைத்தண்டனை விதிக்கப்பட்டது. ஆனால் அவன் அதற்காகக் கோபமாகக் கத்தவோ, ரீடரின் இதயம், நுரையீரல், மற்றும் பல பாகங்களை அவரது மெல்லிய உடலில் இருந்து எடுக்கப் போவதாகவோ சொல்லவில்லை.

லீவ் வெறுமனே சிரிக்க மட்டுமே செய்தான். அவனது கண்கள் ஒரு நொடி துப்பறிவாளரின் கண்களைப் பார்த்தன. அவன் கண்கள் வெளிறிய நீலமாக இருந்தது. அவற்றில் வெறுப்போ, கோபமோ இல்லை. ஆனால் அவை அவரிடம் பேசின.

“எனக்குக் கிடைக்கும் முதல் வாய்ப்பில் உன்னைக் கொன்று விடுவேன்.”

அவனது கண்களில் தெரிந்த செய்தியை ஜே.ஜி. ரீடரும் வாசித்து, பெரிதாகப் பெருமூச்சு விட்டார். பொதுவாக அவருக்கு வம்புகள் பிடிப்பதில்லை. அதிலும் தன்னுடைய கடமையைச் செய்ததற்கு, தான் தனிப்பட்ட முறையில் பொறுப்பாளராகப் பார்க்கப்படுவதை அவர் வெறுத்தார்.

பல வருடங்கள் கடந்தன. ஜே.ஜி. ரீடரின் வாழ்விலும் பல மாற்றங்கள் நிகழ்ந்தன. கள்ளநோட்டுகளைக் கண்டுபிடிப்பதில் இருந்து அவர் அரச வழக்கறிஞரின் அலுவலகத்திற்கு மாற்றப்பட்டிருந்தார். ஆனால் அவர் லீவ்வின் சிரிப்பை மட்டும் மறக்கவேயில்லை.

ஒயிட்ஹாலில் அவரது வேலை அதிகமாக இல்லை என்றாலும் மிகவும் சுவாரஸ்யமானதாக இருந்தது. அங்கே துரையின் இயக்குநருக்கு வந்த மொட்டை கடிதங்களில் பெரும்பாலானவை ரீடரின் மேசைக்கு வந்து சேர்ந்தன. பெரும்பாலானவற்றைப் புரிந்து கொள்வதற்கும் அவை எதற்காக எழுதப்பட்டன என்று புரிந்து கொள்ளவும் பெரிய அறிவு இருக்க வேண்டியதில்லை. பெரும்பாலான கடிதங்களுக்குப் பின்னால் பொறாமை, வன்மம், குறும்பு, இன்னமும் சில நேரங்களில் கடிதத்தில் இருக்கும் செய்தியின் மூலமாகப் பணம் கிடைக்கலாம் போன்ற நோக்கங்களே அதிகமாக இருந்தன.

‘கலே நகரில் இருந்து வந்த கப்பலில் இருந்து இங்கிலிஷ் நீரிணையில் தன்னுடைய மனைவி விழுந்து மூன்று மாதங்கள்கூட ஆகாத நிலையில், சர் ஜேம்ஸ் மீண்டும் திருமணம் செய்து கொள்ளப் போகிறார். இதில் ஏதோ தவறாக இருக்கிறது. மார்கரெட் அம்மாவிற்கு அவரைப் பிடிக்காது. அவளது பணத்திற்காகவே அவர் அவளுடன் இருந்தார் என்று அவளுக்குத் தெரிந்திருந்தது. என்னை எதற்காக அன்று இரவு லண்டனிற்கு அனுப்பினார்? அவருக்கும் இருளில் வண்டியோட்டப் பிடிக்காது. அதுவும் பலமாக மழை பெய்து கொண்டிருந்த அந்த இரவில் அவர் பயணம் செய்ய நினைத்தது விசித்திரம்தான்.’

அந்தக் கடிதத்தில் ‘உங்கள் நண்பன்’ என்று கையெழுத்திடப்பட்டிருந்தது. நீதிபதிக்கு இது போன்ற நண்பர்கள் பலர் உண்டு.

‘சர் ஜேம்ஸ்’ என்பது சர் ஜேம்ஸ் டிதர்மைட். போரின்போது ஏதோ ஒரு துறையில் தலைவராக இருந்தவர். அப்படி இருந்ததற்காக அவருக்கு பிரபு பட்டம் வழங்கப்பட்டது.

கடிதத்தைப் பார்த்தவுடன் இயக்குநர் “எதற்கும் விசாரித்து விடு. டிதர்மைட் சீமாட்டி கடலில் மூழ்கித்தான் இறந்தாள் என்று நினைக்கிறேன்” என்றார்.

“போன வருடம் டிசம்பர் பத்தொன்பதாம் தேதி” என்று சாதாரணமாக ரீடர் பதில் சொன்னார். “சர் ஜேம்சும், அவரது மனைவியும் பாரிஸ் வழியே மான்டே கார்லோ நகருக்குச் செல்வதற்காகக் கிளம்பினார்கள். மைட்ஸ்டோன் அருகே தனக்கு வீடிருந்ததால், ஜேம்ஸ் தன்னுடைய காரை லார்ட் வில்சன் ஹோட்டலில் விட்டுவிட்டு டோவர் நகருக்குக் கிளம்பினார். அன்றைய இரவு கடல் கொந்தளித்துக் கொண்டிருந்தது. கப்பல் மிகவும் சிரமத்துடன் கடந்து கொண்டிருந்தது. பாதி வழியில் இருக்கும்போது சர் ஜேம்ஸ், கப்பல் பொறுப்பதிகாரியிடன் வந்து, தன்னுடைய மனைவியைக் காணவில்லை என்று சொன்னார். அவளது பெட்டி, படுக்கைகள் அறையில் இருந்தது. அவளது பாஸ்போர்ட், ரயில் பயணசீட்டு, தொப்பி எல்லாம் அங்கேயே இருந்தது. ஆனால் அவளை மட்டும் காணவில்லை. இன்று வரை அவளைக் கண்டறியவும் முடியவில்லை.”

இயக்குநர் தலையை ஆட்டினார்.

“வழக்கைப் பற்றி வாசித்திருக்கிறீர்கள் போல.”

பதிலுக்கு ரீடர், “எனக்கு நினைவிலேயே இருக்கிறது. எனக்குப் பிடித்தமான பொழுதுபோக்குகளில் ஒன்று இதுபோன்ற தீர்வில்லாத வழக்குகளைப் பற்றி வாசிப்பது. துரதிர்ஷ்டவசமாக, நான் எல்லாவற்றிலும் தீமையைப் பார்க்கிறேன். எவ்வளவு எளிதாக என்று — ஆனால் நான் வாழ்க்கையைக் கோணலான பார்வையோடு பார்க்கிறேன் என்று நினைக்கிறேன். குற்றவாளிகளின் மூளையைக் கொண்டிருப்பது ஒருவிதத்தில் பயங்கரமானதுதான்.”

இயக்குநர் அவரைச் சந்தேகமாகப் பார்த்தார். ரீடர் விளையாட்டுத்தனமாகச் சொல்கிறாரா என்று அவருக்கு எப்போதும் சந்தேகம் இருந்தது. அந்த நேரத்தில் ரீடர் குடிக்கவில்லை என்பது மட்டும் தெளிவாகத் தெரிந்தது.

“வேலையில் இருந்து விலக்கப்பட்ட கார் ஓட்டுநர்தான் அந்தக் கடிதத்தை எழுதியது” என்று ஆரம்பித்தார்.

“தாமஸ் டேபோர்ட். 179, பராக் தெரு, மைட்ஸ்டோன்” என்று ரீடர் முடித்தார். “இப்போது கெண்ட் பஸ் நிறுவனத்தில் வேலை செய்து கொண்டிருக்கிறார். மூன்று குழந்தைகள். அவர்களில் இருவர் இரட்டையர்கள். மிகுந்த சேட்டை செய்பவர்கள்.”

இயக்குநர் சிரிக்க ஆரம்பித்தார்.

“உங்களுக்குத் தெரியும் என்று தெரிகிறது. கடிதத்திற்குப் பின்புறம் என்ன இருக்கிறது என்று பாருங்கள். கெண்ட்டில் சர் ஜேம்ஸ் மிகவும் பெரிய மனிதர். மக்கள் நீதிபதியும்கூட. மிகுந்த அரசியல் செல்வாக்கு உடையவர். இந்தக் கடிதத்தில் பெரிதாக ஒன்றுமில்லைதான். இருந்தாலும், கவனமாக இருங்கள், ரீடர்! இந்த விசாரணையால் இந்த அலுவலகத்திற்கு எதாவது அழுத்தம் கொடுக்கப்பட்டால், அதே அழுத்தம் இன்னமும் அதிகமாக உங்களுக்குக் கொடுக்கப்படும்!”

கவனமாக இருப்பதற்கு ரீடரின் விளக்கம் அவருக்கு மட்டுமே உரித்தான வழியிலானது. மறுநாள் காலை அவர் மைட்ஸ்டோனிற்குப் பயணம் செய்தார். எல்பிரெட் மேனர் வீட்டிற்கு வழியே செல்லும் பேருந்து ஒன்றைக் கண்டு, அதில் தன்னுடைய குடையைக் கால்களுக்கு இடையில் வைத்துக் கொண்டு வசதியாக அமர்ந்து, சிக்கனமாகப் பயணத்தைத் தொடர்ந்தார். வீட்டை அடைந்து, அதன் வாசல் வழியே இருபுறமும் உயரமாக வளர்ந்திருந்த நெலிங்க மரங்களின் இடையே நடந்து சாம்பல் நிறத்தில் இருந்த பெரிய வீட்டின் அருகே வந்தார்.

அதன் முன்னே இருந்த புல்தரையில், வசதியான நாற்காலி ஒன்றில் கால்களில் கவிழ்த்தி வைக்கப்பட்ட புத்தகத்துடன் பெண்ணொருத்தி உட்கார்ந்திருப்பதைப் பார்த்தார். அவரை பார்த்தவுடன், அவள் எழுந்து, புல்தரையைக் கடந்து, அவரை நோக்கி ஆவலாக வந்தார்.

“என் பெயர் மார்கரெட் லெதர்பை — நீங்கள்தானே — ?” என்று ஒரு புகழ் வாய்ந்த வழக்கறிஞர்களின் அலுவலகத்தின் பெயரைச் சொன்னாள். தனக்கும் அந்த அலுவகத்திற்கும் எந்தச் சம்பந்தமும் இல்லை என்று ரீடர் சொன்னவுடன், அவளது முகம் தொங்கிப் போனது.

நல்ல நிறமும், வட்டமான, ஆனால் அதிகப் புத்திசாலித்தனமில்லாத, முகமும் எவ்வளவு அழகாகக்

காட்ட முடியுமோ, அவளை அவ்வளவு அழகாகக் காட்டிக் கொண்டிருந்தன.

"நான் — நீங்கள் சர் ஜேம்சைப் பார்க்க வந்திருக்கிறீர்களா? அவர் வாசிக்கும் அறையில் இருக்கிறார். வீட்டிற்குச் சென்று மணி அடித்தால், வேலைக்கார பெண் உங்களை அங்கே அழைத்துச் செல்வாள்."

ரீடர் எளிதில் எதைக் கண்டும் குழம்பிவிடுபவர் அல்ல. ஆனால் நல்ல பணக்காரப் பெண், அவளது விருப்பத்திற்கு மாறாக, எதற்காகத் தன்னைவிட அதிக வயதுடைய மனிதரைத் திருமணம் செய்யவேண்டும் என்ற கேள்வி அவரையும்கூட குழப்பியிருக்கும். ஆனால் அதில் இப்போது எந்த மர்மமும் இல்லை. தன்னைத்தான் திருமணம் செய்யவேண்டும் என்று அழுத்தம் கொடுத்திருக்கும் எந்த உறுதியான மனிதனையும் மார்கரெட் திருமணம் செய்திருப்பாள்.

"என்னையும்கூட" என்று ரீடர் தனக்குத்தானே ஒருவித மகிழ்ச்சியுடன் சொல்லிக் கொண்டார்.

மணி அடிக்கவேண்டிய அவசியம் இருக்கவில்லை. உயரமான, உறுதியான மனிதன் ஒருவர் வாசலில் நின்று கொண்டிருந்தார். அவரது வெளுத்த முடி, நீண்டு, நெற்றியில் விழுந்திருந்தது; அடர்த்தியாக வளர்ந்திருந்த அவரது மீசை வாயையும் மூடியிருந்தது. மீசை நீண்டு அவரது தாடை வரை இருந்தது.

"என்ன?" என்று மிகவும் கோபமாகக் கேட்டார்.

"நான் அரசு வழக்கறிஞரின் அலுவலகத்தில் இருந்து வருகிறேன்" என்று முணுமுணுத்து ரீடர் "என்னிடம் ஓர் அநாமதேய கடிதம் இருக்கிறது" என்றார்.

அந்த உயரமான மனிதனின் முகத்தில் இருந்து அவரது கண்களை எடுக்கவேயில்லை.

"உள்ளே வாருங்கள்" என்று சர் ஜேம்ஸ் தன்னுடைய கரகரப்பான குரலில் அழைத்தார்.

கதவை மூடுவதற்குமுன், வெளியே அமர்ந்திருந்த பெண்ணையும், நெலிங்க மரங்கள் வளர்ந்திருந்த பாதையையும் ஒருமுறை பார்த்துக் கொண்டார்.

"நான் ஒரு முட்டாள் வக்கீலை எதிர்பார்த்துக் கொண்டிருந்தேன்" என்று சொல்லிக் கொண்டே, வாசிக்கும் அறையின் கதவைத் திறந்தார்.

அவரது குரல் சீராக இருந்தது. ரீடர் தான் வந்ததன் காரணத்தைச் சொன்னபோது, எந்த படபடப்பும் இல்லாமல் கண்களைக்கூட சிமிட்டாமல் கேட்டார்.

“சரி — என்ன அநாமதேய கடிதம்? அந்த மாதிரிக் குப்பைகளை எல்லாம் நீங்கள் விசாரிக்கிறீர்களா, என்ன?”

ரீடர் தன்னுடைய குடையையும் தொப்பியையும் முன்னிருந்த நாற்காலியில் வைத்துவிட்டு, தன்னுடைய பையில் இருந்து கடிதத்தை எடுத்து சர் ஜேம்சிடம் கொடுத்தார். அதை வாசிக்கும்போதே அவரது நெற்றி சுருங்கியது. சர் ஜேம்சின் கண்களில் இருந்த கடுமை சற்று குறைந்தது போல தோன்றியது உண்மையிலா அல்லது ரீடர் அதைக் கற்பனை செய்து கொண்டாரா என்று தெரியவில்லை.

“என் மனைவியின் நகைகள் பாரிஸில் விற்பனைக்கு இருப்பதாக இந்தக் கடிதம் சொல்வது வெறும் கற்பனையே. அதில் எந்த உண்மையும் இல்லை. என்னுடைய மறைந்த மனைவியின் நகைகள் அனைத்திற்கும் என்னால் சரியாகக் கணக்குக் காட்ட முடியும். அந்தப் பயங்கரமான இரவிற்குப்பின் நான் அவளது நகைப்பெட்டியை இங்கே கொண்டு வந்தேன். எனக்கு இந்தக் கையெழுத்து தெரியவில்லை; இந்தப் பொய்க் கடிதத்தை எழுதிய பொறுக்கி யார்?”

ரீடரை யாரும் பொய் சொல்லும் பொறுக்கி என்று அழைத்ததில்லை. ஆனாலும் அவர் அந்த புது அனுபவத்தைப் பணிவுடன் ஏற்றுக் கொண்டார்.

“உண்மையாக இருக்காது என்றுதான் நானும் நினைத்தேன்” என்று தலையை ஆட்டிக் கொண்டே சொன்னார். “இந்த வழக்கின் விவரங்களை நான் முழுவதுமாக தொடர்ந்திருக்கிறேன். நீங்கள் இங்கிருந்து மதிய நேரத்தில் கிளம்பினீர்கள்...”

“இரவில்” என்று முரட்டுத்தனமாகக் குறுக்கிட்டார் சர் ஜேம்ஸ். அவருக்கு இந்த விவகாரத்தைப்பற்றிப் பேச விருப்பமில்லை என்றாலும், ரீடரின் மென்மையான அழுத்தம் அவரைப் பேச வைத்தது. “இங்கிருந்து டோவருக்கு எண்பது நிமிடங்கள்தான் ஆகும். பதினொரு மணிக்கு நாங்கள் கப்பல்துறையை அடைந்தோம். அதுதான் பாரிஸ் செல்லும் போட் — ரயில் புறப்படும் நேரம். உடனடியாகக் கப்பலில் ஏறிவிட்டோம். எங்கள் அறையின் சாவியைப்

பெற்றுக் கொண்டு, மனைவியை அழைத்துக்கொண்டு பெட்டி, படுக்கைகளுடன் அறைக்குச் சென்றேன்."

"கப்பலில் உங்கள் மனைவி நன்றாகச் செல்வார்களா?"

"ஆமாம். அன்றிரவு அவள் நன்றாகவே இருந்தாள். அவள் அறையில் தூங்கச் செய்துவிட்டு, நான் கப்பலின் மேல்தளத்தில் நடக்கச் சென்றேன் –"

"நல்ல மழை பெய்து கொண்டிருந்தது. அத்துடன் கடலும் கொந்தளித்துக் கொண்டிருந்தது" என்று மற்றவர் சொல்வதை ஒப்புக்கொள்வது போல தலையை ஆட்டிக் கொண்டே ரீடர் சொன்னார்.

"ஆமாம், நானுமே கப்பலில் நன்றாகவே பயணிப்பேன். இருக்கட்டும். என் மனைவியின் நகை பற்றிய அந்தக் கதையில் உண்மையில்லை. அதை இயக்குநரிடம் தெரிவித்துவிடுங்கள்."

அறையின் கதவைத் திறந்தார். ரீடர் தன்னுடைய கடிதத்தையும், மற்ற பொருட்களையும் எடுத்துக்கொள்ள எந்த அவசரமும் காட்டவில்லை.

"சர் ஜேம்ஸ், உங்களது வீடு மிகவும் அழகாக இருக்கிறது — மிகப்பெரிய இடமா?"

"மூன்றாயிரம் ஏக்கர்கள்" என்று பொறுமையில்லாமல் அவர் பதில் சொன்னார்.

"போய் வாருங்கள்."

ரீடர் எந்த அவசரமும் இல்லாமல் வெளியே சென்று, நடந்ததை அசை போட்டுக் கொண்டே நடந்தார்.

எளிதாக பிடித்திருக்கக்கூடிய அவரது பேருந்தை, அன்று விட்டுவிட்டார். அதைப் பற்றிக் கவலைப்படாமல், எந்த நோக்கமும் இல்லாமல் சர் ஜேம்சின் சொத்தின் எல்லையை ஒட்டிய சாலையில் நடந்து கொண்டிருந்தார். கால் மைல் தூரம் நடந்தவுடன், முக்கிய சாலையில் இருந்து ஒரு சாலை செங்கோணமாகப் பிரிந்தது. அதுவே அவரது சொத்தின் தென்னெல்லையாக இருக்க வேண்டும் என்று எண்ணிக் கொண்டார். அந்த மூலையில் கல்லாலான மிகவும் பழைய கட்டடம் ஒன்று நின்று கொண்டிருந்தது. அதன்முன்னே மிகவும் பெரிதான இரும்பு வாயில் ஒன்றும் இருந்தது. அந்தக் கட்டடம் மிகவும் பரிதாபமான நிலையில், மிகவும் பாழடைந்து காட்சியளித்தது. கூரையில் இருந்து

ஓடுகள் உடைந்து விழுந்திருந்தன. ஜன்னல்கள் உடைந்தோ அல்லது அழுக்கேறியோ இருந்தன. அதைச் சுற்றியிருந்த சிறு தோட்டம் புதர் மண்டி கிடந்தது. வாயிலைத் தாண்டி குறுகலான, புதர் மண்டிய பாதை ஒன்று முன்னே இருந்த வீட்டிற்குச் சென்றது.

தபால்பெட்டி ஒன்று மூடப்படும் சத்தம் கேட்டுத் திரும்பியவருக்கு அங்கே ஒரு தபால்காரர் சைக்கிளில் ஏறிக் கொண்டிருந்தது தெரிந்தது.

"இது என்ன இடம்?" என்று ரீடர், அவரை நிறுத்திக் கேட்டார்.

"தெற்கு வீடு — சர் ஜேம்ஸ் டிதர்மைட்டின் இடம். இப்போது யாரும் உபயோகிக்கவில்லை. பல வருடங்களாக இது பூட்டித்தான் கிடக்கிறது. ஏனென்று தெரியவில்லை. இந்தப் பக்கமாக வந்தால், உள்ளே செல்வதற்கு இது குறுக்கு வழி."

ரீடரும், தபால்காரருடன் கிராமத்தை நோக்கி நடந்தார். எவ்வளவு வறண்டிருந்தாலும் அந்தக் கிணற்றிலும் ரீடர் நீர் இறைத்து விடுவார். தபால்காரர் வறண்ட கிணறு இல்லை.

"ஆமாம், பாவம்! மிகவும் நோஞ்சானாக இருந்தாள் — பல ஆரோக்கியமான கணவர்களைத் தாண்டியும் வாழும் நோஞ்சான் பெண்களைப் போன்றவள்."

ரீடர் மாறி, மாறி கேள்வி கேட்டுக் கொண்டிருந்தார். எதிர்பாராமல் அவருக்குப் பதில் கிடைத்தது. "ஆமாம், அந்த அம்மாளிற்கு கடல் பயணமே ஒத்துக் கொள்ளாது. ஒவ்வொரு முறையும் அவள் பயணம் செல்லும்போது, கப்பலில் செல்லும்போது ஏற்படும் நோயிற்கான மருந்தை வரவழைப்பாள். அப்படித்தான் எனக்குத் தெரியும். கிராமத்தில் இருக்கும் ரைக்சின் மருந்து கடையில் இருந்த 'பிக்கர்ஸ் ட்ராவெல்லர்ஸ் பிரெண்ட்' மருந்தை நானே பல முறை கொடுத்திருக்கிறேன். இப்போதுதான் ரைக்ஸ் தன்னிடம் ஆறு பாட்டில்கள் இருப்பதாகவும், அதை என்ன செய்வது என்று தெரியவில்லை என்று என்னிடம் சொல்லிக் கொண்டிருந்தார். கிளிம்பரியில் யாரும் கடலுக்குச் செல்வதில்லை."

கிராமத்தை அடைந்தவுடன், ரீடர் தன்னுடைய நேரத்தைப் பல விநோதமான இடங்களில் கழித்துக் கொண்டிருந்தார். மருந்து கடை, கருமான் பட்டறை, கட்டுமானப் பொருட்கள்

இருக்கும் சிறிய இடம். அங்கிருந்து கடைசி பேருந்தைப் பிடித்து மைட்ஸ்டோன் வந்து சேர்ந்தார். அதிர்ஷ்டவசமாக அங்கிருந்து கடைசி ரயிலில் லண்டன் திரும்பினார்.

வழக்கம் போல, மறுநாள் இயக்குநரின் கேள்விக்குத் தெளிவில்லாமல் பதில் கூறினார்.

“ஆமாம், நான் சர் ஜேம்சைப் பார்த்தேன். சுவாரசியமான மனிதர்.”

இது வெள்ளிக்கிழமை நடந்தது. சனிக்கிழமை முழுவதும் அவர் வேலையாகவே இருந்தார். அதற்கு அடுத்த நாள் அவருக்கு வேறொரு புதிய ஆர்வத்தைக் கொண்டுவந்தது.

ஞாயிற்றுக்கிழமை காலை, ரீடர், அழகான பூப்போட்ட இரவு உடையில், கால்களில் கறுப்பு நிறச் செருப்புகளுடன், தன்னுடைய வீட்டின் ஜன்னலில் நின்று கொண்டு வெளியே ஆள் நடமாட்டமில்லாதச் சாலையைப் பார்த்துக் கொண்டிருந்தார். அருகில் இருந்த தேவாலய மணி, காலை பிரசங்கத்திற்காக அடித்தது. எதிர்த்த வீட்டின் வாசலில் படுத்திருந்த பூனையைத் தவிரச் சாலையில் வேறு உயிர்களின் நடமாட்டமே இல்லை. காலை ஏழரை மணி. ரீடர் காலை ஆறு மணியில் இருந்து வேலை செய்து கொண்டிருந்தார். அக்டோபர் மாத இறுதி என்பதால், அவர் விளக்கை ஏற்றி வைத்துக் கொண்டு வேலை செய்து கொண்டிருந்தார்.

ஜன்னலின் ஒரு மூலையில் இருந்து அவரால் தூரத்தில் லெவிஷம் சாலை தெரிந்தது. அதையும் தாண்டி டெப்ட்போர்ட்டில் இருக்கும் ரயில் பாலம் வரை தெரிந்தது.

மீண்டும் தன்னுடைய மேசைக்கு வந்து, அதில் இருந்த மலிவான சிகரெட்களில் ஒன்றை எடுத்துக் கொண்டு, அதைப் பற்ற வைத்துக் கொண்டார். சிகரெட் பிடிப்பது பிடிக்கவில்லை என்றாலும், அதுதான் சரியானது என்று சிகரெட் பிடிக்கும் பெண்களைப் போல அவர் பிடித்துக் கொண்டிருந்தார்.

“கடவுளே!” என்று மெதுவாகச் சொன்னார்.

மீண்டும் ஜன்னலுக்குச் சென்றார் அங்கே தெரிந்த லெவிஷம் சாலையில் ஒரு மனிதன் திரும்புவதைப் பார்த்தான். சாலையைக் கடந்து, அவன் ‘டஃபோடில்ஸ் இல்லம்’ என்று எழுதப்பட்டிருந்த வீட்டை நோக்கி நடந்து கொண்டிருந்தான். அது ரீடரின் வீடு. உயரமான, நேரான

அந்த மனிதனின் பழுப்பு நிற முகம் முன் வாயிலில் நுழையும்போது அவருக்குத் தெரிந்தது. அதன்பின் அவன் மறைந்துவிட்டான்.

வாசல் மணிச் சத்தம் கேட்கவே "கடவுளே!" என்று சொல்லிக் கொண்டார்.

சில நிமிடங்களில், அவரது வீட்டு வேலையாள் வந்து "திரு கோல் வந்திருக்கிறார்!" என்று சொன்னாள். ரீடர் தலையை ஆட்டினார்.

லீவ் கோல் அறைக்குள் நுழைந்தான். கண்களில் ஒற்றைக் கண்ணாடியுடன், நாற்காலியில் மிகவும் ஆடம்பரமான உடையுடன், நடுத்தர வயது மனிதன் ஒருவன் உட்கார்ந்திருந்ததைப் பார்த்தான்.

"காலை வணக்கம், கோல்."

தன்னை ஏழரை வருடம் நரகத்திற்கு அனுப்பிய மனிதனைப் பார்த்தான். அவனது உதடுகள் சுருங்கின.

"வணக்கம், ரீடர்." ரீடர் தன்னுடைய கைகளைப் பிணைத்து வைத்திருந்த, எழுத்து மேசையை அவன் பார்த்தான். "என்னை எதிர்பார்க்கவில்லை, இல்லையா?"

"இவ்வளவு சீக்கிரமாக இல்லை" என்ற ரீடர் "ஆனால் சிறைத் தண்டனையில் கிடைக்கும் நல்ல பழக்கங்களில் ஒன்று காலையில் முன்பே எழுந்து கொள்வது என்பதை மறந்துவிட்டேன்" என்றார்.

நல்ல நடத்தையைப் பாராட்டுவது போன்ற குரலில் அவர் இதைச் சொன்னார்.

"நான் எதற்காக வந்திருக்கிறேன் என்று உங்களுக்கு நன்றாகத் தெரியுமில்லையா? நான் மறதியை உடையவன். ஆனால், டார்ட்மூர் சிறையில் ஒருவனுக்கு நிறையவே நேரம் இருக்கும்."

ரீடர் தன்னுடைய அடர்ந்த புருவங்களை உயர்த்தினார். அவரது மூக்கில் நின்று கொண்டிருந்த கண்ணாடிகள் இன்னமும் கோணலாக ஆனது.

"இதே வசனத்தை எங்கோ கேட்டிருக்கிறேன்" என்றவர், தன்னுடைய புருவங்களைத் தாழ்த்திக் கொண்டே, "கொஞ்சம் யோசிக்கிறேன். எந்த நாடகம்? 'நுகத்தடியில் இருக்கும் ஆன்மா'களில்லா இல்லை, 'திருமண சபத'த்திலா?"

உண்மையாகவே அந்த கேள்விக்குப் பதிலுக்காக உதவி கேட்பவர் போலப் பார்த்தார்.

“இது வேறுமாதிரியான நாடகம்” என்று பற்களுக்குள்ளேயே லீவ் பேசினான். “நீ என் கையில்தான் சிக்கப் போகிறாய். நீ போய், தாராளமாக உன்னுடைய அரசு வக்கீலிடம் சொல்லலாம். கட்டாயம் நீ என்னிடம் சிக்கத்தான் போகிறாய்! ஆனால் எந்தத் தடயமும் இருக்காது. அத்தோடு, உன்னுடைய சிறிய புதையலும் என்னிடம் வந்துவிடும்.”

கோல் போன்ற புத்திசாலிகூட ரீடரின் புதையலை நம்பிக் கொண்டிருந்தான்.

“என்னுடைய புதையலை நீ எடுத்துக் கொள்வாய்! கடவுளே! கடைசிக் காலத்தில் நான் என்ன செய்வேன்?” என்று கேலியாகச் சொன்னார் ரீடர்.

“நான் சொல்வது உனக்குப் புரியத்தான் செய்யும் — ஒருநாள், நீ வெளியே செல்வாய். அப்போது உன்னைக் கொன்றதிற்காக ஸ்காட்லாந்து யார்ட்கூட என்னைப் பிடிக்க முடியாது! நன்றாக யோசித்திருக்கிறேன்..”

“டார்ட்மூர் சிறையில் யோசிக்க நிறைய நேரம் இருக்கிறது!” என்று ரீடர் முணுமுணுத்தார். “கோல், நீ உலகின் சிந்தனையாளர்களில் ஒருவராக ஆகிவிட்டாய். ரோடினின் சிற்பம் நினைவிருக்கிறதா? அதுபோல...”

“அவ்வளவுதான்” என்று கோல் எழுந்தான். அவனது வாயின் ஓரத்தில் இன்னமும் புன்னகைத் தொங்கிக் கொண்டிருந்தது. “நன்றாக இதை யோசித்துக் கொள்ளுங்கள். இன்னமும் ஓரிரு நாள்களில் இவ்வளவு மகிழ்ச்சியாக இருக்க மாட்டீர்கள்.”

ரீடரின் முகத்தில் இருந்த துயரத்தைப் பார்க்கவே பரிதாபமாக இருந்தது. கலைந்திருந்த அவரது பாதி நரைத்த தலைமுடி குத்திட்டு நிற்பது போல இருந்தது; அவரது முகத்திற்குச் செங்கோணமாக நின்ற அவரது பெரிய காதுகள், நடுங்குவது போலவும் தெரிந்தது.

லீவ் கோலின் கைகள் கதவின் கைப்பிடியில் இருந்தது.

“வாம்!!!”

கதவில் எதுவோ ஒன்று வந்து மோதும் சத்தம். அவனது கன்னத்தை ஒட்டி எதுவோ பறந்து சென்று, அவனது கண்களுக்கு முன்னே சுவரில் பெரிய துளையை

ஏற்படுத்தியது. சுவரில் இருந்து தெரிந்த உடைந்த கற்கள் அவனது முகத்தில் அடித்தது. கோபத்துடன் திரும்பினான்.

கையில் நீண்ட குழலுள்ள பிரௌனிங் துப்பாக்கியுடன் ரீடர் நின்று கொண்டிருந்தார். துப்பாக்கியின் குழலில் சத்தம் ஏற்படாமல் இருக்க சைலென்சர் பொருத்தப்பட்டிருந்தது. அவரும் துப்பாக்கியை ஆவென்று பார்த்துக் கொண்டிருந்தார்.

“இது எப்படி நடந்தது?” என்று தனக்குத்தானே ஆச்சரியமாகக் கேட்டுக்கொண்டார்.

லீவ் கோலின் உடல் பயத்தாலும், கோபத்திலும் நடுங்கிக் கொண்டிருந்தது. அவனது முகம் வெளிறிப் போயிருந்தது.

“பன்றியே!” என்றவன், “என்னைச் சுடப்பார்த்தாய்!” என்றான்.

தன்னுடைய கண்ணாடியின் வழியே அவனை ரீடர் பார்த்தார்.

“அப்படியா நினைக்கிறாய்! இன்னமும் என்னைக் கொலை செய்ய எண்ணுகிறாயா, கோல்?”

கோல் பேச முயன்றான். ஆனால் அவனுக்கு வார்த்தை வரவில்லை. வேகமாக கதவைத் திறந்து கொண்டு, படிகளில் இறங்கி வெளியே செல்ல ஆரம்பித்தான். அவனது கால்கள் முதல் படியில் இருக்கும் போதே, அவனை நோக்கி எதுவோ வேகமாக உருண்டு வந்து, அவனது கால்களின் அருகே உடைந்து விழுந்தது. ரீடரின் படுக்கையறையில் இருந்த கல்லாலான பெரிய பூ ஜாடி. காலடியில் கிடந்த உடைந்த கற்கள், மண் போன்றவற்றைத் தாண்டி அவன் மேலே பார்த்தான். ரீடர் அவனை ஆச்சரியமாக பார்த்துக் கொண்டிருந்தார்.

“உன்னை விடமாட்டேன்!” என்று மெதுவாக வார்த்தைகள் வந்தன.

“உனக்கு ஒன்றும் ஆகவில்லையே?” என்று மேலே ஜன்னலில் நின்று கொண்டிருந்தவர் கவலையுடன் கேட்டார். “எப்போதாவது இப்படி நடந்துவிடுகிறது.”

லீவ் கோல் சாலையில் நடக்க ஆரம்பித்த பின்னும் ரீடர் பேசிக் கொண்டிருந்தார்.

பிட்ஸ்ராய் சதுக்கத்திற்கு எதிரே இருந்த சிறிய அறையில் ஸ்டான்பிரைட் தன்னுடைய காலைக்கடன்களை முடித்துக்

கொண்டிருக்கும்போது, அவரது முந்தைய சிறைத் தோழன் உள்ளே வந்தான்.

பெரிய சிவந்த முகமும், பல தாடைகளும் கொண்டிருந்த பருமனான ஸ்டான்பிரைட். தன்னைத் துவட்டிக் கொள்வதை நிறுத்திவிட்டு, துண்டின் மேல் வழியே பார்த்தார்.

"என்ன விஷயம்?" என்று கேட்டார். "பேய் துரத்தியது போல இருக்கிறாய். இத்தனை காலையில் எங்கே சென்றாய்?"

லீவ் நடந்ததைச் சொன்னான். அதைக் கேட்கக் கேட்க ஸ்டானின் முகத்தில் இருந்த மகிழ்ச்சி மாறியது.

"முட்டாளே!" என்று கோபமாகக் கூறினார். "மிரட்டுவதற்கு ரீடர் வீட்டிற்குச் சென்றாயா? அவர் உனக்காகக் காத்திருப்பார் என்று உனக்குத் தெரியாதா? நீ சிறையில் இருந்து வெளியே வந்தது அவருக்குத் தெரிந்திருக்காது என்று நினைத்தாயா?"

"இருந்தாலும், பயந்து விட்டார்" என்றான் இன்னொருவன். ஸ்டான் சிரித்தார்.

"என்ன? அந்தக் கிழட்டு நரியைப் பயமுறுத்திவிட்டாயா? உன்னைப் போல் வெளிறி இருந்தால், அவர் பயந்துவிட்டார் என்று நினைத்தாயா? இல்லை. அவரது குறி உன் மேல் இல்லை! இருந்திருந்தால், இந்நேரம் பிணமாகக் கிடந்திருப்பாய். ஆனால் அவர் அப்படிச் செய்யவில்லை. புத்திசாலி, நீ சிந்திக்கச் சிறிது நேரம் கொடுத்திருக்கிறார்!"

"அந்தத் துப்பாக்கி எங்கிருந்து வந்தது என்றுதான் தெரியவில்லை..."

அப்போது யாரோ கதவைத் தட்டினார்கள். இருவரும் ஒருவரை ஒருவர் பார்த்துக் கொண்டார்கள்.

"யாரது?" என்று ஸ்டான் கேட்டார். அவருக்குப் பரிச்சயமான குரல் பதில் கொடுத்தது.

"ஸ்காட்லாந்து யார்ட்" என்று ஸ்டான் முணுமுணுத்துக் கொண்டே, கதவைத் திறந்தார்.

'ஸ்காட்லாந்து யார்ட்' என்பது சிஐடி சார்ஜெண்ட் ஆல்போர்ட். கொஞ்சம் உருண்டையான, குழந்தை முகம் கொண்ட துப்பறிவாளர்.

“வணக்கம், பசங்களா — ஸ்டான், தேவாலயத்திற்குப் போகவில்லையா?”

ஸ்டான் பதில் சொல்லாமல் புன்னகை மட்டும் செய்தார்.

“லீவ், எப்படி இருக்கிறாய்?”

“மோசமில்லை” என்று லீவ் சந்தேகத்துடனும், கவனமாகவும் பதில் சொன்னான்.

“ஒரு துப்பாக்கி பற்றி விசாரிக்க வந்தேன் — நீ ஒன்றை வைத்திருக்கிறாய் என்று நினைக்கிறேன், லீவ் — கோல்ட் ஆட்டோமேட்டிக் ஆர் 7/93418. அது தப்பு, லீவ் — நமது நாட்டில் துப்பாக்கிகளுக்கு இடமில்லை.”

“என்னிடம் எந்தத் துப்பாக்கியும் இல்லை” என்று குரல் கம்மி லீவ் பதில் சொன்னான்.

ஸ்டான் சட்டென்று கிழவனைப் போல உணர்ந்தான். அவனும் சிறையில் இருந்து பரோலில் வெளியே இருந்தான். துப்பாக்கி கண்டுபிடிக்கப்பட்டால் அவனும் சிறைக்குத் திரும்ப வேண்டியிருக்கும்.

“என்னுடன் காவல் நிலையம் வருகிறாயா அல்லது இங்கேயே நான் உன்னைச் சோதனை செய்யலாமா?”

“இங்கேயே சோதித்து கொள்ளுங்கள்” என்று லீவ், நிமிர்ந்து நின்று, சிஐடி தன்னைச் சோதனையிட அனுமதித்தான்.

“நன்றாகப் பார்த்துக் கொள்கிறேன்” என்ற அவர், மிகவும் துப்புரவாகத் தன்னுடைய வேலையைச் செய்தார்.

“தவறான செய்தியாக இருக்க வேண்டும்” என்ற சார்ஜெண்ட் ஆல்போர்ட், சட்டென்று “நதிக்கரை ஓரமாக வரும்போது. அதைத்தான் நதியில் எறிந்தாயா?” என்றார்.

லீவ் திடுக்கிட்டான். அன்று காலை தான் பின்தொடரப்பட்டிருப்பது குறித்த முதல் தகவல் அது.

சார்ஜெண்ட் பிட்ஸ்ராய் சதுக்கத்தைக் கடந்து செல்லும் வரை காத்திருந்த ஸ்டான், மிகுந்த கோபத்தோடு லீவ்வை நோக்கித் திரும்பினான்.

“பெரிய புத்திசாலி! அந்தக் கிழட்டு நரிக்கு உன்னிடம் துப்பாக்கி இருப்பதும் தெரிந்திருக்கிறது — அதன் எண்ணைக்கூட தெரிந்திருக்கிறார். ஆல்போர்ட் அதைக் கண்டறிந்திருந்தால், உன்னை மட்டுமல்ல, என்னையும் இழுத்துச் சென்றிருப்பார்!”

“நான்தான் நதியில் வீசிவிட்டேனே!” என்று சத்தமில்லாமல் லீவ் பதில் சொன்னான்.

“அவ்வளவு புத்தி இருக்கிறதே!” என்று இன்னமும் வேகமாக மூச்சை விட்டுக்கொண்டே ஸ்டான் பேசினான். “ரீடரை விட்டுவிடு — அவர் விஷம்! இன்னமும் அது உனக்குத் தெரியவில்லை என்றால், நீ முட்டாள்தான்! பயமுறுத்திவிட்டானாம்! உன் கழுத்தை அறுத்துவிட்டு, அவர் கவிதையும் எழுதுவார்!”

“என்னைப் பின்தொடர்வது எனக்குத் தெரியாது” என்று கோல் உறுமினான். “ஆனால் நான் அவரை விடப்போவதில்லை! அவரது பணத்தையும்தான்!”

“அப்படியென்றால், வேறிடத்தில் இருந்து அவரை பிடித்துக் கொள்!” என்று ஸ்டான் சொல்லிவிட்டான். “பொறுக்கி, நானும் ஒன்று என்பதால் எனக்குக் கவலையில்லை. கொலைகாரன்கூட பரவாயில்லை. ஆனால் வடிகட்டிய முட்டாளை என்னால் பொறுக்க முடியாது. அவரது புதையல் — எல்லாம் வீடாக இருக்கும், அதைத் தூக்கிக் கொண்டு செல்ல முடிகிறதா என்று பார். அதைப் பற்றிப் பேசாதே. லீவ், எனக்கு உன்னை ஓரளவிற்குப் பிடிக்கும்; ஆனால் நீ அதையெல்லாம் தாண்டி எங்கேயோ சென்றுவிட்டாய். எனக்கு ரீடரைப் பிடிக்காது — பாம்புகளையும்தான். அதனால்தான் நான் மிருகக்காட்சி சாலைகளுக்குச் செல்வதில்லை.”

எனவே, டீன் தெருவில் இருந்த ஒரு வீட்டின் மேல்மாடிக்கு லீவ் சென்றுவிட்டான். இங்கே அவனுக்கு ஓய்வும், அவனுக்கு இழைக்கப்பட்ட அநீதிகள் குறித்து யோசிக்கவும் நேரம் இருந்தது. அத்தோடு அவனது எதிரியைக் குறித்துத் திட்டமிடவும் நேரம் இருந்தது. டேவன்ஷைர் சிறையில் சிறந்த திட்டமாகத் தெரிந்த எல்லாம், வெளியில் வந்தவுடன் பல ஓட்டைகள் இருப்பவையாக இருந்தன. எனவே புதிய திட்டங்கள் தேவைப்பட்டன.

லீவ்வின் கொலை வெறி இப்போது வேறு விதமாக மாறிக் கொண்டிருந்தது. அவன் ரீடரை ஓர் உளவியல் நிபுணர் என்று நினைக்கவில்லை என்றாலும், (அந்த வார்த்தையின் அர்த்தமும் அவனுக்குச் சரியாகத் தெரியாது) தன்னை வைத்து அவர் உளவியல் சோதனை செய்வதாகவே அவனுக்குத் தெரிந்தது. ஆனால் ரீடரை வேறுவிதங்களில் காயப்படுத்த முடியும். அது மட்டுமல்லாமல், ரீடரின்

புதையலைப் பற்றிய கற்பனைகள் அவனைவிட்டு அகலவில்லை.

அதிலிருந்து ஒரு வாரத்திற்குப் பின்னர், ரீடர், இயக்குநரின் தனி அறைக்குள் சென்றார். சர் ஜேம்ஸ் டிதர்மைட் மற்றும் அவரது மனைவி பற்றிய மிகவும் வேறுபட்ட, கதையை அவர் இயக்குநருக்குச் சொன்னார். இயக்குநரும் தன்னுடைய முழுக்கவனத்துடன் அந்தக் கதையைக் கேட்டுக் கொண்டார். ரீடர் பேசி முடித்தவுடன், இயக்குநர் தன்னுடைய நாற்காலியைப் பின்னே தள்ளிவிட்டு எழுந்தார்.

"நண்பரே" என்று சிறிது எரிச்சலுடன் சொன்னார். "உங்கள் கதையை அடிப்படையாகக் கொண்டு என்னால் ஒரு வாரண்ட்கூட கொடுக்க முடியாது. சோதனை செய்யக்கூட அனுமதிக்க முடியாது. நீங்கள் சொன்ன அற்புதமான, நம்பமுடியாத கதையைப் பத்திரிகையில் போடலாம். வழக்குப் பதிய முடியாது."

"அன்றிரவு கொந்தளிப்பாக இருந்தது. ஆனால் அவரது மனைவி நன்றாகவே இருந்தாள்" என்று மெதுவாக ரீடர் சொன்னார். "அதையும் மறக்கவேண்டாம், சார்."

இயக்குநர் தலையை ஆட்டினார்.

"இருக்கும் சாட்சியங்களைக் கொண்டு, என்னால் எதுவும் செய்ய முடியாது. அப்படிச் செய்தால், பாராளுமன்றம் வரை நான் பதில் சொல்ல வேண்டி இருக்கும். அலுவலகம் வழியாக இல்லாமல், வேறெதாவது செய்ய முடியுமா?"

ரீடர் தலையை ஆட்டினார்.

"ஏற்கெனவே என்னை அங்கே அனைவரும் பார்த்திருக்கிறார்கள்" என்றார். "எனவே யாருக்கும் தெரியாமல் அங்கு என்னால் செல்ல முடியாது. இருந்தாலும், நான் இடத்தைக் கண்டுபிடித்து விட்டேன். மிகவும் சரியாக என்னால் சொல்ல முடியும்."

மீண்டும் இயக்குநர் தலையை ஆட்டினார்.

"இல்லை, ரீடர்! இது மொத்தமும் உங்களுடைய ஊகம்தான். உங்களுக்குக் குற்றவாளிகள் போலச் சிந்திக்கும் மூளை இருக்கிறது என்று எனக்குத் தெரியும் — நீங்களே சொல்லி இருக்கிறீர்கள். நான் வாரண்ட் கொடுக்காமல் இருப்பதற்கு அதுவே சரியான காரணம். நீங்கள் ஒரு நல்ல மனிதரை, உங்களது குறுக்குச் சிந்தனையால் குற்றவாளி ஆக்குகிறீர்கள். முடியாது!" என்று அமைதியாகச் சொன்னார்.

பெருமூச்சு விட்டுவிட்டு, ரீடர் தன்னுடைய இடத்திற்குச் சென்றார். இன்னமும் அவர் முழுமையாக நம்பிக்கை இழக்கவில்லை. அவரது புலனாய்வில் புதிதாகக் கிடைத்திருந்த துப்புதான் அதற்குக் காரணம்.

கடந்த வாரத்தில் ரீடர் பலமுறை மைட்ஸ்டோன் சென்றிருந்தார். அவர் தனியாகவும் செல்லவில்லை. பலமுறை அவர் லீவ் கோல் தன்னை நிழல் போல தொடர்வதைப் பார்த்திருந்தார். தன்னுடைய பரிசோதனை தோல்வியடைந்து விட்டதோ என்றுகூட நினைத்தார்.

இரண்டாவது முறை, அவருடைய மனதில் ஒரு திட்டம் தோன்றியது. ஒருமுறை அவர் மைட்ஸ்டோனில் இருந்து வெளியே வந்து வண்டி பிடித்துக் கொண்டிருக்கும்போது, லீவ் இன்னொரு வண்டியைப் பிடிக்க பேசிக் கொண்டிருப்பதைக் கண்டு, அவர் ஒரு வேடிக்கை மனிதர் என்றால், தனக்குத்தானே சிரிக்கவும்கூடச் செய்திருப்பார்.

ஸ்டான்பிரைட் தன்னுடைய சீட்டுக்கட்டுகளை எடுத்து, அவை எல்லாவற்றிலும் டைமண்ட் ஏஸ் கீழே இருக்குமாறு செய்யும் மிகவும் அவசியமான வேலையைச் செய்து கொண்டிருந்தான். அப்போது அவரது பழைய சக சிறைவாசி உள்ளே நுழைந்தான். லீவின் கண்களில் தெரிந்த வெற்றி பெருமிதம், ஸ்டானின் இதயத்தை அவனது வாய்க்குக் கொண்டு வரச்செய்தது.

“அவர் என்னிடம் சிக்கிவிட்டார்!” என்றான் லீவ்.

ஸ்டான் தன்னுடைய சீட்டுகளை வைத்துவிட்டு, எழுந்து நின்றான்.

“யார் சிக்கிவிட்டார்?” என்று சுவாரசியமில்லாமல் கேட்டான். “கொலை என்றால், எதுவும் சொல்லாதே! அப்படியே வெளியே போ!”

“கொலையெல்லாம் இல்லை.”

கைகளைக் கால்சட்டை பைகளில் விட்டுக்கொண்டு, முகத்தில் உண்மையான சிரிப்புடன், லீவ் அங்கிருந்த மேசையின் அருகில் அமர்ந்தான்.

“நான் ரீடரை ஒரு வாரமாகத் தொடர்ந்து கொண்டிருக்கிறேன்.”

“சரி?” என்று ஸ்டான் கேட்டான்.

“அவரது புதையலைக் கண்டுபிடித்துவிட்டேன்!”

ஸ்டான் தன்னுடைய தாடையை தடவிக் கொண்டான். இன்னமும் முழுவதும் அவனால் நம்பமுடியவில்லை.

“உண்மையாகவா?”

லீவ் ஆமாம் என்பது போல தலையை ஆட்டினான்.

“அடிக்கடி மைட்ஸ்டோனிற்குச் சென்று கொண்டிருந்தார். அங்கிருந்து ஐந்து மைல் தொலைவில் இருக்கும் கிராமம் ஒன்றிற்குச் செல்வார். அதற்கு மேல் என்னால் தொடர முடிந்ததில்லை. ஆனால் ஓர் இரவு, அவர் மீண்டும் லண்டன் செல்ல ரயிலைப் பிடிக்க நிலையத்திற்கு வந்தபோது, அங்கிருக்கும் காத்திருக்கும் அறைக்குச் சென்றார். அதற்குள் அவரை வேவு பார்க்க தோதான ஓர் இடத்தை நான் கண்டு, அங்கிருந்து அவர் என்ன செய்கிறார் என்று பார்த்தேன். நான் பார்த்தது என்ன தெரியுமா?”

ஸ்டான் எதுவும் சொல்லவில்லை.

“அவரது பையைத் திறந்தார். அதில் இருந்து இவ்வளவு அகலமான நோட்டுக்கட்டு ஒன்றை எடுத்தார்! அவரது ரகசிய இடத்தில் இருந்து பணத்தை எடுத்திருக்கிறார்! லண்டன்வரை அவரைத் தொடர்ந்தேன். அங்கே நிலையத்தில் இருந்த உணவு விடுதியில் அவர் காபி குடிக்கச் சென்றார். நான் அவரது பார்வையில் படாமல் ஒளிந்திருந்தேன். குடித்துவிட்டு வெளியே வந்தவுடன், அவரது கைக்குட்டையை எடுத்து வாயைத் துடைத்தார். அப்போது அவரது பையில் இருந்து சிறிய நோட்டு புத்தகம் கீழே விழுந்ததை அவர் கவனிக்கவில்லை. வேறு யாரும் பார்த்து விடுவார்கள் என்றோ அல்லது அவரேகூட கீழே விழுந்ததைக் கவனித்து விடுவாரோ என்றோ பயந்து கொண்டிருந்தேன். ஆனால் அவர் நிலையத்தில் இருந்து சென்றவுடன், புத்தகத்தை எடுத்துவிட்டேன். பார்!”

சிவப்பு அட்டை கொண்ட, நன்றாக உபயோகிக்கப்பட்ட நோட்டு புத்தகம் அது. ஸ்டான் தன்னுடைய கையை நீட்டினான்.

“பொறு” என்ற லீவ், “உனக்கும், எனக்கும் சரிபாதி, சரியா? எனக்கும் உதவு தேவைப்படுகிறது” என்றான்.

ஸ்டான் தயங்கினான்.

“வெறும் திருட்டு மட்டும் என்றால், நான் உன்னுடன் வருவேன்” என்றான்.

“வெறும் திருட்டுதான்” என்று உற்சாகமாகச் சொன்ன லீவ், நோட்டு புத்தகத்தை ஸ்டானின் பக்கமாகத் தள்ளினான்.

இரவு முழுவதும் அவர்கள் தாழ்ந்த குரலில், ஜே.ஜி.ரீடர் தன்னுடைய கணக்குகளைத் தெளிவாக எழுதி வைத்திருப்பது பற்றியும், அவர் எப்படிப்பட்ட ஊழல்வாதியாக இருக்கிறார் என்றும் பேசிக் கொண்டிருந்தார்கள்.

திங்கட்கிழமை இரவு மழை பெய்திருந்தது. தென்மேற்கில் இருந்து அடித்த புயலில், இன்னமும் இலைகள் பறந்து கொண்டிருந்தன. லீவ்வும், ஸ்டான்னும் கிராமத்தில் இருந்து ஐந்து மைல்கள் நடந்திருந்தார்கள். இருவரும் வெளியில் தெரிவது போல எதையும் சுமந்து கொண்டிருக்கவில்லை. ஆனாலும் லீவ் அணிந்திருந்த மேல் கோட்டின் உள்ளே தனித்துவமான கருவிகள் இருந்தன. ஸ்டானின் மேல்ச்சட்டை பைகளில் மிகவும் சக்தி வாய்ந்த கன்னக்கோல் இருந்தது.

அவர்கள் வழியில் யாரையும் பார்க்கவில்லை. தெற்கில் இருந்த வீட்டின் வாயிலின் இரும்பு கிராதிகளை லீவ் பிடித்தபோது, தேவாலயத்தில் மணி பதினொன்று அடித்தது. கிராதிகளின் மீது ஏறி, சத்தமில்லாமல் மறுபுறம் குதித்தான். அவன் பின்னாடியே ஸ்டான்னும் ஏறினான். பருமனாக இருந்தாலும், அவனும் எளிதாகவே தாண்டி குதித்தான். சூழ்ந்திருந்த இருளின் வழியே பாழடைந்த வீடு தெரிந்தது. வாயிலில் இருந்து கதவை நோக்கிச் சென்றார்கள். லீவ் முதலில் கதவின் சாவித்துவாரத்தில் வெளிச்சத்தை அடித்துவிட்டு, தன்னுடைய கருவிகளை எடுத்து அதைத் திறக்க முயன்றான்.

சில நிமிடங்களிலேயே கதவு திறந்து கொண்டது. அடுத்த நொடிகளில் அவர்கள் ஒரு சிறிய அறையில் இருந்தார்கள். அந்த அறையில் ஓர் ஆழமான நெருப்பிருக்கும் இடம் மட்டுமே இருந்தது. லீவ் தன்னுடைய மேல்சட்டையை எடுத்து ஜன்னலுக்கு மேல் விரித்தான். தன்னுடைய விளக்கை ஏற்றினான். மண்டியிட்டு, நெருப்பிருக்கும் இடத்தில் இருந்த சாம்பலையும் மற்ற குப்பைகளையும் அகற்றினான். அங்கிருந்த பெரிய கல்லைக் கவனமாக ஆராய்ந்தான்.

“இந்தக் கல் நகர்த்தப்பட்டிருக்கிறது” என்றான் லீவ். “பார்த்தாலே தெரிகிறது.”

கன்னக்கோலின் ஒரு முனையை இடுக்கில் செலுத்தி, கல்லைத் தூக்க முயற்சித்தான். சிறிது அசைந்து கொடுத்தது. உளியும், சுத்தியும் கொண்டு கல்லைச் சுற்றிக் கொத்தி விட்டுவிட்டு, கன்னக்கோலை இன்னமும் கீழே சொருகினான். கல் தரைக்கு மேலே வந்தது. ஸ்டான் அதன் கீழே உளியைக் கொடுத்தான்.

“ஒன்றாக” என்று லீவ் தன்னுடைய பலத்தை முழுவதுமாக செலுத்தினான்.

அந்தக் கல்லின் கீழே விரல்களை ஒன்றாக கொடுத்து தூக்கினார்கள். லீவ் விளக்கை எடுத்து, கீழிருந்த இருண்ட பள்ளத்தில் பார்த்தான்.

“கடவுளே!” என்று கத்தினான்.

அடுத்த வினாடி, பயந்து போயிருந்த இருவரும் வீட்டைவிட்டு வெளியே ஓடி வந்தார்கள். அங்கே ஓர் அற்புதம் நிகழ்ந்திருந்தது. வாயில் திறந்திருந்தது. அங்கே ஓர் உருவம் அவர்கள் முன்னே நின்று கொண்டிருந்தது.

“கைகளை மேலே தூக்கு, கோல்!” என்றது ஒரு குரல். லீவ் கோலிற்கு வெறுப்பைக் கொடுத்த அந்தக் குரலின் சொந்தக்காரரான ரீடரின் கழுத்தின் மீது பாயத் தயாராகவே இருந்தான்.

அன்றிரவு பன்னிரண்டு மணிக்கு, சர் ஜேம்ஸ் டிதர்மைட், தன்னுடைய வருங்கால மனைவியோடு பேசிக் கொண்டிருந்தார்; அவளது சொத்தைப் பாதுகாக்க விரும்பிய வக்கீலின் முட்டாள்தனம், அதை அவள் விரும்பியபடி உபயோகிக்க அவளுக்கு முழு சுதந்திரத்தைப் பெற்றுத் தந்த தன்னுடைய புத்திசாலித்தனத்தைப் பற்றிப் பேசிக் கொண்டிருந்தார்.

“அந்தக் கருங்காலிகளுக்கு அவர்களது சம்பளம்தான் முக்கியம்” என்று ஆரம்பித்தார்; அப்போது அவரது வேலையாள் வந்தான். அவனுக்குப் பின்னாலேயே அந்தப் பகுதியின் ஏட்டும் வந்தார். சர் ஜேம்ஸ் அவரை முன்பே பார்த்திருக்கிறார்.

“சர் ஜேம்ஸ் டிதர்மைட்?” என்று வந்த காவலர் தேவையில்லாமல் கேட்டார். அவருக்கும் சர் ஜேம்சை நன்றாகவே தெரியும்.

“சொல்லுங்கள், கர்னல், என்ன விஷயம்?” என்று முகத்தைச் சுளித்துக் கொண்டு சர் ஜேம்ஸ் கேட்டார்.

“உங்கள் மனைவி, எலீனோர் மேரி டிதர்மைட்டை கொலை செய்த குற்றத்திற்காக உங்களைக் கைது செய்கிறேன்” என்றார்.

“திருமதி டிதர்மைட் கப்பலில் செல்வதை விரும்பினாரா அல்லது கப்பலில் செல்வது அவருக்குச் சிரமத்தைக் கொடுத்ததா என்பதுதான் முக்கியமான கேள்வி” என்று ஜே.ஜி. ரீடர், இயக்குநருக்கு விளக்கிக் கொண்டிருந்தார். “அவருக்குக் கப்பலில் செல்வது சிரமமாக இருந்தால், அவள் கப்பலில் ஏறிய ஐந்து நிமிடங்களில் உதவிக்குப் பணிப்பெண் யாரையாவது கூப்பிட்டிருக்க வேண்டும். ஆனால் பணிப்பெண் அவளைப் பார்க்கவேயில்லை. கப்பலில் இருந்த வேறு யாரும்கூட அவளைப் பார்க்கவில்லை. காரணம், அவள் கப்பலிலேயே இல்லை! அவளது வீட்டிலேயே அவள் கொலை செய்யப்பட்டுவிட்டாள்; அவளது உடல் அந்தப் பாழடைந்த வீட்டின் கணப்படுப்பின் பெரிய கல்லின் கீழே புதைக்கப்பட்டுவிட்டது. சர் ஜேம்ஸ் வழக்கம் போல டோவர் வரை தன்னுடைய காரிலேயே சென்று, அங்கு அவரது பெட்டிகளைக் கப்பலில் வைக்கச் சொல்லி, முதலிலேயே கொடுத்து விட்டார். காரை நிறுத்திவிட்டு வர வெளியே சென்று விட்டார். கப்பலில் கூட்டமாகப் பயணிகள் ஏறும் நேரமாகப் பார்த்து அவர் மீண்டும் கப்பலுக்குத் திரும்பினார். அவர் தனியாக இருந்தாரா, அவருடன் அவரது மனைவி இருந்தாளா என்று யாரும் கவனிக்கவில்லை. அது அவர்களது வேலையும் இல்லை. தன்னுடைய அறையின் சாவியை வாங்கியவர், அங்கே தன்னுடைய பெட்டி, படுக்கைகளுடன், தன்னுடைய மனைவியின் தொப்பியை வைத்து விட்டார். அவளது பயணசீட்டையும் கொடுத்து, அவள் கப்பலில் இருப்பதாகக் காட்டிவிட்டார். அதன்பின்னர், அவளைக் காணவில்லை என்று புகார் எழுப்பினார். கப்பல் முழுவதும் சோதனை இடப்பட்டது. ஆனால் அவள் கண்டுபிடிக்கப்படவில்லை. நான் முன்பே சொன்னது போல—”

“உங்களுக்குக் குற்றவாளியின் மூளைதான்” என்ற இயக்குநர், “மேலே சொல்லுங்கள், ரீடர்” என்றார்.

“அப்படிப்பட்ட மூளை இருப்பதினாலேயே, அவள் கப்பலில் இருப்பதாகக் காட்டுவது எவ்வளவு எளிதானது என்று எனக்குத் தோன்றியது. எனவே கொலை நடந்திருந்தால், வீட்டைச் சுற்றிய சில மைல்களுக்குள் மட்டுமே நடந்திருக்க வேண்டும் என்றும் முடிவு செய்தேன். கிராமத்தில் இருந்த

கொத்தனார் ஒருவர், தான் சர் ஜேம்சிற்கு எப்படி கலவை போடுவது என்று கற்றுக் கொடுத்ததாகச் சொன்னார். அந்த இரும்பு கிராதி வாயிலில் சர் ஜேம்சின் கார் இடித்து உடைந்திருந்தது என்று கிராமத்தில் கருமான் சொன்னார். அது எப்போது சரி செய்யப்பட்டது என்று பார்த்தேன். அந்தப் பாழடைந்த வீட்டின் கணப்படுப்பின் பெரிய கல்லின் கீழே அவள் இருக்கிறாள் என்பதில் எனக்கு எந்தச் சந்தேகமும் இல்லை. ஆனால் அங்கே சோதனையிடாமல் எதையும் நிரூபிக்க முடியாது. நானுமே தனியாக அதைச் செய்வது, நமது துறைக்கே கெட்டபெயரை ஏற்படுத்திவிடும்" என்று மன்னிப்பு கேட்கும் குரலில் சொல்லிக் கொண்டிருந்தார்.

இயக்குநர் யோசனையில் இருந்தார். "நீங்கள் அங்கே புதையலை ஒளித்து வைத்திருப்பதாக அந்த கோலை நம்ப வைத்து, அவனைத் தூண்டி விட்டீர்கள். அதை உங்களது நோட்டு புத்தகத்தில் எழுதியிருந்தீர்கள் என்று நினைக்கிறேன்? ஆனால், நீங்கள் அங்கே புதையல் வைத்திருப்பதாக அவர்கள் எப்படி நம்பினார்கள்?"

ரீடர் சோகமாக புன்னகை புரிந்தார். "குற்றவாளிகளின் மூளை ஒரு வினோதமான பொருள்" என்று பெருமூச்சுடன் சொன்னார். "அதில் மந்திர, தந்திரங்களுக்கும், கற்பனைக் கதைகளுக்கும் இடமுண்டு. அதிர்ஷ்டவசமாக, நான் அவற்றைப் புரிந்து கொள்கிறேன். முன்பே சொன்னது போல."

www.ingramcontent.com/pod-product-compliance
Lightning Source LLC
LaVergne TN
LVHW090324051026
849518LV00005B/1875